ഈ പുസ്തകം മാതൃഭാഷ ഹിന്ദിയല്ലാത്ത, വളരെ സാധാരണവും എളുപ്പത്തിലും ഉള്ള രീതിയിൽ ഹിന്ദി പഠിക്കാൻ ആഗ്രഹിക്കുന്നവരെ, ഹിന്ദി പഠിപ്പിക്കുന്നതിനുള്ള ഒരു പ്രാരംഭ ശ്രമമാണ്. ഇത് ശാസ്ത്രീയമായ രീതിയിലുള്ള ഒരു സമീപനമാണ്. അക്ഷരമാല, വാക്കുകൾ, വാക്യങ്ങൾ തുടങ്ങി അവ നമ്മുടെ നിത്യജീവിതത്തിൽ പൊതുസാഹചര്യങ്ങളിൽ എങ്ങിനെ ഉപയോഗിക്കണമെന്ന് ഇത് കാണിച്ചുതരുന്നു. ഈ പുസ്തകത്തിൽ സന്ദർഭവാക്യങ്ങളും സംഭാഷണവാക്യങ്ങളും തിരഞ്ഞെടുത്തിരിക്കുന്നത് ഭാരതീയ ഭാഷകളിലേയും സംസ്കാരത്തിലേയും പൊതുവായ അംശങ്ങൾ പ്രതിഫലിപ്പിക്കത്തക്ക രീതിയിലാണ്.

30 ദിവസത്തിനുള്ളിൽ മലയാളത്തിലൂടെ ഹിന്ദി പഠിക്കുക

ചീഫ് എഡിറ്റർ
കൃഷ്ണ ഗോപാൽ വികാൽ

എഡിറ്റർ : ഹിന്ദി എഡിഷൻ
അമിതാഭ് ദീൻഗ്ര

ഫ്യൂഷൻ ബുക്ക്സ്

ISBN : 81-288-1822-8

പ്രസാധകർ : **ഫ്യൂഷൻ ബുക്ക്സ്**
X-30, ഓഖ്ലാ ഇൻഡസ്ട്രിയൽ ഏരിയ,
ഫേസ് -II, ന്യൂഡൽഹി -110020
ഫോൺ . 011-41611861
ഫാക്സ് : 91-11-41611866
ഇ മെയിൽ : : sales@dpb.in
വെബ്സൈറ്റ് : www.dpb.in
എഡിഷൻ : **2014**

പ്രിന്റർ : Laxmi Enterprises,Okhla
വിവർത്തക : സിന്ധു എ.

ലേൺ ഹിന്ദി ഇൻ തേർട്ടി ഡേയ്സ് ത്രൂ മലയാളം
കൃഷ്ണ ഗോപാൽ വികാൽ

സമർപ്പണം

ഡോ. അശോക് രാമ്ചന്ദ്ര കേൽകർ

ഭാരതത്തിലെ അറിയപ്പെടുന്ന ഭാഷാ ശാസ്ത്രജ്ഞൻ

അദ്ദേഹത്തിന്റെ ഉപദേശമാണ് പ്രേരണയുടെ ഉറവിടം

പ്രസാധകന്റെ കുറിപ്പ്

നമ്മുടെ നാടിന്റെ ഐക്യത്തെ ശക്തിപ്പെടുത്താൻ ഞങ്ങൾ ***ദേശീയ ഭാഷകൾ പഠിക്കൂ*** എന്ന ഒരു പുസ്തക നിര തന്നെ ഈ രാജ്യത്തെ ജനങ്ങൾക്ക് എത് ഭാരത ഭാഷയും മാതൃഭാഷ ഒഴികെ ആംഗല മാധ്യമത്തിലൂടെ പ്രസാധനം ചെയ്യുന്നു എന്ന് വളരെ സന്തോഷത്തോടുകൂടി ഉദ്ഘോഷിക്കുന്നു.

ഈ നിരയിൽപ്പെട്ട ഓരോ പുസ്തകവും 5 ഭാഗങ്ങളായി തരം തിരിച്ചിരിക്കുന്നു. ആദ്യത്തെ രണ്ടു ഭാഗങ്ങൾ സംബന്ധപ്പെട്ട ഭാഷയുടെ അടിസ്ഥാന തത്വങ്ങളെക്കുറിച്ചും ബാക്കിയുള്ള ഭാഗങ്ങൾ സംഭാഷണ രീതിയേയും പ്രവൃത്തിപരിചയത്തേയും കുറിക്കുന്നു.

ഈ പുസ്തകങ്ങൾ തയ്യാറാക്കിയിരിക്കുന്നത് അറിയപ്പെടുന്ന എഴുത്തുകാരനും പല പുസ്തകങ്ങളുടേയും എഡിറ്ററും ആയ വ്യക്തിയുടെ ഉപദേശത്തോടുകൂടിയാണ്. ഈ പുസ്തകത്തിന്റെ മുഖ്യ എഡിറ്റർ **ശ്രീകൃഷ്ണ ഗോപാൽ വികാൽ** ആണ്. **ശ്രീ.അമിതാഭ് ഡിംഗ്ര** അദ്ദേഹത്തിന്റെ സഹായിയായി പ്രവർത്തിക്കുന്നു. എല്ലാ പുസ്തകങ്ങളുടെ രീതി ഈ പുസ്തകങ്ങളുടേതുപോലെ സമാനമാണ്. ഓരോ പുസ്തകവും അതാതു ഭാഷയിലെ പ്രമുഖ ഭാഷാകാരൻമാരുടെ നിർദ്ദേശമനുസരിച്ചാണ് തയ്യാറാക്കിയിരിക്കുന്നത്. ഈ പുസ്തകനിര നമ്മുടെ നാട്ടിലെ പല പ്രദേശങ്ങളിലുമുള്ള ജനങ്ങളെ ഒരു കുടക്കീഴിൽ കൊണ്ടുവരണമെന്ന് ഞങ്ങൾ ആശിക്കുന്നു. അങ്ങിനെ പരസ്പര ധാരണയും ദേശീയ ഐക്യവും ഉയർത്തുവാൻ സാധിക്കും. ഞങ്ങളുടെ ആദ്യത്തെ പുസ്തകം **ഡയമണ്ട് ഹിന്ദി ലേണിംഗ് ആന്റ് സ്പീക്കിംഗ് കോഴ്സ്** ഇവിടെ അവതരിപ്പിക്കുന്നു.

പ്രസാധകൻ

ആമുഖം

ഒരു ഭാഷ പഠിക്കുക എന്നത് ജീവിതത്തിലെ വലിയൊരു കാര്യമാണ്. ഇത്തരത്തിലുള്ള അനുഭവത്തിലൂടെ കടന്നുപോകുന്ന ഒരു കുട്ടിയെ വളരെയടുത്ത് ശ്രദ്ധിക്കൂ. നിങ്ങൾക്ക് മനസ്സിലാകും. എപ്പോഴെല്ലാം ഒരു പുതിയ വാക്ക് അമ്മയിൽ നിന്നോ അച്ഛനിൽ നിന്നോ ബന്ധുക്കളിൽ നിന്നോ പഠിക്കുമ്പോൾ അവന്റെ ഹൃദയം അത്ഭുതം, ജിജ്ഞാസ, സന്തോഷം എന്നിവ കൊണ്ട് നിറയുന്നു. അവൻ അതിന്റെ പലതരത്തിലുള്ള ഭാവങ്ങളും രാഗങ്ങളും അവനിൽ തന്നെ വളർത്തി ക്രിയാത്മകത ഉണ്ടാക്കുന്നു. ഒരു പുതിയ ഭാഷ പഠിക്കാൻ ജീവിതത്തിന്റെ ഈ വിസ്മയാനുഭവങ്ങളിലേക്ക് വീണ്ടും പ്രവേശിക്കണം. ഇത് ക്രിയാത്മക പ്രവൃത്തിയിലേക്ക് അനന്തമായ അവസരങ്ങൾ തുറക്കുന്നു. ഇതല്ലാതെ വളരെവേഗം വികസിച്ചുകൊണ്ടിരിക്കുന്ന ഈ ലോകത്തിൽ നിറം, ജാതി, മതം, ഭാഷ തുടങ്ങിയവയുടെ അതിർ വരമ്പുകളില്ലാതെ ഒരു പുതിയ ഭാഷ നമ്മുടെ ജീവിതത്തിലെ ഒരു അവശ്യ സാധനമാണ്. ഈ പുസ്തകം ആദ്യമായി ശ്രമിക്കുന്നത് മാതൃഭാഷ ഹിന്ദി അല്ലാത്തവരെ വളരെ സാധാരണവും ലളിതവുമായ രീതിയിൽ ഹിന്ദി പഠിപ്പിക്കുകയാണ്. ഇതിന് ശാസ്ത്രീയമായ ഒരു സമീപനം സ്വീകരിച്ചിരിക്കുന്നു. അക്ഷരങ്ങൾ, വാക്കുകൾ, വാചകങ്ങൾ എന്നീ ക്രമത്തിൽ അവതരിപ്പിച്ച് നിത്യജീവിതത്തിൽ ഇവ ഉപയോഗിക്കേണ്ടതിനെ ക്കുറിച്ച് പ്രതിപാദിച്ചിരിക്കുന്നു. ഭാരതീയ ഭാഷകളുടേയും സംസ്ക്കാരത്തിന്റേയും സമാനതകൾ കഴിയുന്നത്ര പ്രതിഫലിപ്പിക്കുന്ന രീതിയിലാണ് സാഹചര്യവാക്യങ്ങളും സംഭാഷണ വാക്യങ്ങളും ഈ പുസ്തകത്തിൽ തിരഞ്ഞെടുത്തിരിക്കുന്നത്. ഇതിന്റെ ഉപയോഗമെന്തെന്നാൽ വിദ്യാർത്ഥി പഠിക്കുന്ന അവസരത്തിൽ ഇന്ത്യയിലും വിദേശത്തുമുള്ള വലിയൊരു വിഭാഗം ഹിന്ദി സംസാരിക്കുന്ന ജനങ്ങളുമായി സംസാരിക്കാനും ആശയം കൈമാറാനും പൂർണ്ണമായും സജ്ജമായിരിക്കും. ഹിന്ദി ഏതാണ്ട് 30 കോടി ജനങ്ങളുടെ മാതൃഭാഷ ആയതിനാൽ, ഇനിയൊരു 20 കോടി ജനങ്ങൾ സംസാരിക്കുകയും മനസ്സിലാക്കുകയും ചെയ്യുന്നതിനാലും, ഇത് ലോകത്തിലെ

വലിയ ജനാധിപത്യരാജ്യത്തിന്റെ പ്രാഥമിക യോജിത ഭാഷ ആയതിനാലും, ഈ ഭാഷയിൽ പ്രാവീണ്യം നേടുന്നതുമൂലം കോടിക്കണക്കിന് ജനങ്ങളുമായി നേരിട്ട് സമ്പർക്കം പുലർത്താൻ മാത്രമല്ല സാധിക്കുന്നത്, അതിലൂടെ അവരുടെ ജോലിയിൽ ഉയർച്ചയും വ്യാപാരത്തിൽ അഭിരുചിയും ഉണ്ടാക്കുന്നു. കൂടാതെ ഇത്രയും വലിയ കുടുംബത്തിൽ അംഗമായതിന്റെ ആത്മ സംതൃപ്തിയും നൽകുന്നു.

ഈ പുസ്തകം വിദേശികൾക്ക് അതായത് ഭാരതം സന്ദർശിക്കാൻ വരുന്ന ടൂറിസ്റ്റുകൾക്ക്, പണ്ഡിതർക്ക്, യുക്തിവാദികൾക്ക്, വ്യാപാരികൾക്ക്, തുടങ്ങിയവർക്കെല്ലാം രാജ്യത്തിന്റെ പല ഭാഗങ്ങളിലും അതിർവരമ്പുകളില്ലാതെ യാത്ര ചെയ്യാൻ സഹായിക്കുന്നു. ഈ പുസ്തകം അതിന് സഹായിക്കുമെന്ന് ഞങ്ങൾ കരുതുന്നു. ഇത് യുവാക്കളുടെ ഇടയിലും ഭാഷ പഠനം നടത്തുന്നവരിലും പ്രശസ്തി നേടും. **ശ്രീ.നരേന്ദ്രകുമാർ, ഡയറക്ടർ ഓഫ് ഡയമണ്ട് പോക്കറ്റ് ബുക്ക്സ്**, അദ്ദേഹം ഈ ഉപയോഗപ്രദമായ പുസ്തകങ്ങൾ പുറത്തുകൊണ്ടുവരുവാൻ ബുദ്ധിപൂർവ്വം പ്രത്യേക താല്പര്യം എടുത്തതിന് വളരെ നന്ദിയുണ്ട്. കൂടാതെ ഈ പുസ്തകത്തിന്റെ പ്രൂഫ് വായന, അച്ചടി, നിർമ്മാണം തുടങ്ങിയവയുമായി ബന്ധപ്പെട്ട എല്ലാ വ്യക്തികളേയും ഞങ്ങളുടെ നന്ദി രേഖപ്പെടുത്തുന്നു.

കൃഷ്ണഗോപാൽ വികാൽ

അമിതാഭ് ദിൻഗ്രാ

ഉള്ളടക്കം

ഭാഗം – 1 അക്ഷരമാല

ഭാഗം – 2 ശബ്ദങ്ങൾ

ഭാഗം – 3 വാക്യഭേദങ്ങൾ

ഭാഗം – 1 അക്ഷരമാല

ഒന്നാംപടി पहली सीढ़ी

എല്ലാവർക്കും സ്വാഗതം

आप सबका स्वागत है

ഈ പുസ്തകം നിങ്ങളുടെ കയ്യിലാണ്. നിങ്ങൾ ഹിന്ദി പഠിക്കാൻ തല്പരരാണെന്ന് ഇത് കാണിക്കുന്നു. ഞങ്ങൾക്ക് വളരെ സന്തോഷമുണ്ടാക്കുന്ന കാര്യമാണിത്. ഭാരതത്തിലെ എല്ലാ ഭാഷകളിലും വച്ച് നോക്കുമ്പോൾ ഹിന്ദിയാണ് ഏറ്റവും കൂടുതൽ ജനങ്ങൾ സംസാരിക്കുന്ന ഭാഷ. ഇത് ലോകത്തിലെ ഏറ്റവും കൂടുതൽ ജനങ്ങൾ സംസാരിക്കുന്ന മൂന്നു ഭാഷകളിൽ (ഇംഗ്ലീഷ്, ചൈനീസ്, ഹിന്ദി) ഒന്നാണെന്ന് പറയാം. വളരെ വിപുലവും സമൃദ്ധവുമായ സാഹിത്യമുള്ള ഭാഷയാണിത്. നിങ്ങളുടെ പ്രശംസാജനകമായ ആർജ്ജവം ഞങ്ങൾ സ്വാഗതം ചെയ്യുകയും വിജയം ഉറപ്പുനൽകുകയും ചെയ്യുന്നു. നിങ്ങളുടെ ലക്ഷ്യം സാധിക്കുന്നതുവരെ പടിപടിയായി തുടർച്ചയായി നിങ്ങൾ നീങ്ങിക്കൊണ്ടിരിക്കും. നമുക്ക് നമ്മുടെ യാത്ര ആരംഭിക്കാം.

സംഭാഷണത്തിലെ ആശംസാസൂചകവാക്യങ്ങൾ

ഹിന്ദിയിൽ ഇംഗ്ലീഷിലേതുപോലെ വെവ്വേറെ സമയാത്മക ആശംസകൾ ഇല്ല. ഉദാ: , 'പ്രഭാതനമസ്ക്കാരം', 'സായാഹ്ന നമസ്ക്കാരം', 'ശുഭരാത്രി' മുതലായവ. ഓരോ പ്രാവശ്യവും കണ്ടുമുട്ടുമ്പോൾ नमस्कार (നമസ്ക്കാർ) അല്ലെങ്കിൽ नमस्ते (നമസ്തേ) മുതലായവ നമ്മൾ പറയുന്നു. വെവ്വേറെ മതങ്ങളിലും വിശ്വാസങ്ങളിലും ഉള്ള ജനങ്ങൾ ഇവയ്ക്ക് പകരം അവരുടേതായ വാക്കുകൾ ഉപയോഗിക്കുന്നു. ഉദാ: जय राम जी की! सत् श्री अकाल ! सलाम आलेकुम, മുതലായവ.

കണ്ടുമുട്ടുമ്പോൾ मिलने पर

പ്രഭാതനമസ്ക്കാരം.സർ!	नमस्कार, श्रीमान्!	നമസക്കാർ, ശ്രീമാൻ!
പ്രഭാതനമസ്ക്കാരം, മാഡം	नमस्कार, महोदया!	നമസ്ക്കാർ, മഹോദയാ !
മദ്ധ്യാഹ്ന നമസ്ക്കാരം കൂട്ടുകാരാ !	नमस्ते, मित्र!	നമസ്തേ, മിത്ര് !
മദ്ധ്യാഹ്ന നമസ്ക്കാരം , സഹോദരാ !	नमस्ते, भाई!	നമസ്തേ, ഭായീ !
സായാഹ്ന നമസ്ക്കാരം ! ബോസ്	नमस्कार, महोदय!	നമസ്ക്കാർ, മഹോദയ് !

സായാഹ്ന നമസ്ക്കാരം കൂട്ടുകാരാ !	नमस्ते, साथी!	നമസ്തേ, സാഥീ !
ശുഭരാത്രി, സഹോദരീ !	शुभ रात्रि, बहन!	ശുഭ് രാത്രി, ബഹൻ!

വിട പറയുമ്പോൾ विदा होने पर

പിന്നെ കാണാം, കുട്ടി !	विदा, मेरे बच्चे!	വിദാ, മേരേ ബച്ചേ !
കാണാം !	अच्छा विदा!	അച്ഛാ വിദാ !
റ്റാ റ്റാ !	अलविदा!	അൽവിദാ !
പിന്നെ കാണാം !	अलविदा!	അൽവിദാ !

ശുഭാശംസകൾ शुभ कामनाएँ

ദീപാവലി ആശംസകൾ !	दीवाली शुभ हो!	ദീവാലി ശുഭ് ഹോ !
ഈദ് ആശംസകൾ!	ईद मुबारक!	ഈദ് മുബാരക് !
ഗുരുപർവ്വ ആശംസകൾ!	गुरुपर्व की बधाई!	ഗുരുപർവ്വ്കി ബധായി !
ക്രിസ്മസ് ആശംസകൾ!	क्रिसमस पर बधाई!	ക്രിസ്മസ് പർ ബധായി !

REMARKS

ഹിന്ദിയിൽ വണക്കം കാണിക്കാൻ എല്ലാ ഭാരതീയനും **नमस्कार** (നമസ്ക്കാർ) അല്ലെങ്കിൽ **नमस्ते** (നമസ്തേ) പറയാം. തന്റെ മതത്തിലുള്ള വിശ്വാസത്തെ കാണിക്കാൻ ഒരു മുസ്ലീം **सलाम आलेकुम** (സലാം അലേക്കും), എന്നും ഒരു സിഖ് **सत् श्री अकाल** (സത് ശ്രീ അകാൽ), എന്നും ഒരു ദേശസ്നേഹി **जय हिंद** (ജയ് ഹിന്ദ്) എന്നും ഒരു മനുഷ്യസ്നേഹി **जय जगत्** (ജയ് ജഗത്) എന്നും പറയും.

രണ്ടാം പടി दूसरी सीढ़ी

അക്ഷരമാല

वर्णमाला

ഹിന്ദി ഭാഷ ദേവനാഗിരി ലിപിയിലാണ് എഴുതിയിരിക്കുന്നത്. അത് സംസ്കൃതം, മറാഠി, നേപ്പാളി തുടങ്ങിയ ഭാഷകളിൽ ഒരുപോലെയാണ്.

ഹിന്ദി അക്ഷരമാലയിൽ 11 സ്വരാക്ഷരങ്ങളും 35 വ്യഞ്ജനാക്ഷരങ്ങളും ഉൾപ്പെട്ടിരിക്കുന്നു.

സ്വരാക്ഷരങ്ങൾ स्वर

अ	आ	इ	ई	उ	ऊ	ऋ
അ	ആ	ഇ	ഈ	ഉ	ഊ	ഋ
ए	ऐ	ओ	औ	अं	अ:	
എ	ഐ	ഒ	ഔ	അം	അഃ	

തിരിച്ചറിഞ്ഞ് ഉച്ചരിക്കുക.—

उ	ऊ	अ	आ
ओ	औ	अं	अ:
इ	ई		ऋ
ए	ऐ		

1. സ്വരാക്ഷരങ്ങളായ अ आ ओ औ अं अ: അ आ ओ औ अं अ: എന്ന ക്രമത്തിലും എഴുതപ്പെട്ടിരിക്കുന്നു. പക്ഷേ നവീന ദേവനാഗിരിയിൽ ഈ രൂപങ്ങൾ ഉപേക്ഷിച്ചിരിക്കുന്നു. ഹിന്ദി പഠിക്കുന്നവർ ഇത് മനസ്സിൽ സൂക്ഷിക്കണം.
2. ഹിന്ദിയിൽ രണ്ടു വിധത്തിലുള്ള സ്വരാക്ഷരങ്ങളുണ്ട്.
   (പ)ഹ്രസ്വം (ह्रस्व) (ii) ദീർഘം (ग्यद संधि) സ്വരാക്ഷരങ്ങൾ

(i) **ഹ്രസ്വസ്വരാക്ഷരങ്ങൾ (ह्रस्व स्वर):**

अ	इ	उ	ऋ
അ,	ഇ,	ഉ,	ഋ

(ii) **ദീർഘസ്വരാക്ഷരങ്ങൾ (സന്ധിസ്വരങ്ങൾ संधि-स्वर)**

आ	ई	ऊ	ए	ऐ	ओ	औ
ആ,	ഈ,	ഊ,	എ,	ഐ,	ഒ,	ഔ

3. ഹ്രസ്വ സ്വരാക്ഷരങ്ങൾ ഹ്രസ്വമായും ദീർഘ സ്വരാക്ഷരങ്ങൾ ദീർഘമായും ഉച്ചരിക്കണം. എങ്ങിനെയാണ് സ്വരാക്ഷരങ്ങൾ ഉച്ചരിക്കേണ്ടത് എന്ന് പഠിക്കാം.

അക്ഷരം	ഉച്ചാരണം	ശ്രദ്ധിക്കേണ്ടവ
अ	(ഹ്രസ്വം)അ	ഹ്രസ്വാക്ഷരം 'അ' 'അമ്മ' എന്ന വാക്ക് പോലെ
आ	(ദീർഘം) ആ	ദീർഘാക്ഷരം 'ആ' 'ആമ' എന്ന വാക്ക് പോലെ
इ	(ഹ്രസ്വം) ഇ	ഹ്രസ്വാക്ഷരം 'ഇ' 'ഇല' എന്ന വാക്ക് പോലെ.
ई	(ദീർഘം) ഈ	ദീർഘാക്ഷരം 'ഇ' 'ഇല' എന്ന വാക്ക് പോലെ
उ	(ഹ്രസ്വം) ഉ	ഹ്രസ്വാക്ഷരം 'ഉ' 'ഉമ' എന്ന വാക്ക് പോലെ
ऊ	(ദീർഘം) ഊ	ദീർഘാക്ഷരം 'ഊ' 'ഊമ' എന്ന വാക്ക് പോലെ
ऋ	(ഹ്രസ്വം) ഋ	അക്ഷരം 'ഋ' 'ഋഷി' എന്ന വാക്ക് പോലെ
ए	(ദീർഘം)എ	അക്ഷരം 'എ' 'എലി' എന്ന വാക്ക് പോലെ
ऐ	(മിശ്രസ്വരാക്ഷരം)ഐ	അക്ഷരം 'ഐ' 'ഐരാവതം' എന്ന വാക്ക് പോലെ
ओ	(ദീർഘം) ഒ	അക്ഷരം 'ഒ' 'ഒന്ന്' എന്ന വാക്ക് പോലെ
औ	(മിശ്രസ്വരാക്ഷരം)ഔ	അക്ഷരം 'ഔ' 'ഔഷധം' എന്ന വാക്ക് പോലെ
अं	(ദീർഘം) അം	അക്ഷരം 'അം' 'അംബ' എന്ന വാക്ക് പോലെ
अ:	(ദീർഘം) അഃ	അക്ഷരം 'അഃ''അന്തഃകരണം' എന്ന വാക്ക് പോലെ

ശ്രദ്ധിക്കേണ്ടവ

* ഉച്ചാരണത്തിൽ रि യിൽ നിന്നും ऋ വ്യത്യസ്ഥമാണ്. യഥാർത്ഥത്തിൽ ऋ तत्सम അല്ലെങ്കിൽ संस्कृत വാക്കുകൾ എഴുതുവാനാണ് ഉപയോഗിക്കുന്നത്. ഇത് ഹിന്ദി ഉച്ചാരണശാഖയിൽ ഒരു സ്വരാക്ഷര മായി സ്വീകരിച്ചിട്ടില്ല.
* अं, (अँ), अ: എന്നീ അക്ഷരങ്ങൾ സ്വരാക്ഷരങ്ങളല്ല. പക്ഷേ ലഘു വ്യഞ്ജനമാണ്. സൗകര്യത്തിനുവേണ്ടി ഈ അക്ഷരങ്ങൾ സ്വരത്തിൽ ചേർത്തിരിക്കുന്നു

മൂന്നാം പടി तीसरी सीढ़ी

വ്യഞ്ജനങ്ങൾ
व्यंजन

ഹിന്ദിയിൽ 35 വ്യഞ്ജനാക്ഷരങ്ങളുണ്ടെന്നത് എല്ലാവർക്കും അറിയാം. ചിലത് ഹിന്ദിയിൽ മാത്രമുള്ളതാണ്. അതിന് സമമായത് ഇംഗ്ലീഷിൽ ഇല്ല.

താഴെ കൊടുത്തിരിക്കുന്ന വ്യഞ്ജനാക്ഷരങ്ങൾ സാധാരണയായി ഹിന്ദി പുസ്തകങ്ങളിൽ കാണുന്നതു പോലെയാണ് പുനരവതരിപ്പിച്ചിരിക്കുന്നത്.

क	ख	ग	घ	ङ	च	छ	ज	झ	ञ
ക	ഖ	ഗ	ഘ	ങ	ച	ഛ	ജ	ഝ	ഞ
ट	ठ	ड	ढ	ण	त	थ	द	ध	न
ട	ഠ	ഡ	ഢ	ണ	ത	ഥ	ദ	ധ	ന
प	फ	ब	भ	म		य	र	ल	व
പ	ഫ	ബ	ഭ	മ		യ	ര	ല	വ
श	ष	स	ह					ड़	ढ़
ശ	ഷ	സ	ഹ						

1. अ അ എല്ലാ വ്യഞ്ജനാക്ഷരങ്ങളോടും ബന്ധപ്പെട്ടിരിക്കുന്നു. പക്ഷേ വാക്കുകൾ ഉച്ചരിക്കുമ്പോൾ ഈ അന്ത്യസ്വരാക്ഷരം പലപ്പോഴും ഉപേക്ഷിക്കപ്പെടുന്നു. അതായത് 'बचत' (ബചത) 'बचत्' (ബചത്) എന്ന് ഉച്ചരിക്കപ്പെടുന്നതുപോലെ.
2. ഏതെങ്കിലും വ്യഞ്ജനാക്ഷരം अ എന്ന സ്വരാക്ഷരം ചേർക്കാതെ എഴുതണമെങ്കിൽ ഒരു അടയാളം हल् (्) ഉപയോഗിക്കുന്നു. पश्चात (പശ്ചാത്) പോലെ.
3. अ അ അല്ലെങ്കിൽ മറ്റേതെങ്കിലും സ്വരാക്ഷരങ്ങൾ ഇല്ലാതെ വ്യഞ്ജനാക്ഷരങ്ങൾ താഴെ കാണിച്ചിരിക്കും വിധം എഴുതാം. —

   क् + अ = क, च् + आ = चा, त् + अ = त, प् + आ = पा മുതലായവ

4. അക്ഷരങ്ങൾ छ झ ण ल श छ, झ, ण, ल श എന്ന ക്രമത്തിൽ എഴുതപ്പെട്ടിരിക്കുന്നു. പക്ഷേ നവീന ദേവനാഗിരിയിൽ പിന്നീട് ഈ രൂപങ്ങൾ ഉപേക്ഷിക്കപ്പെട്ടു.

5. ख, ध, भ त्र എന്നീ അക്ഷരങ്ങൾ ख, ध, भ त्र എന്ന ക്രമത്തിൽ എഴുതപ്പെട്ടിരിക്കുന്നു. അതുകൊണ്ട് രണ്ടു രൂപങ്ങളും അറിഞ്ഞിരിക്കണം.

തിരിച്ചറിഞ്ഞ് ഉച്ചരിക്കുക.—

ग	म	भ	र	स	ख	श	व	ब	क
घ	ध	ड	ड	ड़	ढ़	ढ	ट	ण	ठ
त	न	य	थ	च	ज	छ	द	फ	प
ल	ष	स	श	ह					

വ്യഞ്ജനാക്ഷരരൂപങ്ങൾ

6. അടിസ്ഥാനമായി വ്യഞ്ജനാക്ഷരങ്ങൾ മൂന്നു വിധത്തിലുണ്ട്. (i) स्पर्श, (ii) अंतस्थ, (iii) ऊष्म എന്നിവ

क മുതൽ म—വരെയുള്ള ആദ്യത്തെ 25 വ്യഞ്ജനാക്ഷരങ്ങൾ स्पर्श व्यंजन എന്നറിയപ്പെടുന്നു. ബാക്കിയുള്ള എട്ട് വ്യഞ്ജനാക്ഷരങ്ങളിൽ ആദ്യത്തെ നാല് അതായത്, य, र, ल, व अंतस्थ व्यंजन ആണ് . ബാക്കിയുള്ള നാല് श, ष, स, ह ऊष्म व्यंजन ആണ്.

വ്യഞ്ജനങ്ങളുടെ ഉച്ചാരണം

7. വ്യഞ്ജനങ്ങൾ എങ്ങിനെയാണ് ഉച്ചരിക്കേണ്ടത് എന്ന് നോക്കാം.

അക്ഷരം	*ഉച്ചാരണം*	*ശ്രദ്ധിക്കേണ്ടവ*
क	ക	ക, കലം എന്ന പോലെ
ख	ഖ	ക്-ഹ,ഖരം എന്നതിലെപ്പോലെ (പക്ഷെ ഒറ്റ സ്വരം)
ग	ഗ	ഗ്, ഗണം എന്നതിലെപ്പോലെ
घ	ഘ	ഘ്, ഘനം എന്നതിലെപ്പോലെ
ङ	ങ	ങ്, ഗാംങ് എന്നതിലെപ്പോലെ
च	ച	ച്, ചണം എന്നതിലെപ്പോലെ
छ	ഛ	ച് -ഹ, ഛത്രം (ഒറ്റ സ്വരം പോലെ)
ज	ജ	ജ് , ജയം എന്നതിലെപ്പോലെ
झ	ഝ	ഝ്, ഝണം എന്നതിലെപ്പോലെ
ञ	ഞ	ഞ് , ഞായർ എന്നതിലെപ്പോലെ
ट	ട	ട്, കുട എന്നതിലെപ്പോലെ
ठ	ഠ	ഠ്, പാഠം എന്നതിലെപ്പോലെ
ड	ഡ	ഡ്, പീഡനം എന്നതിലെപ്പോലെ
ढ	ഢ	ഢ്, ക്രീഢ എന്നതിലെപ്പോലെ

ण	ണ	ണ്, പണം എന്നതിലെപ്പോലെ
त	ത	ത്, ഇംഗ്ലീഷിലെ t- നേക്കാൾ മൃദുവാണ്. ഇറ്റാലിയൻ ഉച്ചാരണം പോലെ. ഹിന്ദി വാക്ക് तट (തട്) പോലെ
थ	ഥ	ഥ്, രഥം എന്നതിലെപ്പോലെ
द	ദ	ഇദ്, ദയ എന്നതിലെപ്പോലെ
ध	ധ	द യോട് ചേർത്ത്, ഇംഗ്ലീഷിൽ കാണപ്പെടുന്നില്ല. ഹിന്ദി വാക്ക് ധർമ്മയിലെപ്പോലെ
न		ന്, നന്മയിലെപ്പോലെ
प	]	പ്, പല്ലിയിലെപ്പോലെ
फ	^	ഫ് ഫണം എന്നതിലെപ്പോലെ
ब	_	ബ് ബലൂൺ എന്നതിലെപ്പോലെ
भ		ഭ് ഭരണിയിലെപ്പോലെ
म	മ	മ്, മരത്തിലെപ്പോലെ
य	യ	യ്, യതിയിലെപ്പോലെ
र	ര	ര്, രാത്രിയിലെപ്പോലെ
ल	ല	ല്, ലാടത്തിലെപ്പോലെ
व	വ	വ്, വലയിലെപ്പോലെ
श	ശ	ശ് , ശരത്തിലെപ്പോലെ
ष	ഷ	ഇംഗ്ലീഷിൽ കാണുന്നില്ല. യഥാർത്ഥത്തിൽ ഹിന്ദിയിൽ प യിൽ നിന്നും കുറച്ചു വ്യത്യസ്തമാണ്. ഹിന്ദി വാക്ക് धनुष പോലെ.
स	സ	സ്, സത്യത്തിലെപ്പോലെ
ह	ഹ	ഹ് ഹരിയിലെപ്പോലെ
ड़	ട്	ട്, ഹിന്ദി വാക്ക് जड़ ലെ പോലെ അമേരിക്കക്കാർ 'വെരി ' എന്ന വാക്കിലെ ആർ ഉച്ചരിക്കുന്ന പോലെ.
ढ़	ഢ്	ഹിന്ദി വാക്ക് गढ़ - पढ़. എന്നതിലെപ്പോലെ. ഇത് ഇംഗ്ലീഷ് ഭാഷയിൽ കാണപ്പെടുന്നില്ല

ഓർമ്മിക്കേണ്ട ചില പ്രധാന കാര്യങ്ങൾ

1. **ङ, ञ, ण, ड़ ढ़** എന്നീ അക്ഷരങ്ങൾ ഒരു വാക്കിന്റെ തുടക്കത്തിൽ ഒരിക്കലും വരികയില്ല.
2. ङ ന്റെ യും ञ ന്റെ യും ഉപയോഗം ആധുനിക ഹിന്ദിയിൽ നിന്നും ഏതാണ്ട് അപ്രത്യക്ഷമായിരിക്കുന്നു.
3. **ख, घ, छ, झ, ठ, ढ, ण, ध, फ, भ ष** തുടങ്ങിയ വ്യഞ്ജനാക്ഷരങ്ങൾ ഹിന്ദിയിൽ വിശേഷപ്പെട്ടവയാണ്. ഇതിന് സമമായ അക്ഷരങ്ങൾ ഇംഗ്ലീഷിൽ ഇല്ല. മേൽപ്പറഞ്ഞ അക്ഷരങ്ങളുടെ കൃത്യമായ ഉച്ചാരണം അഭ്യാസത്തിലൂടെ മാത്രമേ കൈവരൂ.

നാലാം പടി चौथी सीढ़ी

അക്ഷരങ്ങൾ എങ്ങിനെ എഴുതണം

1. ഹിന്ദി ദേവനാഗിരി ലിപിയിലാണ് എഴുതിയിട്ടുള്ളത്. റോമൻ ലിപി പോലെ ഈ ലിപി ഇടത്തുനിന്നും വലത്തേക്ക് എഴുതപ്പെടുന്നു. പക്ഷേ അക്ഷരങ്ങൾക്ക് മുകളിൽ ഒരു വരയുണ്ട്.

2. എങ്ങിനെ എഴുതാൻ ആരംഭിക്കണം എന്ന് വ്യക്തമായി അക്കങ്ങൾ 1,2,3,4,5 മൂലം സൂചിപ്പിച്ചിട്ടുണ്ട്. 1.2.3 മുതൽ എഴുതാൻ തുടങ്ങൂ, നിങ്ങൾ മനസ്സിലാക്കും നിങ്ങൾ ശരിയായ പാതയിലാണെന്ന്.

   സ്വരങ്ങൾ, വ്യഞ്ജനങ്ങൾ എന്ന ക്രമത്തിൽ നമുക്ക് എഴുതാൻ ആരംഭിക്കാം.

സ്വരങ്ങൾ स्वर

अ	आ	इ
ई	उ	ऊ
ऋ	ए	ऐ
ओ	औ	अं
	अः	

വ്യഞ്ജനാക്ഷരങ്ങൾ व्यंजन

क	ख	ग	घ
ड़	च	छ	ज
झ	ञ	ट	ठ
ड	ढ	ण	त
थ	द	ध	न
प	फ	ब	भ
म	य	र	ल
व	श	ष	स
ह	क्ष	त्र	ज्ञ
	ड़	ढ़	

അഞ്ചാം പടി पांचवीं सीढ़ी

സ്വരങ്ങളും അതിന്റെ മാത്രകളും
स्वर एवं उनकी मात्राएँ

ദേവനാഗിരി ലിപിയിൽ സ്വരങ്ങൾക്ക് രണ്ട് രൂപമുണ്ട്.

1. അക്ഷരരൂപങ്ങളും 2. മാത്രരൂപങ്ങളും. ഹിന്ദി സ്വരാക്ഷരങ്ങളുടെ അക്ഷരരൂപങ്ങളും മാത്രരൂപങ്ങളും താഴെ കൊടുത്തിരിക്കുന്നു.

അക്ഷരരൂപങ്ങൾ : अ आ इ ई उ ऊ ऋ ए ऐ ओ औ अं अः

മാത്രരൂപങ്ങൾ : - ा ि ी ु ू ृ े ै ो ौ

1. (i)സ്വരാക്ഷരങ്ങളുടെ അക്ഷരരൂപങ്ങൾ തനിയെ ഉപയോഗിക്കുന്നു. അതായത് आ (ആ) വരൂ आओ आइए (ആയിയെ) ദയവായി വരൂ

   (ii) സ്വരാക്ഷരങ്ങളുടെ മാത്രാരൂപങ്ങൾ മുൻപുള്ള വ്യഞ്ജനാക്ഷരങ്ങളുമായി യോജിപ്പിച്ച് ഉപയോഗിക്കുന്നു. ഇതിന്റെ ലക്ഷണങ്ങൾ താഴെ കൊടുത്തിരിക്കുന്നു.

   (a) ा ी ो ौ — വ്യഞ്ജനത്തെ അനുഗമിക്കുന്നു.
   (b) ि — മുൻപ് വരുന്നു.
   (c) ु ू ृ — മധ്യലിപി
   (d) े ै — മധ്യലിപി

ഇതാണ് സ്വരാക്ഷരങ്ങളുടെ മാത്രാരൂപങ്ങൾ. അതായത് മാത്രകൾ (मात्राएं) വ്യഞ്ജനങ്ങളും മാത്രകളും തമ്മിലുള്ള മിശ്രണം.

2. മാത്രകളും (मात्राएँ) വ്യഞ്ജനാക്ഷരം **क्** ക യും തമ്മിൽ ചേർത്തു നോക്കാം. ഇത് बारहखड़ी ബാരഹ്ഖടി എന്ന് അറിയപ്പെടുന്നു.

क	का	कि	की	कु	कू	कृ	के	कै	को	कौ	कं	कः
ക	കാ	കി	കീ	കു	കൂ	കൃ	കെ	കൈ	കൊ	കൗ	കം	കഃ

ഇങ്ങിനെ മാത്രകൾ എല്ലാം സ്വരാക്ഷരങ്ങളുമായി ചേർക്കാം. ഇപ്പോൾ ഈ മിശ്രണം നമുക്ക് വിപുലീകരിക്കാം.

ख	खा	खि	खी	खु	खू	खृ	खे	खै	खो	खौ	खं	खः
ഖ	ഖാ	ഖി	ഖീ	ഖു	ഖൂ	ഖൃ	ഖെ	ഖൈ	ഖൊ	ഖൗ	ഖം	ഖഃ
ग	गा	गि	गी	गु	गू	गृ	गे	गै	गो	गौ	गं	गः
ഗ	ഗാ	ഗി	ഗീ	ഗു	ഗൂ	ഗൃ	ഗെ	ഗൈ	ഗൊ	ഗൗ	ഗം	ഗഃ
घ	घा	घि	घी	घु	घू	घृ	घे	घै	घो	घौ	घं	घः
ഘ	ഘാ	ഘി	ഘീ	ഘു	ഘൂ	ഘൃ	ഘെ	ഘൈ	ഘൊ	ഘൗ	ഘം	ഘഃ

च चा चि ची चु चू चृ चे चै चो चौ चं चः

ച ചാ ചി ചീ ചു ചൂ ചൃ ചെ ചൈ ചൊ ചൗ ചം ചഃ

ट टा टि टी टु टू टृ टे टै टो टौ टं टः

ട ടാ ടി ടീ ടു ടൂ ടൃ ടെ ടൈ ടൊ ടൗ ടം ടഃ

त ता ति ती तु तू तृ ते तै तो तौ तं तः

ത താ തി തീ തു തൂ തൃ തെ തൈ തൊ തൗ തം തഃ

प पा पि पी पु पू पृ पे पै पो पौ पं पः

പ പാ പി പീ പു പൂ പൃ പെ പൈ പൊ പൗ പം പഃ

य या यि यी यु यू यृ ये यै यो यौ यं यः

യ യാ യി യീ യു യൂ യൃ യെ യൈ യൊ യൗ യം യഃ

र रा रि री रु रू -- रे रै रो रौ रं रः

ര രാ രി രീ രു രൂ രൃ രെ രൈ രൊ രൗ രം രഃ

ल ला लि ली लु लू लृ ले लै लो लौ लं लः

ല ലാ ലി ലീ ലു ലൂ ലൃ ലെ ലൈ ലൊ ലൗ ലം ലഃ

व वा वि वी वु वू वृ वे वै वो वौ वं वः

വ വാ വി വീ വു വൂ വൃ വെ വൈ വൊ വൗ വം വഃ

श शा शि शी शु शू शृ शे शै शो शौ शं शः

ശ ശാ ശി ശീ ശു ശൂ ശൃ ശെ ശൈ ശൊ ശൗ ശം ശഃ

स सा सि सी सु सू सृ से सै सो सौ सं सः

സ സാ സി സീ സു സൂ സൃ സെ സൈ സൊ സൗ സം സഃ

ह हा हि ही हु हू हृ हे है हो हौ हं हः

ഹ ഹാ ഹി ഹീ ഹു ഹൂ ഹൃ ഹെ ഹൈ ഹൊ ഹൗ ഹം ഹഃ

മുതലായവ

3. र യോട് ചേർത്ത് उ ഉം ऊ ഉം ഉപയോഗിക്കുന്നത് ഒഴികെ മറ്റെല്ലാ വ്യഞ്ജനാക്ഷരങ്ങളിലും സ്വരാക്ഷരങ്ങൾ അടയാളങ്ങൾ (മാത്രാസ്) ഒരേ പോലെ ഉപയോഗിക്കുന്നു. അതായത്,

र् + उ = रु र् + ऊ = रू

സ്വരാക്ഷരങ്ങളും വ്യഞ്ജനാക്ഷരങ്ങളും ചേർത്ത് വാക്കുകൾ ഉണ്ടാക്കുന്നു.

സ്വരാക്ഷരങ്ങളും വ്യഞ്ജനാക്ഷരങ്ങളും ചേർത്ത് നമുക്ക് വാക്കുകൾ ഉണ്ടാക്കാം. അങ്ങിനെ ഹിന്ദി ഭാഷയിലെ വ്യത്യസ്ത ശബ്ദങ്ങളെക്കുറിച്ചുള്ള അറിവ് സമ്പാദിക്കാം. കൂടാതെ പല വാക്കുകളുടെ അർത്ഥങ്ങളും.

(i) സ്വരാക്ഷരമായ आ (ആ) വ്യഞ്ജനത്തോട് ചേർക്കുന്നു.

आ യുടെ മിശ്രണം ഇങ്ങനെയാണ്.—

काम **കാം**, ജോലി नाम **നാം** പേര്

माता **മാതാ**, അമ്മ खाना **ഖാനാ**, ആഹാരം

बड़ा ബടാ, വലുത് | पता പതാ, മേൽവിലാസം
जागना ജാഗ്നാ, ഉണരുക | भागना ഭാഗ്നാ, ഓടുക
गहना ഗഹനാ, ആഭരണം | झरना ഝർനാ, വെള്ളച്ചാട്ടം

(ii) സ്വരാക്ഷരമായ (ഇ) इ വ്യഞ്ജനത്തോട് ചേർക്കുന്നു. യഥാർത്ഥമായ സ്വരാക്ഷരം इ വ്യഞ്ജനത്തോട് ചേർക്കുമ്പോൾ അതിന്റെ സ്ഥാനം അടയാളത്തിന് നൽകുന്നു. അത് ബന്ധപ്പെട്ട വ്യഞ്ജനാക്ഷരത്തിന്റെ മുൻപ് ഉപയോഗിക്കുന്നു.

दिन **ദിൻ**, ദിവസം | सिर **സിർ**, തല
पिता **പിതാ**, അച്ഛൻ | बिना **ബിനാ**, ഒഴികെ
यदि **യദി**, ആണെങ്കിൽ | गति **ഗതി**, വേഗം
मित्र **മിത്ര**, കൂട്ടുകാരൻ | चित्र **ചിത്ര**, ചിത്രം
शनिवार **ശനിവാർ**, ശനിയാഴ്ച | रविवार **രവിവാർ**, ഞായറാഴ്ച

(iii) സ്വരാക്ഷരമായ ई (ഈ) വ്യഞ്ജനത്തോട് ചേർക്കുമ്പോൾ (ഈ) യുടെ മിശ്രണം ഇങ്ങനെയാണ്.

ठीक **ഠീക്** , ശരി | गीत **ഗീത്**, പാട്ട്
गरीब **ഗരീബ്**, പാവപ്പെട്ട | शरीर **ശരീർ**. ശരീരം
दीवार **ദീവാർ**, ഭിത്തി | बीमार **ബീമാർ**, അസുഖം
गरमी **ഗർമീ**, വേനൽക്കാലം | सर्दी **സർദീ**, മഞ്ഞുകാലം

(iv) സ്വരാക്ഷരമായ (ഉ) उ *(ഊ)* വ്യഞ്ജനത്തോട് ചേർക്കുന്നു.

उ (ഉ) അല്ലെങ്കിൽ ऊ (ഊ) വ്യഞ്ജനത്തോട് ചേർക്കുമ്പോൾ र ഒഴികെ മറ്റെല്ലാ വ്യഞ്ജനങ്ങളുടേയും കീഴെ അതിന്റെ മാത്ര ഉപയോഗിക്കുന്നു.

उ (ഉ)

गुण **ഗുൺ**, ഗുണം | सुन **സുൻ**, കേൾക്കുക
गुलाब **ഗുലാബ്**, റോസ് | चुनाव **ചുനാവ്**, തെരഞ്ഞെടുപ്പ്
पशु **പശു**, മൃഗം | वायु **വായു**, വായു

ऊ (ഊ)

झूठ **ഝൂഠ്**, കള്ളം | दूध **ദൂത്**, പാൽ
फूल **ഫൂൽ**, പൂവ് | भूल **ഭൂൽ**, തെറ്റ്
चाकू **ചാക്കൂ**, കത്തി | डाकू **ഡാകൂ**, തപാൽ

പക്ഷേ उ(ഉ) ഉം ऊ (ഊ) ഉം र, യുടെ കൂടെ ചേർക്കുമ്പോൾ അതിന്റെ ചുരുക്കെഴുത്ത് (മാത്ര) മധ്യത്തിൽ ഉപയോഗിക്കുന്നു. അതായത് —

उ (ഊ)

रुपया **രുപയാ**, രൂപ | रुपहला **രുപ്ഹലാ**, വെള്ളിനിറം
रुकना **രുക്നാ**, നിർത്തുക | रुचि **രുചി**, അഭിരുചി

ऊ (ഊ)

शुरू **ശുരൂ**, തുടക്കം | रूप **രൂപ്**, ആകൃതി, സൗന്ദര്യം
रूठना **രൂഠ്നാ**, സന്തോഷമില്ലായ്മ | रूखा **രൂഖാ**, പരുക്കൻ

(v) സ്വരാക്ഷരമായ ऋ (ഋ) വ്യഞ്ജനങ്ങളോട് ചേർക്കുന്നു. ऋ –ഋ എന്ന അക്ഷരത്തിന്റെ ഉച്ചാരണം ഇംഗ്ലീഷിലെ 'റി' എന്നതിലെ ഉച്ചാരണവുമായി അടുത്തു നിൽക്കുന്നു. ഇംഗ്ലീഷ് വാക്ക് 'ബ്രിഡ്ജ്' എന്ന പോലെ ഇതിന്റെ ഉച്ചാരണം ഏതാണ്ട് अ ക്കും इ ക്കും, നടുവിലാണ്. യഥാർത്ഥത്തിൽ इ. യുമായി കൂടുതൽ അടുത്തിരിക്കുന്നു. പക്ഷേ നവീന ഹിന്ദിയിൽ ഇത് സാധാരണയായി ഇങ്ങനെ ഉച്ചരിക്കപ്പെടുന്നു. कृपा.

ऋ ഉം വ്യത്യസ്ത വ്യഞ്ജനങ്ങളുമായുള്ള മിശ്രണത്തിന്റെ കുറച്ച് ഉദാഹരണങ്ങൾ ഇവിടെ കാണാം.

कृपा **കൃപാ**, ദയാ	घृणा **ഘൃണാ**, ഭയം
कृषि **കൃഷി**, കൃഷി	गृह **ഗൃഹ്**, വീട്
पृथक् **പൃഥക്**, വേർതിരിവ്	कृपण **കൃപൺ**, പിശുക്കൻ

(vi) സ്വരാക്ഷരങ്ങളായ (എ) ए അല്ലെങ്കിൽ ഐ, വ്യഞ്ജനങ്ങളോട് ചേർക്കുന്നു.

ए (എ)

देश **ദേശ്**, ദേശം	खेत **ഖേത്**, വയൽ
मुझे **മുഝേ**, എനിക്ക്	उसे **ഉസേ**, അവനോട്
सेवा **സേവാ**, സേവനം	सेना **സേനാ**, സൈന്യം
लेटना **ലേട്നാ**, താഴെകിടക്കുക	बेंचना **ബേച്നാ**, വിൽക്കുക

ऐ (ഐ)

कैसे **കൈസേ**, എങ്ങനെ	वैसे **വൈസേ**, ആ വഴിയിൽ
वैर **വൈർ**, ശത്രുത	गैर **ഗൈർ**, മറ്റുള്ളവ
मैला **മൈലാ** അഴുക്ക്	थैला **ഥൈലാ**, സഞ്ചി
दैनिक **ദൈനിക്**, ദൈനികം	सैनिक **സൈനിക്**, പടയാളി

*(vii)*ओ (ഒ) അല്ലെങ്കിൽ औ (ഔ) വ്യഞ്ജനങ്ങളുമായി ചേർക്കുന്നു.

ओ (ഒ)

चोर **ചോർ**, കള്ളൻ	मोर **മോർ**, മയിൽ
दोष **ദോഷ്**, തെറ്റ്,	कोष **കോഷ്**, നിധി
तोड़ना **തോട്നാ**, പൊട്ടിക്കുക	जोड़ना **ജോട്നാ**, യോജിപ്പിക്കുക
भोजन **ഭോജൻ**, ആഹാരം	बोतल **ബോത്തൽ**, കുപ്പി

औ (ഔ)

कौन **കൗൻ**, ആര്	मौन **മൗൻ**, നിശ്ശബ്ദത
नौकर **നൗക്കർ**, വേലക്കാരൻ	चौथा **ചൗഥാ**, നാലാമത്തെ
कौआ **കൗവാ**, കാക്ക	हौआ **ഹൗവാ**, ബോഗി
मौसम **മൗസം**, കാലാവസ്ഥ	चौड़ा **ചൗടാ**, വീതിയുള്ളത്

*(viii)*ഹിന്ദിയിൽ ഉപസ്വരാക്ഷരങ്ങൾ [अयोगवाह] വ്യഞ്ജനങ്ങളുമായി മിശ്രണം ചെയ്യുന്നു. മൂന്ന് ഉപസ്വരാക്ഷരങ്ങളുണ്ട്.अयोगवाह

(i) अनुस्वार (അനുസ്വാരം)—ഇതിന് സ്വരാക്ഷരത്തിന്റെ മുകളിലാണ് സ്ഥാനം. (ഉദാഃ अंग) അല്ലെങ്കിൽ വ്യഞ്ജനം+സ്വരം. ഇത് ശേഷം ഉച്ചരിക്കുന്നു. (ഉദാഃ मंद).

(ii) विसर्ग (വിസർഗ്ഗം)—ഇത് സ്വരാക്ഷരങ്ങൾക്ക് ശേഷം അല്ലെങ്കിൽ വ്യഞ്ജനം+സ്വരാക്ഷരത്തിനുശേഷം (ഉദാ , नि:संदेह, दु:ख, മുതലായവ). ഇത് സംസ്കൃത വാക്കുകളുടെ കൂടെ ഉപയോഗിക്കുന്നു.

(iii) अनुनासिक (അനുനാസികം)—ഇത് അർദ്ധനാസിക ശബ്ദമാണ്. ഇതിനെ ചന്ദ്രബിന്ദു (चंद्रबिंदु) എന്നു വിളിക്കാം.

(a) ഒരു അക്ഷരത്തിന്റെ മുകളിൽ സ്വരാക്ഷരത്തിന്റെ അടയാളം ഇല്ലാത്തപ്പോൾ ആണ് ഇത് ഉപയോഗിക്കുന്നത്. — അതായത് आँख, ऊँट മുതലായവ പോലെ

(b) പക്ഷേ അക്ഷരത്തിന്റെ മുകളിൽ സ്വരാക്ഷരത്തിന്റെ അടയാളം ഉണ്ടെങ്കിൽ കുത്ത് ഉപയോഗിക്കുന്നു. (ि, ी, े, ै, ो, ौ) അതായത് – हमें, हैं, हों മുതലായവപോലെ

നമുക്ക് കുറച്ച് കൂടുതൽ വാക്കുകൾ പഠിക്കാം.

अनुस्वार (ं)

अंक **അംക്**, സംഖ്യ	अंग **അംഗ്**, ശരീരം
अंश **അംശ്**, അംശം	सिंह **സിംഹ്**, സിംഹം

विसर्ग (:)

दु:ख **ദുഃഖ്**, ദുഃഖം	नि:संकोच **നിസങ്കോച്**, സങ്കോചമില്ലായ്മ
पुन: **പുനഃ**, വീണ്ടും	दु:सह **ദുസ്സഹ്**, ദുസ്സഹം

अनुनासिक (ँ)

हँसी **ഹംസി**, ചിരി	हूँ **ഹും**, ആണ്
आँख **ആംഖ്**, കണ്ണ്	कहाँ **കഹാം**, എവിടെ

ശ്രദ്ധിക്കേണ്ടവ

1. സ്വരാക്ഷരം इ (ि) യുടെ ചുരുക്കം അതാത് വ്യഞ്ജനാക്ഷരങ്ങളുടെ മുമ്പ് ഉപയോഗിക്കുന്നു.
2. മാത്രകൾ (**मात्राएं**) എല്ലാ വ്യഞ്ജനങ്ങളുടെ കൂടേയും ഒരു പോലെയാണ് ഉപയോഗിക്കുന്നത്. उ ऊ र യുടെ കൂടെ ഒഴിച്ച്—

   र् उ > रु   र् ऊ > रू
3. **हस, हँस हंस। हस** എന്നീ വാക്കുകൾ തമ്മിൽ വളരെയധികം വ്യത്യാസമുണ്ട്. **हस** അനുനാസികവാക്ക് അല്ല **हँस** മധ്യ അനുനാസികമാണ്. **हंस** അനുനാസികമാണ്
4. വിസർഗ്ഗം സാധാരണയായി സംസ്കൃത വാക്കുകളിലാണ് ഉപയോഗിക്കുന്നത് **दु:ख, नि:संदेह**, മുതലായവയിലെപ്പോലെ.

ആറാം പടി छठी सीढ़ी

മിശ്രവർണ്ണങ്ങൾ
संयुक्त वर्ण

क्ष त्र ज्ञ മുതലായവ മൂന്ന് അധികഅക്ഷരങ്ങളാണ്. അവ രണ്ട് വ്യഞ്ജനങ്ങളുടേയും ഒരു സ്വരാക്ഷരത്തിന്റെയും മിശ്രണമാണ്. അതുകൊണ്ട് അവയെ മിശ്രവർണ്ണങ്ങൾ എന്നു വിളിക്കുന്നു.

ഈ മിശ്ര വർണ്ണങ്ങൾ ഇങ്ങനെ വേർതിരിക്കാം.—

क्ष = क् + ष + अ	ക്ഷ - കക്ഷാ എന്നതിലെപ്പോലെ, ക്ലാസ്
त्र = त् + र + अ	ത്ര - പത്ര് എന്നതിലെപ്പോലെ, കത്ത്
ज्ञ = ज् + ञ् + अ	ജ്ഞ-ജ്ഞാൻ അല്ലെങ്കിൽ ഗ്യാൻ എന്നതിലെപ്പോലെ, ജ്ഞാനം

संयुक्त वर्ण മിശ്രവർണ്ണങ്ങൾ - രണ്ടോ അതിലധികമോ വ്യഞ്ജനങ്ങൾക്ക് നടുവിൽ സ്വരാക്ഷരങ്ങൾ ഇല്ലെങ്കിൽ അവ ചേർത്ത് ഉച്ചരിക്കപ്പെടുന്നു. ഇതിനെ മിശ്രവർണ്ണങ്ങൾ എന്നു വിളിക്കുന്നു. അതായത് —

ग् + व = ग्व; द् + द = द्द; फ् + त = फ्त; क् + र = क्र; ट् + ट = ट्ट

മിശ്രവർണ്ണങ്ങൾ ഉണ്ടാക്കാൻ വ്യഞ്ജനാക്ഷരങ്ങൾ അഞ്ചു ഗണമായി തിരിക്കാം.

(a) पाई वाले व्यंजन (നീളത്തിലുള്ള വരയിൽ അവസാനിക്കുന്ന വ്യഞ്ജനങ്ങൾ) അതായത് — ग् = ग।

(b) खूँटीधारी पाई वाले व्यंजन ('മ' ഗണത്തിലുള്ള വ്യഞ്ജനങ്ങളിൽ വലതുഭാഗത്ത് വളവ് ഉള്ളത്) അതായത് — क् = क।

(c) बिना पाई वाले व्यंजन, जो कि संयुक्ताक्षर के रूप में ऊपर-नीचे लिखे जाते हैं (നീളമുള്ള വരയിൽ അവസാനിക്കാത്ത വ്യഞ്ജനങ്ങൾ, ആദ്യത്തെ അക്ഷരത്തിന്റെ അടിയിൽ രണ്ടാമത്തെ അക്ഷരം എഴുതുന്നത് മൂലം ഉണ്ടാകുന്നത് അതായത് — द्. ध = द्ध

(d) बिना पाई वाले व्यंजन, जो कि संयुक्ताक्षर के रूप में अलग-अलग पहले व्यंजन में हल् लगाकर लिखे जाते हैं (നീളമുള്ള വരയിൽ അവസാനിക്കാത്ത വ്യഞ്ജനങ്ങൾ, ആദ്യത്തെ അക്ഷരം പകുതി അടയാളത്തോടെ എഴുതുന്നതുമൂലം ഉണ്ടാകുന്നത്.) അതായത്— ट् + ठ = ट्ठ।

(e) संयुक्ताक्षरों के अपवाद रूप (മിശ്രവർണ്ണങ്ങളുടെ വ്യത്യസ്ത രൂപം) र् + क = र्क; ड् + र = ड्र; द् + म = द्म; श् + र् = श्र പോലെ.

ഈ ഗണത്തിൽ ചില പതിവായി ഉപയോഗിക്കാത്ത മിശ്രവർണ്ണങ്ങൾ ഉണ്ട്. അവ ഒരു നിയമവും അനുസരിക്കുന്നില്ല.

ഇനി നമ്മൾ മേൽപ്പറഞ്ഞ ഗണങ്ങളിൽ മിശ്രവർണ്ണങ്ങളെ നോക്കാം.

***ഒന്നാം ഗണം* पाई वाले व्यंजन**

ग्ग	ग्घ	घ्य	च्च	च्छ	ज्व
त्थ	घ्य	न्य	प्व	ब्य	भ्य
म्य	ल्य	व्य	श्क	ष्य	स्व

***രണ്ടാം ഗണം* खूँटीधारी पाई वाले व्यंजन**

क् + य = क्य — क्य, क्व, क्त, क्ल

फ् + त = फ्त — फ्त, फ्य, फ्व, फ्न

क् + क = क्क, फ् + क = फ्क

***മൂന്നാം ഗണം* बिना पाई व्यंजन (ऊपर-नीचे लिखे जाने वाले)**

द् + द = द्द, द् + ध = द्ध, ह् + र = ह्र

द् + व = द्व, ट् + र = ट्र, ड् + र = ड्र

***നാലാം ഗണം*, बिना पाई व्यंजन (अलग-अगल लिखे जाने वाले)**

ट् + ट = ट्ट, ट् + ठ = ट्ठ

ड् + ड = ड्ड, द् + य = द्य

***അഞ്ചാം ഗണം* संयुक्ताक्षरों के अपवाद रूप**

(i) र ഓട് ചേർത്ത്

क् + र = क्र/ ग्र, घ्र, ज्र, झ्र

त् + र = त्र/ त्र, द्र, ध्र

प् + र = प्र/ फ्र, ब्र, भ्र, म्र

श् + र = श्र/ व्र, स्र

(ii) र् മറ്റു വ്യഞ്ജനങ്ങളുടെ കൂടെ

र् + क = र्क, र्ख, र्ग, र्घ, र्च

र् + छ = र्छ, र्ज, र्ट, र्ठ, र्ड

र् + ण = र्ण, र्त, र्थ, र्द, र्ध

र् + न = र्न, र्प, र्फ, र्ब, र्भ

र् + म = र्म, र्य, र्व, र्ल, र्श

र् + ष = र्ष, र्स, र्ह

(iii) ह् ന്റെ കൂടെ य, म, न അല്ലെങ്കിൽ

ह् + म = ह्म, അല്ലെങ്കിൽ ह्म

ह् + य = ह्य, അല്ലെങ്കിൽ ह्य

ह् + न = ह्न, അല്ലെങ്കിൽ ह्न

ह् + व = ह्व, അല്ലെങ്കിൽ ह्व

द् + म = द्म, അല്ലെങ്കിൽ द्म

द् + य = द्य, അല്ലെങ്കിൽ द्य

(iv) क्ष, त्र, ज्ञ

क् + ष = क्ष (कक्षा)

त् + र = त्र = അല്ലെങ്കിൽ त्र (पत्र)

ज् + ञ = ज्ञ (ज्ञानी)

ഇനി നമ്മൾ വിവിധ മിശ്ര വർണ്ണങ്ങളുമായി ചേർത്തുള്ള ചില വാക്കുകൾ പഠിക്കാം.

(क)	भक्ति **ഭക്തി**, ഭക്തി	शक्ति **ശക്തി**, ശക്തി
(ख)	मुख्य **മുഖ്യ**, മുഖ്യ	संख्या **സംഖ്യ**, സംഖ്യ
(स्)	उपस्थित **ഉപസ്ഥിത്**, ഹാജർ	स्थिति **സ്ഥിതി**, സ്ഥിതി
(ग्)	योग्य **യോഗ്യ്**, യോഗ്യൻ	ग्यारह **ഗ്യാരഹ്**, പതിനൊന്ന്
(द्)	विद्या **വിദ്യാ**, വിദ്യാ	द्वारा **ദ്വാരാ**, അതുമൂലം
(त्)	यत्न **യത്ന്**, യത്നം	सत्य **സത്യയ്**, സത്യം
(प्)	प्यार **പ്യാർ**, സ്നേഹം	प्यास **പ്യാസ്**, ദാഹം
(न्)	न्याय **ന്യായ്**, ന്യായം	अन्य **അന്യ**, അന്യം
(च)	बच्चा **ബച്ചാ**, കുട്ടി	(ज्) लज्जा **ലജ്ജാ**, ലജ്ജാ
(ट्)	खट्टा **ഖട്ടാ**, പുളിപ്പ്	(ड) अड्डा **അഡ്ഡാ**, നിർത്തൽ
(ल्)	बिल्ली **ബില്ലി**, പൂച്ച	(ण्) पुण्य **പുണ്യ**, പുണ്യം
(र्)	कार्य **കാര്യയ്**, ജോലി	शर्म **ശർമ്**, നാണക്കേട്
	अर्थ **അർത്ഥ്**, അർത്ഥം	वर्ष **വർഷ്**, വർഷം
	वर्षा **വർഷാ**, മഴ	कार्यालय **കാര്യാലയ്**, ഓഫീസ്
(-र)	प्रकाश **പ്രകാശ്**, പ്രകാശം	ग्राम **ഗ്രാമ്**, ഗ്രാമം
	क्रम **ക്രമ്**, ക്രമം	श्रम **ശ്രമ്**, വേല
	ड्रामा **ഡ്രാമാ**, നാടകം	राष्ट्र **രാഷ്ട്ര്**, രാഷ്ട്രം

ശ്രദ്ധിക്കേണ്ടവ

1. **क्ष, त्र, ज्ञ** തുടങ്ങിയവ കൂടുതലായി ചേർക്കപ്പെട്ട അക്ഷരങ്ങളാണ്. അവ മിശ്ര വർണ്ണങ്ങളാണ്.
2. **त्र, क्र, द्म, ह्म, ह्न, श्र & द्य** തുടങ്ങിയ അക്ഷരങ്ങൾ **त्र, क्र, द्‌म, ह्‌म, ह्‌न श & द्‌य** എന്നിങ്ങനെയും എഴുതപ്പെടുന്നു
3. **क्र** എന്നാൽ ആദ്യത്തെ വ്യഞ്ജനാക്ഷരം ആണ്. **क्र हल्** ആണ് (അതായത് സ്വരാക്ഷരം ഇല്ലാതെ) **र्क** എന്നാൽ ആദ്യത്തെ വ്യഞ്ജനാക്ഷരം **र् हल्** ആണ്. (സ്വരാക്ഷരം കൂടാതെ). അങ്ങിനെ: **ट्र** എന്നാൽ ആദ്യത്തെ വ്യഞ്ജനാക്ഷരം **ट् हल्** ആണ് (സ്വരം കൂടാതെ) ഇത് പഠിക്കുക.
4. **ङ्, ञ, ण्, न्, म्** തുടങ്ങിയ വാക്കുകളിൽ **अङ्ग, अञ्चल, दण्ड, अन्त, कम्पन**, തുടങ്ങിയ അക്ഷരങ്ങളുടെ ഉപയോഗം നവീന ഹിന്ദിയിൽ നിന്നും ഒഴിവാക്കപ്പെട്ടിരിക്കുന്നു. ഇപ്പോൾ അതിനു പകരം **अनुस्वार** (അനുസ്വാരം) ഉപയോഗിക്കുന്നു. **अंक, अंचल, दंड, अंत, कंपन** മുതലായവ പോലെ.

ഏഴാം പടി सातवीं सीढ़ी

വാക്കുകളുടെ വിഭാഗങ്ങൾ
शब्द के भेद

1. ഒരു വാചകത്തിൽ രണ്ടു ഭാഗങ്ങൾ ഉണ്ട്. —उद्देश्य (അംഗവാക്യം) विधेय (അംഗിവാക്യം). उद्देश्य എന്നാൽ ആ വാചകത്തിൽ അതിനെക്കുറിച്ച് എന്തെങ്കിലും പറയപ്പെടുന്നു. विधेय എന്നാൽ എന്താണ് പറഞ്ഞിരിക്കുന്നത്.

   उद्देश्य ഉം विधेय ഉം ഒരു വാക്കിൽ കൂടുതൽ അടങ്ങിയിരിക്കാം. അങ്ങനെ ഒരു വാക്യത്തിലെ ഓരോ വാക്കും ഒരു കൃത്യമായ ജോലി ചെയ്യുന്നു.

2. എട്ടു തരത്തിലുള്ള വാക്കുകളുടെ വിഭാഗങ്ങളുണ്ട്. അതിനെ വാക്യവിഭാഗങ്ങൾ എന്നു പറയുന്നു. അവ—

1. संज्ञा (നാമം,)
2. सर्वनाम (സർവ്വനാമം)
3. विशेषण (നാമവിശേഷണം)
4. क्रिया (ക്രിയാ)
5. क्रिया-विशेषण (ക്രിയാവിശേഷണം)
6. संबंध-बोधक (ഗതി)
7. योजक (ഘടകം)
8. विस्मयादिबोधक (വ്യാക്ഷേപകം)

ആദ്യത്തെ നാലെണ്ണം विकारी (നിർവ്വചനീയം) ആണ്. രണ്ടാമത്തെ നാലെണ്ണം अविकारी (അനിർവ്വചനീയം) ആണ്..

ഇപ്പോൾ താഴെ കൊടുത്തിരിക്കുന്ന വാചകങ്ങൾ ശ്രദ്ധയോടെ വായിക്കൂ.—

ओह! छोटे भाई और बहन ने मुझे कमरे के अंदर हौले-हौले बताया।

ഓ ! ഇളയ അനിയനും ഇളയ അനിയത്തിയും മുറിക്കുള്ളിൽ എന്നോട് പതുക്കെ പറഞ്ഞു.

മുകളിൽ പറഞ്ഞ വാക്യത്തിൽ—

'ओह! छोटे भाई और बहन ने' ഇത് उद्देश्य (കർത്താവ് ആണ്)

'मुझे कमरे के अंदर हौले-हौले बताया' CXv विधेय (അംഗിവാക്യം ആണ്.).

വ്യാകരണരീതിയിൽ വളരെ ആഴത്തിൽ ഈ വാക്യത്തിലെ ഓരോ വാക്കുകളും, വ്യക്തമാക്കാം. എന്നിട്ട് ഈ ഓരോ വാക്കും ഏത് വിഭാഗത്തിൽപെടുന്നു എന്ന് കണ്ടെത്താൻ ശ്രമിക്കുക.

(1) ओह (ഓ !) — വ്യാക്ഷേപകം

(2) छोटे (ഇളയ) —നാമവിശേഷണം

(3) भाइ (സഹോദരൻ) — നാമം

(4) और (ഉം) — ഘടകം

(5) बहन ने (സഹോദരി)--- നാമം[1]

(6) मुझे (എന്നോട്)--- സർവ്വനാമം[2]

(7) (कमरे) के अंदर [മുറിക്കുള്ളിൽ] --- ഗതി[3]

(8) हौले-हौले (പതുക്കെ) — ക്രിയാവിശേഷണം[5]

(9) बताया (പറഞ്ഞു) --- ക്രിയ[4]

അങ്ങിനെ ഓരോ വാക്യവിഭാഗങ്ങളുടേയും സ്ഥാനം പഠിച്ചു. ഇനിയുള്ള അധ്യായങ്ങളിൽ വാക്യങ്ങളുടെ പ്രയോഗം വളരെ ചുരുക്കത്തിൽ വിവരിക്കാം.

വാക്യവിഭാഗങ്ങൾ
शब्द के भेद

നിർവ്വചനീയം विकारी				**അനിർവ്വചനീയം** अविकारी			
നാമം	സർവ്വനാമം	നാമവിശേഷണം	ക്രിയ	ക്രിയാവിശേഷണം	ഗതി	ഘടകം	വ്യാക്ഷേപകം
संज्ञा	सर्वनाम	विशेषण	क्रिया	क्रिया विशेषण	संबंध-बोधक	योजक	विस्मयादि बोधक
(भाई/बहन	(मुझे)	(छोटे)	(बताया)	ने, कमरे के)	(हौले-हौले)	(अंदर)(और)	(अहा!)

നാമം संज्ञा

ഏതെങ്കിലും ഒരു വസ്തുവിന്റെ പേരായ ശബ്ദമാണ് **നാമം**. ഹിന്ദിയിൽ മൂന്നുവിധത്തിലുള്ള നാമമുണ്ട്.

(i) व्यक्तिवाचक **സംജ്ഞാനാമം**

(ii) जातिवाचक **സാമാന്യനാമം.**

(iii) भाववाचक **ഗുണനാമം.**

गोपाल एक पुरुष है।	ഗോപാൽ ഒരു പുരുഷനാണ്.
मुम्बई एक नगर है।	മുംബൈ ഒരു പട്ടണമാണ്.
बाइबिल एक पुस्तक है।	ബൈബിൾ ഒരു പുസ്തകമാണ്.

(i) गोपाल, मुम्बई बाइबिल ഇവയെല്ലാം വ്യക്തിപരമായ ഒരു മനുഷ്യന്റെ, സ്ഥലത്തിന്റെ, സാധനങ്ങളുടെ പേരുകളാണ്. അതുകൊണ്ട് അവ **സംജ്ഞാനാമമാണ്.**

(ii) पुरुष, नगर पुस्तक ഇവയെല്ലാം അതേ ഗണത്തിലുള്ള വ്യക്തിയെയോ, സ്ഥലത്തെയോ, സാധനത്തെയോ കുറിക്കുന്നതാണ്. അതുകൊണ്ട് അവ **സാമാന്യനാമമാണ്.**

(iii) മൂന്നാമത്തെ വിധത്തിലുള്ള നാമമാണ് **ഗുണനാമം**. ഇത് ഒരു ഗുണത്തിന്റെ അവസ്ഥയുടെ അല്ലെങ്കിൽ ഭാവത്തിന്റെ നാമമാണ്. ഉദാഃ , पुरुषत्व नास्तिकता ज्ञान മുതലായവ.

താഴെ കൊടുത്തിരിക്കുന്ന വാക്യങ്ങൾ വായിക്കുക.—

(a) सच्चाई मनुष्य का सर्वोत्तम गुण है। — സത്യം ഒരു മനുഷ്യന്റെ ഉത്തമഗുണമാണ്.

(b) मुझे अपने बचपन की याद है — ഞാൻ എന്റെ ശൈശവം ഓർമ്മിക്കുന്നു.

(c) मुस्कराहट में जीवन है। — ഒരു പുഞ്ചിരിയിൽ ജീവൻ ഉണ്ട്.

മേൽപ്പറഞ്ഞ വാചകങ്ങളിൽ सच्चाई, बचपन, मुस्कराहट മുതലായവ ഗുണനാമങ്ങളാണ്. കാരണം അവ ഒരു ഗുണത്തിന്റെ അവസ്ഥയുടെ അല്ലെങ്കിൽ ഭാവത്തിന്റെ പേരുകളാണ്.

ഗുണനാമം മൂന്ന് വ്യത്യസ്ത വിധത്തിൽ ഉണ്ടാക്കുന്നു.

(1) जातिवाचक संज्ञाओं से (സാമാന്യനാമത്തിൽ നിന്ന്.)

(2) विशेषणों से (നാമവിശേഷണത്തിൽ നിന്ന്)

(3) क्रियाओं से (ക്രിയയിൽ നിന്നും)

സാമാന്യനാമത്തിൽ നിന്നും

സാമാന്യ നാമങ്ങൾ	ഗുണനാമങ്ങൾ	സാമാന്യ നാമങ്ങൾ	ഗുണനാമങ്ങൾ
शत्रु	– शत्रुता; ശത്രുത	पुरुष	– पुरुषत्व,പുരുഷത്വം
मानव	– मानवता; മനുഷ്യത്വം	गुरु	– गुरुत्व, ഗുരുത്വം
मित्र	– मित्रता; സൗഹൃദത്വം	देव	– देवत्व, ദൈവത്വം
लड़का	–लड़कपन; ആൺകുട്ടിത്വം	बच्चा	– बचपन, ശൈശവം

നാമവിശേഷണത്തിൽ നിന്നും

നാമവിശേ–ഷണങ്ങൾ	ഗുണനാമങ്ങൾ	നാമവിശേ–ഷണങ്ങൾ	ഗുണനാമങ്ങൾ
चतुर	--चतुरता; ബുദ്ധിസാമർത്ഥ്യം	चतुर	– चातुर्य ബുദ്ധിസാമർത്ഥ്യം
सुंदर	–सुंदरता; സൗന്ദര്യം	सुंदर	– सौंदर्य, സൗന്ദര്യം
मधुर	–मधुरता; മാധുര്യം	मधुर	– माधुर्य, മാധുര്യം
लघु	–लघुता; ലഘുത്വം	लघु	– लघुत्व, ലഘുത്വം
बुरा	–बुराई; ചീത്ത	भला	– भलाई, നല്ലത്
ऊँचा	– ऊँचाई; ഉയർച്ച	अच्छा	-- अच्छाई, നല്ലത്
चोर	–चोरी; കള്ളത്തരം	सर्द	– सर्दी, ശീതളത്വം
बूढ़ा	– बुढ़ापा; വാർദ്ധക്യം	मोटा	– मोटापा, കൊഴുപ്പ്

ക്രിയയിൽ നിന്നും

[illegible]	ഗുണനാമം	ക്രിയ	ഗുണനാമം
समझना	-- समझ; അറിവ്	जाँचना	– जाँच, കണ്ടുപിടിത്തം
झगड़ना	–झगड़ा; വഴക്ക്	छापना	– छापा, അച്ചടി
लड़ना	–लड़ाई; യുദ്ധം	लिखना	– लिखाई, എഴുത്ത്
लिखन	– लिखावट; എഴുത്ത്	सजाना	– सजावट, അലങ്കാരം
बचना	– बचत; ധനശേഖരണം	खपना	– खपत, ഉപയോഗം

ശ്രദ്ധിക്കേണ്ടവ

1. ഇവിടെ കുറച്ച് ഹിന്ദി പ്രത്യയങ്ങൾ കൊടുത്തിട്ടിട്ടുണ്ട്. അവ നാമത്തോടും നാമവിശേഷണത്തോടും ക്രിയയോടും ചേർത്ത് ഗുണനാമം ഉണ്ടാക്കുന്നു.

   (i) –ता, –त्व, –पनः ഉദാഹരണങ്ങൾ : **मनुष्यता, देवत्व, बचपन**

   (ii) –ता, –त्व, –आई, –ई, आपा –य ഉദാഹരണങ്ങൾ :

   सुंदरता, लघुत्व, नीचाई, गर्मी, बुढ़ापा, सौंदर्य

   (iii) –आई, आवट, आहट, –आ, त ഉദാഹരണങ്ങൾ : **पढ़ाई, बनावट, घबराहट, झगड़ा, लिखत**

2. ചിലപ്പോൾ മൂലനാമം തന്നെ ഗുണനാമം ആകുന്നു. —

ഗുണനാമം	**മൂലനാമത്തിൽ നിന്ന്**
समझ	**समझना**
जाँच	**जाँचना**

എട്ടാം പടി आठवीं सीढ़ी

ലിംഗം
लिंग

ലിംഗത്തിന്റെ വിവേചനമാണ് ലിംഗവിഭാഗം. ഹിന്ദിയിൽ രണ്ടു ലിംഗങ്ങളാണ് ഉള്ളത്. — पुल्लिग (പുല്ലിംഗവും) स्त्रीलिंग (സ്ത്രീലിംഗവും).

(i)पुल्लिग – ആൺവർഗ്ഗത്തിൽ പെടുന്ന പേരുകളെല്ലാം പുല്ലിംഗങ്ങളാണ്.

(ii)स्त्रीलिंग – പെൺവർഗ്ഗത്തിൽ പെടുന്ന പേരുകളെല്ലാം സ്ത്രീലിംഗങ്ങളാണ്.

ഉദാഹരണങ്ങൾ:

पुल्लिग പുല്ലിംഗം	**स्त्रीलिंग സ്ത്രീലിഗം**
पुरुष (ആൺ), कुत्ता (നായ്)	स्त्री (പെൺ), कुतिया (പട്ടി)
बैल (കാള), सिंह (സിംഹം)	गाय (പശു), सिंहनी (പെൺസിംഹം)
ऊँट (ഒട്ടകം), घोड़ा (കുതിര)	ऊँटनी(പെൺഒട്ടകം), घोड़ी (പെൺകുതിര)
लड़का (ആൺകുട്ടി)	लड़की (പെൺകുട്ടി)
नौकर (സേവകൻ)	नौकरानी (സേവിക)
धोबी (അലക്കുകാരൻ)	धोबिन (അലക്കുകാരി)
बूढ़ा (വൃദ്ധൻ)	बुढ़िया (വൃദ്ധ)

रिश्ते ബന്ധുക്കൾ

पिता (അച്ഛൻ), पुत्र (പുത്രൻ)	माता (അമ്മ), पुत्री (പുത്രി)
भाई (സഹോദരൻ), चाचा (അമ്മാവൻ)	बहन (സഹോദരി), चाची (അമ്മായി)
ताया/ताऊ (മൂത്തമ്മാവൻ)	ताई (മൂത്തമ്മായി)
मामा (അമ്മാവൻ)	मामी (അമ്മായി)
मौसा (അമ്മയുടെ സഹോദരിയുടെ ഭർത്താവ്)	मौसी (അമ്മയുടെസഹോദരി)
फूफा (അച്ഛന്റെ സഹോദരിയുടെ ഭർത്താവ്	फूफी (അച്ഛന്റെ സഹോദരി)
भांजा (മരുമകൻ)	भांजी (മരുമകൾ)
भतीजा (സഹോദരന്റെ മകൻ)	भतीजी (സഹോദരന്റെ മകൾ)
दामाद (മരുമകൻ)	बहू (മരുമകൾ)
साला (ഭാര്യയുടെ സഹോദരൻ)	साली (ഭാര്യയുടെ സഹോദരി)
देवर/जेठ (ഭർത്താവിന്റെ സഹോദരൻ)	ननद (ഭർത്താവിന്റെ സഹോദരി)
भाई	**बहन**
चचेरा അമ്മാവന്റെ മകൻ	चचेरी അമ്മാവന്റെ മകൾ

फुफेरा അച്ഛന്റെ സഹോദരിയുടെ മകൻ — फुफेरी അച്ഛന്റെ സഹോദരിയുടെ മകൾ

ममेरा അമ്മയുടെ സഹോദരന്റെ മകൻ — ममेरी അമ്മയുടെ സഹോദരന്റെ മകൾ

मौसेरा അമ്മയുടെ സഹോദരിയുടെ മകൻ — मौसेरी അമ്മയുടെ സഹോദരിയുടെ മകൾ

प्राणी-हीन पदार्थों का लिंग അചേതന വസ്തുക്കളുടെ ലിംഗനിർണ്ണയം

ഹിന്ദിയിൽ നപുംസകലിംഗം ഇല്ല എന്നത് ശ്രദ്ധിക്കേണ്ടതാണ്. അതുകൊണ്ടാണ് എല്ലാ ജീവനില്ലാത്ത വസ്തുക്കളും ഗുണനാമങ്ങളും പുല്ലിംഗത്തിൽ അല്ലെങ്കിൽ സ്ത്രീലിംഗത്തിൽ ഉൾപ്പെടുന്നത്. അതുകൊണ്ട് അവയുടെ യഥാർത്ഥലിംഗം തരംതിരിക്കുന്നത് വളരെ പ്രയാസമാണ്. നിർജീവവസ്തുക്കളുടെ ലിംഗനിർണ്ണയം രണ്ടുതരത്തിൽ ഉറപ്പിക്കുന്നു.

(i) अर्थ के आधार पर അർത്ഥത്തെ ആധാരമാക്കി

(ii) रूप के आधार पर രൂപത്തെ ആധാരമാക്കി

1. **ലിംഗനിർണ്ണയം - അർത്ഥത്തെ ആധാരമാക്കി**

पुल्लिंग പുല്ലിംഗം

ഇതെല്ലാം പുല്ലിംഗം–

(1) രാജ്യത്തിന്റെ അല്ലെങ്കിൽ സ്ഥലത്തിന്റെ പേരുകൾ
भारत, पाकिस्तान, बांग्लादेश, बर्मा, अमरीका, कश्ती इंग्लैंड, रूस, फ्रांस पंजाब, हरियाणा, हिमाचल प्रदेश, उत्तर प्रदेश, तमिलनाडु, कर्नाटक, आंध्र प्रदेश, महाराष्ट्र, गुजरात, राजस्थान etc.

(2) മലകളുടേയും സമുദ്രത്തിന്റേയും പേരുകൾ: हिमालय, विंध्याचल, सुमेरू पर्वत, हिंद महासागर, अंध महासागर, अरब सागर, लाल सागर
ഉൾപ്പെടാത്തവ– बंगाल की खाड़ी (സ്ത്രീലിംഗം)

(3) സമയത്തിന്റെ മാസത്തിന്റെ വിഭാഗങ്ങളുടെ പേരുകൾ
(i) क्षण, पल, सेकंड, मिनट, घंटा, सप्ताह, पक्ष, पखवाड़ा मास, महीना, वर्ष, साल आदि।
(ii) चैत्र, वैशाख, ज्येष्ठ, आपाढ़, श्रावण, कार्तिक, पौष, माघ, भाद्रपद, फाल्गुन आदि (देसी माह), और जनवरी, फरवरी, मार्च, अप्रैल, आदि (अंग्रेजी माह)
(iii) सोमवार, मंगलवार, बुधवार etc.

स्त्रीलिंग സ്ത്രീലിംഗം

ഇതെല്ലാം സ്ത്രീലിംഗം–

(1) വാനുകളുടെ അല്ലെങ്കിൽ സാധനങ്ങൾ കയറ്റുന്ന വണ്ടികൾ
रेलगाड़ी, गाड़ी, जापान, बस, लारी, मोटर कार,नौका, नाव,
ഇതിൽ ഉൾപ്പെടാത്തവ (अपवाद)– वायुयान, जलयान जहाज, स्टीमर, हवाई जहाज, ठेला, तांगा (Mas.)

(2) നദികളുടേയും കനാലിന്റേയും പേരുകൾ – सतलुज, व्यास, रावी, चनाब, जेहलम, गंगा, यमुना, गोदावरी, कृष्णा, नर्मदा, ताप्ती
ഉൾപ്പെടാത്തവ– सिंधु, ब्रह्मपुत्र, सोन (പുല്ലിംഗം)

(3) പേരുകൾ
प्रथमा, द्वितीया, पंचमी, अष्टमी, दशमी, द्वादशी, अमावस्या, पूर्णिमा, दूज, तीज, चौदस, आदि।

(4) ഗ്രഹങ്ങളുടെ പേരുകൾ
सूर्य, चंद्र, मंगल, बुध,
शनि, राहु, केतु etc.
ഉൾപ്പെടാത്തവ – पृथ्वी (സ്ത്രീലിംഗം)

(5) ലോഹങ്ങളുടെ പേരുകൾ
सोना, लोहा, कांसा, तांबा,
टीन, മുതലായവ.
ഉൾപ്പെടാത്തവ – चाँदी (സ്ത്രീലിംഗം)

(6) ആഭരണങ്ങളുടെ പേരുകൾ
हीरा, पन्ना, पुखराज,
नीलम, मोती മുതലായവ
ഉൾപ്പെടാത്തവ– मणि (സ്ത്രീലിംഗം.)

(7) വൃക്ഷങ്ങളുടെ പേരുകൾ
पीपल, आम, बड़ മുതലായവ
तरकारी, सब्जी,
खिचड़ी മുതലായവ

(4) സുഗന്ധവ്യഞ്ജനങ്ങളുടെ പേരുകൾ
इलायची, सुपारी, मिर्च,
दालचीनी, हल्दी, मुलहठी
ഉൾപ്പെടാത്തവ– नमक, जीरा,
अदरक

(5) നക്ഷത്രങ്ങളുടെ പേരുകൾ
अश्विनी, भरणी, मृगशिरा,
स्वाती, മുതലായവ.

(6) ഭാഷകളുടെ പേരുകൾ
हिंदी, पंजाबी, उर्दू, बंगला,
मलयालम, कन्नड, तेलुगु,
मराठी, गुजराती, सिंधी, മുതലായവ

(7) ആഹാരസാധനങ്ങളുടെ പേരുകൾ
पूरी, कचौड़ी, रोटी, दाल, भाजी,
ഉൾപ്പെടാത്തവ – परांठा, दलिया
(പുല്ലിംഗം.)

2.ലിംഗനിർണ്ണയം രൂപത്തെ ആധാരമാക്കി

पुल्लिंग പുല്ലിംഗം

(1)–आ, –आव, –पन & –पा:
पैसा, कपड़ा, लोटा, छाता,
बहाव, फैलाव, चढ़ाव,
बचपन, लड़कपन,
बुढ़ापा, മുതലായവയിൽ
അവസാനിക്കുന്ന ഹിന്ദി വാക്കുകൾ

(2) त्व, –य, –त & –न
पशुत्व, महत्व, सत्त्व, हिंदुत्व,
सौंदर्य, कार्य, माधुर्य, चरित्र,
गीत, पतन, पालन, शासन,
മുതലായവയിൽ അവസാനിക്കുന്ന
സംസ്കൃതവാക്കുകൾ

स्त्रीलिंग സ്ത്രീലിംഗം

(1) –आई, –या, –वट & –हट:
सफाई, पढ़ाई, लिखाई, ऊँचाई,
चिड़िया, बिटिया, खटिया,
बनावट, लिखावट, सजावट,
घबराहट, चिकनाहट, മുതലായവയിൽ
അവസാനിക്കുന്ന ഹിന്ദി വാക്കുകൾ

(2) –ता, –आ, –इ & –ई
पशुता, महत्ता, सत्ता, आवश्यकता,
माला, शोभा, दया, इच्छा, मति,
बुद्धि, वृद्धि, हानि, नदी, सखी, धरती,
മുതലായവയിൽ അവസാനിക്കുന്ന
സംസ്കൃതവാക്കുകൾ

യഥാർത്ഥത്തിൽ ഹിന്ദിയിൽ ലിംഗനിർണ്ണയം വളരെയധികം അവസര സംബന്ധമാണ്. തീർച്ചയായും ചില നിയമങ്ങൾ ഉപയോഗിച്ച് മിക്കവാറും എല്ലാ നാമങ്ങളുടേയും ലിംഗനിർണ്ണയം നടത്താം. പക്ഷേ അത് അന്തിമമല്ല. വളരെയധികം പരിമിതികളുണ്ട്. ഹിന്ദി സംസാരിക്കാത്ത വിദ്യാർത്ഥികൾ ഇത് മനസ്സിൽ വയ്ക്കേണ്ടതാണ്. പരിഭ്രമിക്കേണ്ട യാതൊരു കാര്യവുമില്ല.
വിദ്യാർത്ഥി നിഘണ്ഡുവിന്റെ സഹായം തേടണം. കൂടാതെ കൃത്യമായ ഹിന്ദി സംഭാഷണങ്ങൾ ശ്രദ്ധിക്കണം. ശരിയായ പാതയിൽ ശ്രമിക്കുക. നിങ്ങൾ ഉയർച്ചയുടെ പാതയിലാണെന്ന് മനസ്സിലാകും.

ഒൻപതാംപടി नौवीं सीढ़ी

വചനം
वचन

ഇംഗ്ലീഷും മറ്റ് ഭാരതീയ ഭാഷകളും പോലെ ഹിന്ദിയിൽ രണ്ടു വചനങ്ങൾ ഉണ്ട്.— (i) एकवचन (ഏകവചനം) (ii) बहुवचन (ബഹുവചനം).സംസ്കൃതത്തിൽ കാണുന്ന द्विवचन (ദ്വിവചനം) ഹിന്ദിയിൽ പ്രയോഗത്തിൽ ഇല്ല. എല്ലാ നാമങ്ങളും സർവ്വനാമങ്ങളും ക്രിയകളും ഈ രണ്ടു വചനങ്ങളിൽ ഉൾപ്പെടുന്നു.

എല്ലാ നാമങ്ങളും അതിന്റെ ലിംഗവും വചനവും അനുസരിച്ച് അതിന്റെ രൂപങ്ങൾ മാറ്റുന്നു.

നമ്മൾ വചനങ്ങളെക്കുറിച്ച് വെവ്വേറെയായി ചർച്ച ചെയ്യുമ്പോൾ പുല്ലിംഗവും സ്ത്രീലിംഗവും വെവ്വേറെയായി കരുതണം. **താഴെ കൊടുത്തിരിക്കുന്ന വാക്കുകൾ നോക്കൂ. അവ തരംതിരിച്ച് അടുക്കിയിരിക്കുന്നത് കാണാം.**

(i) പുല്ലിംഗം	*(ii)*സ്ത്രീലിംഗം
फल (പഴം) अ– യിൽ അവസാനിക്കുന്ന വാക്ക്	आँख (കണ്ണ്) अ– യിൽ അവസാനിക്കുന്ന വാക്ക്
राजा (രാജാവ്) आ– യിൽ അവസാനിക്കുന്ന വാക്ക്	माता (മാതാവ്) आ– യിൽ അവസാനിക്കുന്ന വാക്ക്
मुनि (ഋഷി) इ– യിൽ അവസാനിക്കുന്ന വാക്ക്	तिथि (തീയ്യതി) इख യിൽ അവസാനിക്കുന്ന വാക്ക്
सुधी (ബുദ്ധിമാൻ) ई– യിൽ അവസാനിക്കുന്ന വാക്ക്	नदी (നദി) ई– യിൽ അവസാനിക്കുന്ന വാക്ക്
साधु (ഋഷി)) उ– യിൽ അവസാനിക്കുന്ന വാക്ക്	वस्तु (വസ്തു) उ– യിൽ അവസാനിക്കുന്ന വാക്ക്
बहू (മരുമകൾ) ऊ– യിൽ അവസാനിക്കുന്ന വാക്ക്	गौ (പശു) औ– യിൽ അവസാനിക്കുന്ന വാക്ക്

(i) फल, राजा, मुनि, सुधी & साधु ഇവയെല്ലാം പുല്ലിംഗനാമങ്ങളാണ്..

(ii)आँख, माता, तिथि, नदी, वस्तु, बहू & गौ ഇവയെല്ലാം സ്ത്രീലിംഗനാമങ്ങളാണ്.

फल & आँख മുതലായവ अ– യിൽ അവസാനിക്കുന്ന വാക്കുകളാണ്.

राजा & माता മുതലായവ आ–യിൽ അവസാനിക്കുന്ന വാക്കുകളാണ്.

ഇവയുടെയെല്ലാം അന്ത്യസ്വരാക്ഷരങ്ങൾ ഒരു പോലെയാണ്. പക്ഷേ फल, आँख, राजा, माता, मुनि, तिथि മുതലായവയുടെ രൂപങ്ങൾ വ്യത്യസ്തമാണ് എന്നത് ശ്രദ്ധിക്കേണ്ടതാണ്.

പുല്ലിംഗനാമങ്ങളുടേയും സ്ത്രീലിംഗനാമങ്ങളുടേയും ബഹുവചനരൂപങ്ങൾ അവയുടെ നിയമങ്ങൾ അനുസരിച്ച് വ്യത്യസ്തമായി വരുന്നു. താഴെ കൊടുത്തിരിക്കുന്ന പട്ടികയിൽ നിന്നും നിങ്ങൾ അത് പഠിക്കും.

പുല്ലിംഗം

ഏകവചനം	ബഹുവചനം	അന്വാഖ്യാന ഏകവചനം	അന്വാഖ്യാന ബഹുവചനം
फल	फल	फल ने	फलों ने
राजा	राजा	राजा ने	राजाओं ने
मुनि	मुनि	मुनि ने	मुनियों ने
सुधी	सुधी	सुधी ने	सुधियों ने
साधु	साधु	साधु ने	साधुओं ने

സ്ത്രീലിംഗം

ഏകവചനം	ബഹുവചനം	അന്വാഖ്യാന ഏകവചനം,	അന്വാഖ്യാന ബഹുവചനം
आँख	आँखें	आँख ने	आँखों ने
माता	माताएँ	माता ने	माताओं ने
तिथि	तिथियाँ	तिथि ने	तिथियों ने
नदी	नदियाँ	नदी ने	नदियों ने
वस्तु	वस्तुएँ	वस्तु ने	वस्तुओं ने
बहू	वहुएँ	बहू ने	बहुओं ने
गौ	गौएँ	गौ ने	गौओं ने

അങ്ങിനെ വചനങ്ങളിൽ സ്ത്രീലിംഗനാമങ്ങൾ പുല്ലിംഗനാമങ്ങളിൽ നിന്നും വ്യത്യാസപ്പെടുത്തിയിരിക്കുന്നു. താഴെ കൊടുത്തിരിക്കുന്നവയിൽ രണ്ടു ലിംഗങ്ങളുടേയും രണ്ടു രൂപങ്ങളും (ഏകവചനം, ബഹുവചനം) കൊടുത്തിരിക്കുന്നു.

പുല്ലിംഗം		*സ്ത്രീലിംഗം*	
(अ)		(-अ)	
ഏകവചനം	*ബഹുവചനം*	*ഏകവചനം*	*ബഹുവചനം*
दिन (ദിനം)	दिन (ദിനങ്ങൾ)	रात (രാത്രി)	रातें (രാത്രികൾ)
नारियल (നാളികേരം)	नारियल (നാളികേരങ്ങൾ)	तलवार (വാൾ)	तलवारें (വാളുകൾ)
कागज (കടലാസ്)	कागज (കടലാസുകൾ)	किताब (പുസ്തകം)	किताबें (പുസ്തകങ്ങൾ)
काम (ജോലി)	काम (ജോലികൾ)	बहन (സഹോദരി)	बहनें (സഹോദരിമാർ)
आम (മാങ്ങ)	आम(മാങ്ങകൾ)	भूल (തെറ്റ്)	भूलें (തെറ്റുകൾ)
घर (വീട്)	घर (വീടുകൾ)	बात (സംഗതി)	बातें (സംഗതികൾ)
	(-आ)		(-आ)
बच्चा (കുട്ടി)	बच्चे(കുട്ടികൾ)	कक्षा (ക്ലാസ്സ്)	कक्षाएँ(ക്ലാസ്സുകൾ)
पत्ता (ഇല)	पत्ते (ഇലകൾ)	आज्ञा (ആജ്ഞ)	आज्ञाएँ (ആജ്ഞകൾ)

कपड़ा (വസ്ത്രം)	कपड़े (വസ്ത്രങ്ങൾ)	हवा (കാറ്റ്)	हवाएँ (കാറ്റുകൾ)
कमरा (മുറി)	कमरे (മുറികൾ)	संख्या (സംഖ്യ)	संख्याएँ (സംഖ്യകൾ)
कौआ (കാക്ക)	कौए (കാക്കകൾ)	चिड़िया (പക്ഷി)	चिड़ियाँ (പക്ഷികൾ)
मामा (അമ്മാവൻ)	मामा (അമ്മാവൻമാർ)	चाची (അമ്മായി)	चाचियाँ (അമ്മായിമാർ)

ഏകവചനം	*ബഹുവചനം*	*ഏകവചനം*	*ബഹുവചനം*
पति (ഭർത്താവ്)	पति(ഭർത്താക്കൻമാർ)	पंक्ति (നിര)	पंक्तियाँ (നിരകൾ)
आदमी (പുരുഷൻ)	आदमी (പുരുഷൻമാർ)	पत्नी (ഭാര്യ)	पत्नियाँ (ഭാര്യമാർ)
हाथी (ആന)	हाथी (ആനകൾ)	लड़की (പെൺകുട്ടി)	लड़कियाँ (പെൺകുട്ടികൾ)
साथी (കൂട്ടുകാരൻ)	साथी (കൂട്ടുകാർ)	बच्ची (പെൺകുട്ടി)	बच्चियाँ (പെൺകുട്ടികൾ)
भाई (സഹോദരൻ)	भाई (സഹോദരൻമാർ)	लकड़ी (തടി)	लकड़ियाँ (തടികൾ)
नाई (ക്ഷുരകൻ)	नाई (ക്ഷുരകൻമാർ)	खिड़की (ജനൽ)	खिड़कियाँ (ജനലുകൾ)
पानी (വെള്ളം)	पानी (വെള്ളം)	चिट्ठी (എഴുത്ത്)	चिट्ठियाँ (എഴുത്തുകൾ)
साधु (മുനി)	साधु (മുനികൾ)	बुढ़िया (വൃദ്ധ)	बुढ़िया (വൃദ്ധകൾ)
डाकू (കള്ളൻ)	डाकू (കള്ളൻമാർ)	वधू (വധു)	वधुएँ (വധുക്കൾ)

ശ്രദ്ധിക്കേണ്ടവ

1. ചില –आ യിൽ അവസാനിക്കുന്ന സംസ്കൃത പുല്ലിംഗനാമങ്ങൾ ബഹുവചനത്തിൽ മാറുന്നില്ല.

ഏകവചനം	**ബഹുവചനം**
नेता (നേതാവ്)	**नेता (നേതാക്കൻമാർ)**
श्रोता (ശ്രോതാവ്)	**श्रोता (ശ്രോതാക്കൻമാർ)**
वक्ता (വക്താവ്)	**वक्ता (വക്താക്കൾ)**
मंत्री (മന്ത്രി)	**मंत्री (മന്ത്രിമാർ)**

സാധാരണയായി ബഹുവചനം ഉണ്ടാക്കാൻ 'गण' (ഗണം) എന്ന പദം ഏകവചനത്തിൽ ചേർക്കുന്നു. ശ്രദ്ധിക്കേണ്ടതെന്തെന്നാൽ गण എന്ന പദം ധാരാളം ആളുകൾ എന്ന അർത്ഥമാക്കുന്നു. ഉദാഹരണം नेनागण, श्रोतागण മുതലായവ

ഈ നിയമം पाठकगण, दर्शकगण, छात्रगण, मुनिगण തുടങ്ങിയ പദങ്ങളിലും ഉപയോഗിക്കുന്നു

2. **प्राण, दर्शन, आँसू, केश തുടങ്ങിയ പദങ്ങൾ എല്ലായ്പ്പോഴും ബഹുവചനരൂപത്തിൽ ഉൾപ്പെടുത്തുന്നു. हमारे प्राण, आपके दर्शन, दुखियों के आँसू, नारियों के केश, മുതലായവ.**

പത്താം പടി दसवीं सीढ़ी

വിഭക്തിയും നാമരൂപങ്ങളും
कारक एवं संज्ञा-शब्दों के रूप

വിഭക്തി कारक

ഹിന്ദിയിൽ എട്ട് വിഭക്തികൾ ഉണ്ട്. അവ വിവിധ തരത്തിലുള്ള വിഭക്തി അല്ലെങ്കിൽ വിഭക്ത്യന്തങ്ങളാൽ സുചിപ്പിക്കുന്നു.മിക്കവാറും ഗതി ഇംഗ്ലീഷ് യോജകശബ്ദങ്ങളോട് തുല്യമായി നിൽക്കുന്നതാണ്. (विभक्तियाँ) വിഭക്തിയുടെ എല്ലാ പിരിവുകളും താഴെ കൊടുത്തിരിക്കുന്നു.

	വിഭക്തി	പ്രത്യയം	കാരകം
1.	कर्त्ता	-	राम, राम ने
	നിർദ്ദേശിക		കർത്താവ്
2.	कर्म	को, എ	राम को
	പ്രതിഗാഹിക		കർമ്മം
3.	कारण	से, के द्वारा ഓട്	राम से, राम के द्वारा
	സംയോജിക		സാക്ഷി
4.	सम्प्रदान	को, के लिए	राम को, राम के लिए
	ഉദ്ദേശിക	ക്ക്, ന്	സ്വാമി
5.	अपादान	से (जुदाई-ആൽ)	राम से
	പ്രയോജിക		ഹേതു
6.	संबंध	का, के, की	राम का, राम के,
	സംബന്ധിക	ന്റെ, ഉടെ	राम की
7.	अधिकरण	में, पर, से ऊपर, के	राम में, राम पर, राम से
	ആധാരിക	ऊपर ഇൽ	ऊपर, राम के ऊपर
			അധികരണം
8.	संबांधन	अरे, अरी, हं, री	हे राम!
	സംബോധനം		

താഴെ കൊടുത്തിരിക്കുന്ന വാക്യങ്ങളിൽ നിന്നും വിഭക്തിയുടെ ഉപയോഗം പഠിക്കൂ. എല്ലാ വിഭക്തികളും ക്രമമായി കൊടുത്തിരിക്കുന്നു.

1. कर्ता कारक

(i) राम आया। — രാമൻ വന്നു

(ii) राम ने कहा। — രാമൻ പറഞ്ഞു.

വിഭക്തിയോ അല്ലെങ്കിൽ പ്രത്യയം ने ഓ സകർമ്മകക്രിയയുടെ കർത്താവിന് ശേഷം ഭൂതകാലത്തിൽ ഉപയോഗിക്കുന്നു എന്ന് ഓർമ്മിക്കുന്നത് നന്നായിരിക്കും.

2. कर्म कारक

(i) इस पुस्तक को ले जाओ।	ഈ പുസ്തകം എടുത്തുകൊള്ളൂ
(ii) राम को मेहनत करनी चाहिए।	രാമൻ നന്നായി പ്രയത്നിക്കണം.

3. करण कारक

(i) अपने हाथ से यहां दस्तखत कीजिए।	നിങ്ങളുടെ കൈ ഉപയോഗിച്ച് ദയവായി ഇവിടെ കൈയ്യൊപ്പ് ഇടൂ.
(ii) यह अमित के द्वारा लिखा गया है।	ഇത് അമിത്തിനാൽ എഴുതപ്പെട്ടതാണ്.

4. संप्रदान कारक

(i) आभा को यह पुस्तक दो।	ഈ പുസ്തകം ആഭയ്ക്ക് കൊടുക്കൂ
(ii) मां के लिए एक कप दूध लाओ।	ഒരു കപ്പ് പാല് അമ്മയ്ക്ക് വേണ്ടി കൊണ്ടുവരൂ.

5. कर्म कारक

(i) पेड़ से पत्ता गिरता है।	ഇല മരത്തിൽ നിന്നും വീഴുന്നു.
(ii) मैं आश्रम से आ रहा हूँ।	ഞാൻ ആശ്രമത്തിൽ നിന്നും വരുന്നു

6. अपादान कारक

(i) विकास राखी का भाई है।	വികാസ്‌രാഖിയുടെ സഹോദരനാണ്.
(ii) मैं आगरा के किले में गया।	ഞാൻ ആഗ്രയിലെ കോട്ടയിലേക്ക് പോയി.
(iii) लक्ष्मी बाई झांसी की रानी थीं।	ഝാൻസിയുടെ റാണിയായിരുന്നു. ലക്ഷ്മിഭായി

7. अधिकरण कारक

(i) हम कमरे में बैठे हैं।	ഞങ്ങൾ മുറിയിൽ ഇരിക്കുകയാണ്.
(ii) मेज पर पुस्तक पड़ी है।	പുസ്തകം മേശയുടെ പുറത്താണ്.

8. संबोधन कारक

(i) हे भगवान! मेरी रक्षा करो।	ഓ ദൈവമേ ! എന്നെ രക്ഷിക്കൂ
(ii) ऐ बच्चो! भाग जाओ।	ഓ കുട്ടികളേ ഓടിപ്പോകൂ !
(iii) अरी लड़की! इधर आ।	ഓ പെൺകുട്ടി ! ഇവിടെ വരൂ.

നാമങ്ങളുടെ രൂപാവലി – संज्ञाशब्दों की रूपावली

നാമത്തിൽ തരംതിരിവ് അതിന്റെ അവസാനാക്ഷരത്തേയും ലിംഗത്തേയും ആശ്രയിച്ചിരിക്കുന്നു. ഹിന്ദിയിൽ എല്ലാ നാമങ്ങളും സ്വരാക്ഷരങ്ങളിൽ അവസാനിക്കുന്നു. നാമങ്ങളുടെ രൂപങ്ങൾക്ക് രണ്ട് ഉദാഹരണങ്ങൾ താഴെ കൊടുത്തിരിക്കുന്നു.

पुल्लिग शब्द 'लड़का' ആൺകുട്ടി (आकारांत)

(പുല്ലിംഗം आ യിൽ അവസാനിക്കുന്നു.)

Case	ഏകവചനം	ബഹുവചനം
1. നിർദ്ദേശിക	लड़का/लड़के ने	लड़का/लड़कों ने
2. പ്രതിഗ്രാഹിക	लड़के को	लड़कों को
3. സംയോജിക	लड़के से/के द्वारा	लड़कों से/के द्वारा
4. ഉദ്ദേശിക	लड़के को/के लिए	लड़कों को/के लिए

5. പ്രയോജക	लड़के से	लड़कों से
6. സംബന്ധിക	लड़के का/के/की	लड़कों का/के/की
7. ആധാരിക	लड़के में/पर	लड़कों में/पर
8. സംബോധന	ए लड़के!	ए लड़कों!

ഇത്തരത്തിലുള്ള എല്ലാ आ യിൽ അവസാനിക്കുന്ന പുല്ലിംഗനാമങ്ങളും ഇങ്ങിനെ രൂപീകരിക്കുന്നു. लड़का, घोड़ा, कमरा, चमड़ा, बछड़ा, बच्चा, गमला।

कुछ अन्य संज्ञाओं की सांकेतिक रूपावली കൂടുതൽ നാമങ്ങളുടെ സൂചനാരൂപാവലി. രണ്ടു തരത്തിലുള്ള വാക്യങ്ങൾ വേർതിരിക്കാം.

(1) സാധാരണസംഭാഷണം (2) അന്വാഖ്യാനസംഭാഷണം. സാധാരണസംഭാഷണം പ്രത്യങ്ങളുടെ സഹായമില്ലാതെ നിലകൊള്ളുന്നു. മറുവശത്ത് അന്വാഖ്യാനസംഭാഷണത്തിൽ കൂടുതലും പ്രത്യയങ്ങൾ ചേർക്കുന്നു.

1. പുല്ലിംഗം 'बालक' शब्द अ– യിൽ അവസാനിക്കുന്നത് : एकवचन ഏകവചനം

सीधा സാധാരണസംഭാഷണം ៖ നിർദ്ദേശിക	: बालक
तिर्यक अन्वाഖ്യാനം ៖ എല്ലാ വിഭക്തികളും	: बालक ने/को/से/के लिए/से/का/में/हे/बालक!
	बहुवचन ബഹുവചനം
सीधा സാധാരണസംഭാഷണം ៖ നിർദ്ദേശിക	: बालकों
तिर्यक अन्वाഖ്യാനം ៖ എല്ലാ വിഭക്തികളും	: बालकों ने/को/से/के लिए/से/का/में/ हे बालको!

2. പുല്ലിംഗം इ– യിൽ അവസാനിക്കുന്നത് , ई– യിൽ അവസാനിക്കുന്നത്, उ– യിൽ അവസാനിക്കുന്നത് , ऊ– യിൽ അവസാനിക്കുന്നത്:

	ഏകവചനം	ബഹുവചനം പ്രത്യയമില്ലാതെ	ബഹുവചനം പ്രത്യയത്തോടുകൂടി
इ– യിൽ അവസാനിക്കുന്നത്	मुनि	मुनि	मुनियों ने/को/से മുതലായവ
ई– യിൽ അവസാനിക്കുന്നത്	हाथी	हाथी	हाथियों ने/को/से മുതലായവ
उ– യിൽ അവസാനിക്കുന്നത്	साधु	साधु	साधुओं ने/को/से മുതലായവ
ऊ– യിൽ അവസാനിക്കുന്നത്	डाकू	डाकू	डाकुओं ने/को/से മുതലായവ

आ– യിൽ അവസാനിക്കുന്ന വാക്കുകൾ (i) चाचा മുതലായവ ബന്ധത്തെ കുറിക്കുന്നു. (ii) സംസ്കൃതത്തിൽ നിന്നും കടമെടുത്തിട്ടുള്ള राजा മുതലായ വാക്കുകൾ താഴെ കൊടുത്തിരിക്കുന്ന വിധത്തിൽ വ്യത്യസ്തമായി രൂപീകരിച്ചിരിക്കുന്നു–

(i)	चाचा	चाचा	चाचाओं ने/को/से മുതലായവ
(ii)	राजा	राजा	राजाओं ने/को/से മുതലായവ
(i)	मामा	मामा	मामाओं ने/को/से മുതലായവ
(ii)	देवता	देवता	देवताओं ने/को/से മുതലായവ

स्त्रीलिंग शब्द 'लड़की' പെൺകുട്ടി (ईकारांत)

(ई യിൽ അവസാനിക്കുന്ന സ്ത്രീലിംഗനാമം)

വിഭക്തി	*ഏകവചനം*	*ബഹുവചനം*
1.	लड़की/लड़की ने	लड़कियां/लड़कियों ने
2.	लड़की को	लड़कियों को

3.	लड़की से/के द्वारा	लड़कियों से/के द्वारा
4.	लड़की को/के लिए	लड़कियों को/के लिए
5.	लड़की से	लड़कियों से
6.	लड़की का/के/की	लड़कियों का/के/की
7.	लड़की में/पर	लड़कियों में/पर
8.	हे लड़की!	हे लड़कियों!

ई യിൽ അവസാനിക്കുന്ന മിക്കവാറും എല്ലാ സ്ത്രീലിംഗ നാമങ്ങളും लड़की എന്ന പോലെ രൂപീകരിക്കുന്നു. ചില നാമങ്ങൾ: श्रीमती, नदी, रोटी, धोती, नारी

സ്ത്രീലിംഗ നാമങ്ങൾ अ, आ, इ, ई, उ, ऊ, औ– തുടങ്ങിയവയിൽ അവസാനിക്കുന്നവ.

	ഏകവചനം	ബഹുവചനം പ്രത്യയമില്ലാതെ	ബഹുവചനം പ്രത്യയത്തോടുകൂടി
अ– യിൽ അവസാനിക്കുന്നത്	रात	रातें	रातों ने/को/से മുതലായവ
आ– യിൽ അവസാനിക്കുന്നത്	छात्रा	छात्राएँ	छात्राओं की/पर മുതലായവ
इ– യിൽ അവസാനിക്കുന്നത്	जाति	जातियाँ	जातियों ने/की മുതലായവ
ई– യിൽ അവസാനിക്കുന്നത്	कहानी	कहानियाँ	कहानियों के लिए/में മുതലായവ
उ– യിൽ അവസാനിക്കുന്നത്	वस्तु	वस्तुएँ	वस्तुओं को/से മുതലായവ
ऊ– യിൽ അവസാനിക്കുന്നത്	बहू	बहुएँ	बहुओं से/पर/के लिए /अरी बहुओ! മുതലായവ
औ– യിൽ അവസാനിക്കുന്നത്	गौ	गौएँ	गौओं ने/को/से/री गौओ! മുതലായവ
इया– യിൽ അവസാനിക്കുന്നത്	चिड़िया	चिड़ियाँ	चिड़ियों ने/के लिए/हे चिड़ियों! മുതലായവ

ശ്രദ്ധിക്കേണ്ടവ

1. ഇംഗ്ലീഷിൽ ഘടകങ്ങളുണ്ട്. പക്ഷേ ഹിന്ദിയിൽ പ്രത്യയങ്ങളാണ്. റോഡിൽ എന്ന പദം ഹിന്ദിയിലേക്ക് തർജ്ജിമ ചെയ്യുമ്പോൾ 'सड़क पर'– അതുകൊണ്ടാണ് 'on' ഘടകമാകുന്നത്. (എന്തുകൊണ്ടെന്നാൽ ഇത് നാമത്തിന് മുമ്പ് ചേർക്കുന്നു) പക്ഷേ 'पर' പ്രത്യയമാണ്. (എന്തുകൊണ്ടെന്നാൽ ഇത് നാമത്തിനുശേഷം വരുന്നു).
2. രണ്ടുതരത്തിലുള്ള വിഭക്തികളുണ്ട് (i) സാധാരണം (ii) അന്വാഖ്യാനം.

പുല്ലിംഗം	സാധാരണം :	लड़का	लड़के
	അന്വാഖ്യാനം, :	लड़के ने	लड़कों ने
സ്ത്രീലിംഗം	സാധാരണം :	नदी	नदियां
	അന്വാഖ്യാനം :	नदी ने	नदियों ने മുതലായവ

3. സകർമ്മകക്രിയയുടെ കർത്താവ് ഭൂതകാലത്തിൽ ഉപയോഗിക്കുമ്പോൾ ने അതിനോടുകൂടി ചേർക്കുന്നു.

ഭാഗം 2 ശബ്ദം

പതിനൊന്നാം പടി ग्यारहवीं सीढ़ी

സർവ്വനാമം
सर्वनाम

सर्वनाम (സർവ്വനാമം) നാമത്തിന് പകരം ഉപയോഗിക്കുന്ന ശബ്ദമാണ്. യഥാർത്ഥത്തിൽ ഇത് നാമത്തെ പ്രതിനിധീകരിക്കുന്നു, ഹിന്ദിയിൽ 6 തരത്തിലുള്ള സർവ്വനാമങ്ങളുണ്ട്. –

(1) पुरुषवाचक ഉത്തമപുരുഷ സർവ്വനാമം	: मैं (ഞാൻ), तुम (നിങ്ങൾ), वह (അവൻ, അവൾ. അത്), आप (താങ്കൾ, आदरसूचक ആദരസൂചകം)
(2) निश्चयवाचक പ്രഥമപുരുഷ സർവ്വനാമം	: यह (ഇത്), वह (അത്)
(3) अनिश्चयवाचक അനിശ്ചയവാചകം	: कोई (ആരെങ്കിലും), कुछ (കുറച്ച്)
(4) प्रश्नवाचक ചോദ്യസർവ്വനാമം	: कौन (ആര്), क्या (എന്ത്)
(5) संबंधवाचक സംബന്ധവാചകം	: जो (ആര്, ഏത്)
(6) निजवाचक ग्रीउछद	: स्वयं (സ്വയം) എല്ലാ പുരുഷനും

സർവ്വനാമങ്ങൾക്ക് संबोधन कारक (സംബോധനവിഭക്തി) ഇല്ല.

ഹിന്ദി വ്യാകരണത്തിൽ മൂന്ന് पुरुष ഉണ്ട്

(i) उत्तम पुरुष ഉത്തമപുരുഷൻ — मैं, हम
(ii) मध्यम पुरुष മധ്യമപുരുഷൻ — तुम, आप (आदरसूचक)
(iii) अन्य पुरुष പ്രഥമപുരുഷൻ — वह, वे

सर्वनाम शब्दों की रूपावली സർവ്വനാമങ്ങളുടെ രൂപാവലി

मैं(ഞാൻ) ഉത്തമപുരുഷൻ

(i) मैं/मैंने- हम/हमने
(ii) मुझको/मुझे-हमको/हमें
(iii) मुझसे-हमसे
(iv) मुझको/मेरे लिए-
हमको/हमारे लिए
(v) मुझसे-हमसे
(vi) मेरा/मेरे/मेरी-हमारा/हमारे/हमारी
(vii) मुझमें/मुझ पर-हममें/हम पर

तू (താങ്കൾ,) മധ്യമപുരുഷൻ

(i) तू/तूने- तुम/तुमने
(ii) तुझको-तुमको
(iii) तुझसे/तुम्हारे द्वारा-तुमसे/
तुम्हारे द्वारा
(iv) तुझको/तुम्हारे लिए-
तुमको/तुम्हारे लिए
(v) तुझसे-तुमसे
(vi) तेरा/तेरे/तेरी-तुम्हारा/ तुम्हारे/तुम्हारी
(vii) तुझमें/तुझ पर-तुममें/तुम पर

वह *(അവൻ, അവൾ, അത്) പ്രഥമപുരുഷൻ*

(i) वह/उसने- व उन्होंने

(ii) उसको/उसे-उनको उन्हें

(iii) उससे/उसके द्वारा- उनसे/उनके द्वारा

(iv) उसको/उसके लिए- उनको/उनके लिए

(v) उससे-उनसे

(vi) उसका/उसके/उसकी-उनका उनके/उनकी

(vii) उसमें/उस पर-उनमें/उन पर

आप आदरसूचक (താങ്കൾ ആദരസൂചകം) മധ്യമപുരുഷൻ

एकवचन— 1. आप/आपने, 2. आपको, 3. आपसे, 4. के लिए (को), 5. से, 6. का/के/की, 7. में (पर)

बहुवचन— 1. आप लोगों का/आप लोगों ने, 2. आप लोगों को, 3. आप लोगों से, 4. आप लोगों को/आप लोगों के लिए, 5. आप लोगों से, 6. आप लोगों का/के/की, 7. आप लोगों में/आप लोगों पर।

നമുക്ക് കുറച്ച് സർവ്വനാമങ്ങൾ വാക്യങ്ങളിൽ ഉപയോഗിച്ചുനോക്കാം.:

1. मैं इस बारे में कुछ नहीं जानता।	എനിക്ക് ഇതിനെക്കുറിച്ച് ഒന്നും അറിയില്ല
2. हम वहां नहीं जाना चाहते।	ഞങ്ങൾ അങ്ങോട്ട് പോകാൻ ആഗ്രഹിക്കുന്നില്ല .
3. वह अब क्या करेगा?	അവൻ ഇപ്പോൾ എന്തു ചെയ്യും ?
4. यह बिल्कुल ठीक है।	ഇത് തികച്ചും ശരിയാണ്.
5. आप पूना में कहाँ ठहरेंगे?	താങ്കൾ പൂനെയിൽ എവിടെ താമസിക്കും ?
6. मैं आप वहीं उपस्थित था।	ഞാൻ അവിടെ ഹാജരായിരുന്നു..
7. कोई आने वाला है।	ആരോ വരാനിരിക്കുന്നു.
8. ऐसा कौन कहता है?	ഇങ്ങിനെ ആര് പറയുന്നു?
9. अब आपको क्या चाहिए?	ഇപ്പോൾ താങ്കൾക്ക് എന്താണ് വേണ്ടത് ?
10. कुछ फल खा लो।	കുറച്ച് പഴങ്ങൾ ഭക്ഷിക്കൂ.

ശ്രദ്ധിക്കേണ്ടവ

സർവ്വനാമങ്ങളായ आप ആപ്, तुम തും तू തൂ തുടങ്ങിയവയ്ക്ക് വ്യത്യസ്തമായ ആദരസൂചകമൂല്യമുണ്ട്

आप തന്നേക്കാൾ മൂത്ത ആൾക്കാരെ സംബോദന ചെയ്യുമ്പോൾ ഉപയോഗിക്കുന്നു. ഇത് പ്രഥമപുരുഷ ബഹുവചനത്തിന്റെ കൂടെ ഉപയോഗിക്കുന്നു. അതിന് ആധാരം ഒരു വ്യക്തിയോ അതിൽ കൂടുതലോ ആയാലും. तुम (തും) ബന്ധുക്കളേയോ അടുത്ത കൂട്ടുകാരെയോ സംബോധന ചെയ്യാൻ ഉപയോഗിക്കുന്നു. ഇത് തന്നേക്കാൾ താഴ്ന്ന നിലയിലുള്ള ആൾക്കാരെ സംബോധന ചെയ്യാനും ഉപയോഗിക്കുന്നു.

तू തൂ എന്ന പദം നിന്ദയേയും അപ്രാധാന്യത്തേയും വെളിവാക്കുന്നു. ദൈവത്തെ സംബോധന ചെയ്യാനും ഇത് ഉപയോഗിക്കുന്നു.

പന്ത്രണ്ടാംപടി ग्यारहवीं सीढ़ी

വിശേഷണം
विशेषण

വിശേഷണ ഒരു നാമത്തെ അല്ലെങ്കിൽ സർവ്വനാമത്തെ വിശേഷിപ്പിക്കുന്ന പദമാണ് വിശേഷണം. ഹിന്ദിയിൽ നാല് തരത്തിലുള്ള വിശേഷണങ്ങളുണ്ട്.

(1) गुणवाचक ഗുണവാചകം

(2) संख्यावाचक സാംഖ്യം

(3) परिमाणवाचक പാരിമാണികം

(4) सार्वनामिक സാർവ്വനാമികം

ഇനി വാക്യങ്ങളിൽ വിശേഷണങ്ങൾ ഉപയോഗിക്കാം. —

(i) गौरव अच्छा लड़का है। ഗൗരവ് നല്ല കുട്ടിയാണ്

(ii) वेद चार हैं। വേദങ്ങൾ നാലുവിധത്തിലുണ്ട്

(iii) पांच लीटर दूध लाओ। അഞ്ചു ലിറ്റർ പാൽ കൊണ്ടുവരൂ.

(iv) यह पुस्तक मेरी है। ഈ പുസ്തകം എന്റേതാണ്.

'अच्छा लड़का', 'चार वेद', 'पांच लीटर दूध', 'यह पुस्तक'—തുടങ്ങിയ പദങ്ങളിൽ अच्छा, चार, पांच, यह മുതലായവ ക്രമത്തിൽ गुणवाचक, संख्यावाचक, परिमाणवाचक, सार्वनामिक विशेषण എന്നിവയാണ്.

ഹിന്ദി വിശേഷണങ്ങൾ രണ്ടു ശീർഷകങ്ങളുടെ കീഴെ വരുന്നു.—

(i) മാറ്റമുള്ളത് (ii) മാറ്റമില്ലാത്തത്

(i) आ–യിൽ അവസാനിക്കുന്ന വിശേഷണങ്ങൾ മാറ്റപ്പെട്ടു. പുല്ലിംഗ ഏകവചനത്തിലെ आ പുല്ലിംഗബഹുവചനത്തിൽ ए ആയി മാറുന്നു. സ്ത്രീലിംഗ ഏകവചനത്തിലും ബഹുവചനത്തിലും आ ई ആയി മാറുന്നു. ഉദാഹരണങ്ങൾ:

ഏകവചനം	अच्छा बच्चा	अच्छे बच्चे
ബഹുവചനം	अच्छी बच्ची	अच्छी बच्चियाँ

(ii) आ ഒഴികെ മറ്റു സ്വരാക്ഷരങ്ങളിൽ അവസാനിക്കുന്ന വിശേഷണങ്ങൾ സ്ഥിരതയുള്ളതാണ്. അവ മാറുന്നില്ല ഉദാഹരണങ്ങൾ :

ഏകവചനം	सुंदर बालक	सुंदर बालक
ബഹുവചനം	सुंदर बालिका	सुंदर बालिकाएँ

विशेषण की तुलनावस्था വിശേഷണങ്ങളിലെ താരതമ്യപഠനം

1. सोनिया लम्बी है।
2. आभा सोनिया से लम्बी है।
3. मीनाक्षी सबसे लम्बी है।

മുകളിൽ കൊടുത്തിരിക്കുന്ന വാക്യങ്ങളിൽ വിശേഷണപദമായ लम्बा യുടെ മൂന്ന് തലത്തിലുള്ള സ്ഥാനം കാണാം. ഹിന്ദി വിശേഷണങ്ങളിൽ താരതമ്യതലത്തിന്റെ ഏറ്റക്കുറച്ചിലുകൾ കാണിക്കാൻ പ്രത്യേകമായ രൂപങ്ങളില്ല. പക്ഷേ ചില വിശേഷണങ്ങൾക്ക് സംസ്കൃത താരതമ്യപദങ്ങളുടെ വ്യത്യസ്ഥ രൂപങ്ങളുണ്ട്. അതായത്

സാധാരണം	*മധ്യമതലം*	*ഉത്തമതലം*
उच्च	उच्चतर	उच्चतम
निम्न	निम्नतर	निम्नतम
सरल	सरलतर	सरलतम
लघु	लघुतर	लघुतम
अधिक	अधिकतर	अधिकतम
दीर्घ	दीर्घतर	दीर्घतम
श्रेष्ठ	श्रेष्ठतर	श्रेष्ठतम
निकट	निकटतर	निकटतम
प्रिय	प्रियतर	प्रियतम
नवीन	नवीनतर	नवीनतम

ചില വിശേഷണങ്ങൾ താഴെ കൊടുത്തിരിക്കുന്ന പട്ടികയിൽ കൊടുത്തിരിക്കുന്നു —

ഗുണസംബന്ധം	*സാംഖ്യം*	*പാരിമാണികം*	*സാർവ്വനാമികം*
नया	दस	दस (किलो)	यह (पेन)
(പുതിയത്)	(പത്ത്)	പത്ത് (കിലോ)	ഇത് (പേന)
दैनिक	आधा	सारा (धन)	वह (गौ)
(ദിവസേന)	(പകുതി)	എല്ലാം (ധനം)	അത് (പശു)
सुंदर	चौथा	कुछ (दूध)	जो (कुत्ता)
(സുന്ദരം)	(നാലാമത്തെ)	കുറച്ച് (പാൽ)	ഏത് (നായ്)
स्वस्थ	दुगुना	दो (मीटर)	वो (पुस्तक)
(ആരോഗ്യപരം)	(ഇരട്ട)	രണ്ട് (മീറ്റർ)	ആ (പുസ്തകം)
काला	अकेला	और (घी)	कौन (बालक)
(കറുപ്പ്)	(തനിയെ)	കൂടുതൽ (നെയ്യ്)	ആര്(ആൺകുട്ടി)
अच्छा	कुछ	सारा (पानी)	उस (घर में)
(നല്ലത്)	(കുറച്ച്)	മുഴുവൻ (വെള്ളം)	ആ (വീട്ടിൽ)

विशेषणों की रचना വിശേഷണങ്ങളുടെ നിർമ്മാണം (നാമങ്ങളിൽ നിന്നും)

(i) സംസ്കൃതനാമങ്ങളോടുകൂടി -- शाली ചേർത്ത് —

बल	बलशाली	प्रतिभा	प्रतिभाशाली
शक्ति	शक्तिशाली	भाग्य	भाग्यशाली

(ii) സംസ്കൃതനാമങ്ങളോടുകൂടി -- वान അല്ലെങ്കിൽ मान ചേർത്ത് —

धन	धनवान	गुण	गुणवान
श्री	श्रीमान	बुद्धि	बुद्धिमान

(iii) സംസ്കൃതനാമങ്ങളോടുകൂടി -- इक ചേർത്ത് —

राजनीति	राजनैतिक	नीति	नैतिक
मास मासिक	उद्योग	औद्योगिक	

इतिहास	ऐतिहासिक	भूगोल	भौगोलिक
दिन दैनिक	सेना	सैनिक	

(iv) സംസ്കൃതനാമങ്ങളോടുകൂടി – इत ചേർത്ത് —

संबंध	संबंधित	आनंद	आनंदित
सम्मान	सम्मानित	शिक्षा	शिक्षित

(v) സംസ്കൃതനാമങ്ങളോടുകൂടി – ईय ചേർത്ത് —

पर्वत पर्वतीय	राष्ट्र	राष्ट्रीय
भारत भारतीय	विभाग	विभागीय

(vi) സംസ്കൃതനാമങ്ങളോടുകൂടി – ई ചേർത്ത് –

जंगल	जंगली	सुख	सुखी
संन्यास	संन्यासी	देस	देसी
परदेस	परदेसी	लोभ	लोभी

(v) സംസ്കൃതനാമങ്ങളോടുകൂടി – ईला ചേർത്ത് —

चमक	चमकीला	रौब	रौबीला
भड़क	भड़कीला	जोश	जोशीला

ശ്രദ്ധിക്കേണ്ടവ

1. (i) സാധാരണയായി അർത്ഥത്തിന് കൂടുതൽ ഗാംഭീര്യം വരുവാൻ പാരിമാണിക വിശേഷണങ്ങളോട് കൂടി – सा ചേർക്കുന്നു. — बहुत-सा മഹത്തായ കാര്യം, थोड़ा-सा കുറച്ച്.

(ii) ചില സമയം ഗുണത്തിന്റെ കുറഞ്ഞ അളവ് കാണിക്കാൻ— सा ഉപയോഗിക്കുന്നു — नन्हीं-सी गुड़िया ചെറിയ പാവക്കുട്ടി, थोड़ी-सी जगह ചെറിയ സ്ഥലം.

(iii) കാണപ്പെടുക അല്ലെങ്കിൽ ഒരു പോലെ എന്ന് കാണിക്കാൻ – सा ഉപയോഗിക്കുന്നു —

(a) കാണപ്പെടുന്നു —

काला-सा കറുത്ത് കാണുന്നു, पीला-सा മഞ്ഞിക്കാണുന്നു,
मोटा-सा തടിച്ച് കാണുന്നു पतला-सा മെലിഞ്ഞ് കാണുന്നു

(b) ഒരുപോലെ —

एक-सा ഒരുപോലെ तुम-सा നിങ്ങളെപ്പോലെ
उस-सा (പുല്ലിംഗം.) അവനെപ്പോലെ मुझ-सा എന്നെപ്പോലെ
उस-सा (സ്ത്രീലിംഗം.) അവളെപ്പോലെ हम-सा ഞങ്ങളെപ്പോലെ

പതിമൂന്നാം പടി तेरहवीं सीढ़ी

ക്രിയാ
क्रिया

क्रिया (ക്രിയാ) എന്ന പദം ഒരു വ്യക്തി, സ്ഥലം അല്ലെങ്കിൽ സാധനങ്ങൾ ഇവയെ സംബന്ധിക്കുന്ന പ്രവൃത്തിയെക്കുറിച്ച് നമ്മളോട് പറയുന്നു.

സാധാരണയായി രണ്ടു തരത്തിലുള്ള ക്രിയകൾ ഉണ്ട് —

(i) സകർമ്മകം (ii) അകർമ്മകം

(i) सकर्मक क्रिया സകർമ്മകക്രിയ (കർമ്മത്തിന്റെ ആകാംക്ഷ ഉള്ള പദം), അതായത് — मीनाक्षी कार्य करती है ഇവിടെ करती है സകർമ്മകക്രിയയാണ്. എന്തുകൊണ്ടെന്നാൽ ഈ ക്രിയയ്ക്ക് അതിന്റെ ഉദ്ദേശ്യം മുഴുവനാക്കാൻ കർമ്മം ആവശ്യമുണ്ട് कार्य

(ii) अकर्मक क्रिया അകർമ്മകക്രിയ (കർമ്മത്തിന്റെ ആകാംക്ഷ ഇല്ലാത്ത പദം ഇത് ഇതിന്റെ ഉദ്ദേശ്യം സ്വയം പൂർത്തിയാക്കുന്നു); അതായത് — पूजा चलती है ഇവിടെ चलती है എന്നത് അകർമ്മകക്രിയയാണ് . എന്തുകൊണ്ടെന്നാൽ ഇതിന് കർമ്മമില്ല.

കുറച്ച് സകർമ്മകക്രിയകളും അകർമ്മകക്രിയകളും താഴെ കൊടുത്തിരിക്കുന്നു. ഇത് ശ്രദ്ധിക്കണം..

1. सकर्मक क्रिया സകർമ്മകക്രിയകൾ

करना	ചെയ്യുക	सुनना	കേൾക്കുക
पढ़ना	വായിക്കുക	कहना	പറയുക
लिखना	എഴുതുക	रखना	വയ്ക്കുക
देखना	കാണുക	लेना	എടുക്കുക
जानना	അറിയുക	देना	കൊടുക്കുക

2. अकर्मक क्रिया അകർമ്മകക്രിയകൾ

चलना	നടക്കുക	आना	വരുക
रहना	ജീവിക്കുക	जाना	പോകുക
उठना	ഉദിക്കുക,	होना	അങ്ങനെയാകുക
सोना	ഉറങ്ങുക	गिरना	വീഴുക
हँसना	ചിരിക്കുക	पहुँचना	എത്തുക

സകർമ്മകക്രിയയ്ക്കും, അകർമ്മകക്രിയയ്ക്കും രണ്ട് അടിസ്ഥാന ഭാഗങ്ങളുണ്ട്:

(i) सामान्य क्रिया സാമാന്യക്രിയ

(ii) धातु ധാതു

(i) सामान्य क्रिया എപ്പോഴും 'ना' യിൽ അവസാനിക്കുന്ന ക്രിയയുടെ യഥാർത്ഥരുപമാണ്. 'पढ़ना' (വായിക്കുക), रखना (ഇടുക), चलना (നടക്കുക), മുതലായവ പോലെ.

(ii) സാമാന്യക്രിയയിൽ നിന്നും ना മാറ്റുമ്പോൾ धातु (ധാതു) ലഭിക്കുന്നു. 'रख' (ഇടൽ), 'चल' (നടത്തം), മുതലായവ.

യഥാർത്ഥത്തിൽ മൂലക്രിയയിൽ നിന്നാണ് എല്ലാ ക്രിയകളും രൂപമെടുക്കുന്നത്. മറ്റൊരു വിധത്തിൽ പറഞ്ഞാൽ ധാതു എന്നു പറയുന്നത് അടിസ്ഥാനക്രിയയാണ്. 'ना' ചേർക്കുമ്പോൾ ഇത് ഇതിന്റെ सामान्य रूप നൽകുന്നു – സാമാന്യരൂപം

നമുക്ക് കുറച്ച് സാമാന്യ ക്രിയകൾ പഠിക്കാം . (സകർമ്മകക്രിയകളും, അകർമ്മകക്രിയകളും) എന്നിട്ട് അവയുടെ ധാതുക്കൾ അഭ്യസിക്കാം

സകർമ്മകക്രിയകൾ

സാമാന്യരൂപം		*ധാതു*	*സാമാന്യരൂപം*		*ധാതു*
खरीदना	വാങ്ങുക	खरीद	खाना	തിന്നുക	खा
बेचना	വിൽക്കുക	बेच	पीना	കുടിക്കുക	पी
समझना	മനസ്സിലാക്കുക	समझ	बोलना	സംസാരിക്കുക	बोल
धोना	അലക്കുക	धो	पकड़ना	പിടിക്കുക	पकड़
गाना	പാടുക	गा	तोड़ना	പൊട്ടിക്കുക	तोड़

അകർമ്മകക്രിയകൾ

സാമാന്യരൂപം		*ധാതു*	*സാമാന്യരൂപം*		*ധാതു*
ठहरना	താമസിക്കുക	ठहर	दिखना	പ്രത്യക്ഷപ്പെടുക	दिख
डरना	ഭയപ്പെടുക	डर	हँसना	ചിരിക്കുക	हँस
रोना	കരയുക	रो	खेलना	കളിക്കുക	खेल
मरना	മരിക്കുക	मर	लड़ना	വഴക്ക് കൂടുക	लड़
निकलना	പുറത്ത് വരുക	निकल	होना	അങ്ങനെയാകുക	हो

विधि रूप വിധിരൂപം

ഒരു വ്യക്തിയോട് ഒരു കാര്യം ചെയ്യാൻ ആജ്ഞാപിക്കുമ്പോഴോ ഉപദേശിക്കുമ്പോഴോ അപേക്ഷിക്കുമ്പോഴോ ആണ് വിധിരൂപം ഉപയോഗിക്കുന്നത്.

താഴെ കൊടുത്തിരിക്കുന്ന വാക്യങ്ങൾ ശ്രദ്ധിക്കൂ.—

(1)	निबंध लिखो।	ഒരു നിബന്ധം എഴുതൂ
	यहां बैठ।	ഇവിടെ ഇരിക്കൂ.
	चाय ला।	ചായ കൊണ്ടുവരൂ .
	उसे बुला।	അവനെ വിളിക്കൂ .
	पुस्तक पढ़।	പുസ്തകം വായിക്കൂ,.
(2)	दूध लाओ।	പാൽ കൊണ്ടുവരൂ.
	शांत रहो।	നിശ്ശബ്ദമായിരിക്കൂ.
	गीत गाओ	ഒരു പാട്ട് പാടൂ.
	खिड़की खोलो।	ജനൽ തുറക്കൂ.
	काम करो।	ജോലി ചെയ്യൂ
(3)	कृपया आइए।	ദയവായി വരൂ
	कृपया घर पर रहिए।	ദയവായി വീട്ടിൽ തന്നെ ഇരിക്കൂ.
	कृपया बाहर जाइए।	ദയവായി പുറത്തുപോകൂ.

(1). (2) (3) എന്നീ ഗ്രൂപ്പുകളിലെ വാക്യങ്ങൾ ശ്രദ്ധിക്കൂ. നിങ്ങൾക്ക് അവയ്ക്ക് തമ്മിൽ ചില വ്യത്യാസങ്ങൾ കാണാം, ഈ വാക്യങ്ങളിൽ ഒരു കാര്യം

പൊതുവാണ്. അതായത് കർത്താവ് – तू, तुम, आप തുടങ്ങിയവ ക്രമത്തിൽ ഉപേക്ഷിച്ചിരിക്കുന്നു

(i) तू സാധാരണയായി വേലക്കാരെ സംബോധന ചെയ്യാനാണ് ഉപയോഗിക്കുന്നത്. ഇത് തുല്യരായ ആൾക്കാരെ സംബോധന ചെയ്യാൻ ഉപയോഗിക്കാറില്ല. ഉദാഹരണങ്ങൾ :

रामू (तू) दो कप चाय ला।	രാമു നീ രണ്ടു കപ്പ് ചായ കൊണ്ടുവരു.

(ii) तुम കൂട്ടുകാരെയോ തുല്യരായവരെയോ അല്ലെങ്കിൽ ഇളയവരെയോ സംബോധന ചെയ്യാൻ ഉപയോഗിക്കുന്നു. ഉദാഹരണങ്ങൾ:

भाई, तुम आज विद्यालय क्यों नहीं गए?	സഹോദരാ, നീ എന്തുകൊണ്ടാണ് ഇന്ന് വിദ്യാലയത്തിൽ പോകാത്തത്?
देवेन्द्र, मेरे घर अवश्य आना।	ദേവേന്ദ്രാ എന്റെ വീട്ടിലേക്ക് തീർച്ചയായും വരണം.

(iii) आप മുതിർന്നവരേയും നമ്മൾ ബഹുമാനിക്കാൻ ആഗ്രഹിക്കുന്ന വ്യക്തിയേയും സംബോധന ചെയ്യാൻ ഉപയോഗിക്കുന്നു. ഉദാഹരണങ്ങൾ:

मामा जी, आप मेरे साथ आइए।	അമ്മാവാ, ദയവായി എന്റെ കൂടെ വരു,
श्रीमान्, कृपया आप मेरी बात सुनिए।	സാർ, ഞാൻ പറയുന്നത് ദയവായി ശ്രദ്ധിക്കൂ

मत എന്ന വാക്ക് നിഷേധാർത്ഥം വ്യക്തമാക്കാൻ ഉപയോഗിക്കുന്നു. ഉദാഹരണങ്ങൾ :

मत हँसो।	ചിരിക്കരുത്
रोओ मत।	കരയരുത്.
शोर मत करो।	ശബ്ദമുണ്ടാക്കരുത്.
वहां मत बैठिए।	ദയവായി അവിടെ ഇരിക്കല്ലേ.

ശ്രദ്ധിക്കേണ്ടവ

1. സാമാന്യരൂപത്തിൽ നിന്നു 'ना' മാറ്റിയാൽ ക്രിയയുടെ ധാതു ലഭിക്കും. അതായത് സാമാന്യക്രിയയായ खाना യുടെ ധാതുവാണ് खा സാമാന്യക്രിയയായ पीना യുടെ ധാതുവാണ് पी
2. ഹിന്ദിയിൽ വിധിവാക്യങ്ങൾ രണ്ടു വിധത്തിൽ ഉണ്ടാക്കുന്നു —
   (a) സാധാരണവിധത്തിൽ
   (b) ആദരസൂചകം.
   (a) സാധാരണവിധത്തിൽ വിധിവാക്യങ്ങൾ രൂപപ്പെടുന്നു.
   (i) खा, पढ़, लिख മുതലായ ക്രിയയുടെ ധാതു ഉപയോഗിച്ച്
   (ii) ക്രിയധാതുവിനോടുകൂടി ओ എന്ന സ്വരാക്ഷരം അല്ലെങ്കിൽ അതിന്റെ മാത്ര ചേർത്ത് खाओ, पढ़ो, लिखो മുതലായവപോലെ.
   (b) ആദരസൂചകവിധിരൂപങ്ങൾ, അല്ലെങ്കിൽ ड़ ചേർത്ത് രൂപീകരിക്കുന്നു , ए എന്ന സ്വരാക്ഷരം അല്ലെങ്കിൽ അതിന്റെ മാത്ര ക്രിയാധാതുവിനോട് ചേർത്ത്— खाएं, पढ़ें, लिखें പോലെ അതുപോലെ खाइए, पढ़िए, लिखिए മുതലായവപോലെയും.

പതിനാലാംപടി चौदहवीं सीढ़ी

കാലം (1)

काल (1)

काल (കാലം) ക്രിയയുടെ കാലം ഒരു പ്രവൃത്തിയുടെ സമയത്തെ കാണിക്കുന്നു. ഹിന്ദിയിൽ മുഖ്യമായി മൂന്ന് കാലങ്ങൾ ഉണ്ട്.

(i)	वर्तमान काल	വർത്തമാനകാലം
(ii)	भविष्यत् काल	ഭാവികാലം
(iii)	भूत काल	ഭൂതകാലം

ക്രമത്തിൽ മൂന്നു കാലങ്ങളും പഠിക്കാം.

वर्तमान काल വർത്തമാനകാലം

വർത്തമാനകാലം മൂന്നുവിധത്തിൽ തരംതിരിക്കാം:

(1)	सामान्य वर्तमान	സാമാന്യവർത്തമാനകാലം
(2)	तात्कालिक वर्तमान	താൽക്കാലിക വർത്തമാനകാലം
(3)	सम्भाव्य वर्तमान	സംഭാവ്യ വർത്തമാനകാലം

1. सामान्य वर्तमान സാമാന്യവർത്തമാനകാലം

വർത്തമാനകാലത്തിൽ हो (ആകുന്നു) വ്യത്യസ്ത രൂപങ്ങൾ ഇവിടെ കൊടുത്തിരിക്കുന്നു.

	പുല്ലിംഗം	തർജ്ജിമ	സ്ത്രീലിംഗം
ഉത്തമപുരുഷൻ:	मैं हूँ।	ഞാൻ	मैं हूँ।
	तू है।		तुम हो।
മധ്യമപുരുഷൻ:	तुम हो।	നീ	आप हैं। (ബഹുമാനസൂചകമായി)
മധ്യമപുരുഷൻ:	वह है।	അവൻ, അവൾ	वह है।
	वे हैं।	അവർ,	वे हैं।

हो എന്നത് സഹായകക്രിയയാണ്. ഇത് മുഖ്യ ക്രിയയെ സഹായിക്കുന്നു.

സാമാന്യ വർത്തമാനകാലത്തിൽ മുഖ്യ ക്രിയയായ पढ़ (വായിക്കുക) ന്റെ വ്യത്യസ്ത രൂപങ്ങൾ താഴെ കൊടുത്തിരിക്കുന്നു.. –ता –ते –ती (പ്രത്യയങ്ങൾ) മുതലായവ ധാതുവിനോട് ചേർക്കുന്നു.

ഉത്തമപുരുഷൻ:	मैं पढ़ता/पढ़ती हूँ।	ഞാൻ വായിക്കുന്നു.
	हम पढ़ते/पढ़ती हैं।	ഞങ്ങൾ വായിക്കുന്നു.
മധ്യമപുരുഷൻ:	तू पढ़ता/पढ़ती है।	നീ വായിക്കുന്നു.
	तुम पढ़ते/पढ़ती हो।	നിങ്ങൾ വായിക്കുന്നു.
പ്രഥമപുരുഷൻ:	वह पढ़ता/पढ़ती है।	അവൻ അവൾ വായിക്കുന്നു.
	वे पढ़ते/पढ़ती हैं।	അവർ വായിക്കുന്നു.

മറ്റുള്ള ക്രിയകളും ഇപ്രകാരം തരംതിരിച്ചിരിക്കുന്നു. സാമാന്യവർത്തമാന കാലത്തിൽ നമ്മൾ ഒരു നിഷേധാത്മകവാക്യം രൂപീകരിക്കാൻ ആഗ്രഹിച്ചാൽ

പ്രധാനക്രിയയുടെ മുൻപിലായി नहीं എന്ന് ചേർക്കണം. കൂടാതെ हूँ, हो हैं മുതലായവ ഒഴിവാക്കണം. ഉദാഹരണങ്ങൾ

हम नहीं पढ़ते।	ഞങ്ങൾ പഠിക്കുന്നില്ല.
तू नहीं पढ़ता।	നീ പഠിക്കുന്നില്ല
वे नहीं पढ़ते।	അവർ പഠിക്കുന്നില്ല.

2. तात्कालिक वर्तमान താൽക്കാലിക വർത്തമാനകാലം —

(हो എന്ന രൂപത്തിന്റെ തുടർച്ചയായി ക്രമത്തിൽ रहा, रहे, रही തുടങ്ങിയവ ധാതുവിന്റെ കൂടെ ചേർക്കുന്നു.)

ഉത്തമപുരുഷൻ:	मैं खा रहा/रही हूँ।	ഞാൻ ഭക്ഷിച്ചുകൊണ്ടിരിക്കുന്നു.
	हम खा रहे/रही हैं।	ഞങ്ങൾ ഭക്ഷിച്ചുകൊണ്ടിരിക്കുന്നു.
മധ്യമപുരുഷൻ:	तू खा रहा/रही है।	നീ ഭക്ഷിച്ചുകൊണ്ടിരിക്കുന്നു.
	तुम खा रहे/रही हो।	നിങ്ങൾ ഭക്ഷിച്ചുകൊണ്ടിരിക്കുന്നു.
പ്രഥമപുരുഷൻ:	वह खा रहा/रही है।	അവൻ / അവൾ ഭക്ഷിച്ചുകൊണ്ടിരിക്കുന്നു.
	वे खा रहे/रही हैं।	അവർ ഭക്ഷിച്ചുകൊണ്ടിരിക്കുന്നു.

സ്ത്രീലിംഗത്തിൽ रहा യും रहे യും रही ആയി മാറുന്നു.

3. संभाव्य वर्तमान സംഭാവ്യ വർത്തമാനകാലം —

हो എന്നരൂപത്തിന്റെ തുടർച്ചയായി വരുന്ന ധാതുവിന്റെ കൂടെ –ता, –ते, –ती മുതലായവ ചേർക്കുന്നു. (हूँगा/होंगे/होगा മുതലായവ പുല്ലിംഗത്തിലും हूँगी/होंगी/होगी മുതലായവ സ്ത്രീലിംഗത്തിലും).

	പുല്ലിംഗം	മലയാളം	സ്ത്രീലിംഗം
ഉത്തമപുരുഷൻ —			
ഏകവചനം:	मैं जाता हूँगा।	ഞാൻ പോകുമായിരിക്കും	मैं जाती हूँगी।
ബഹുവചനം:	हम जाते होंगे।	ഞങ്ങൾ പോകുമായിരിക്കും	हम जाती होंगी।
മധ്യമപുരുഷൻ —			
ഏകവചനം:	तू जाता होगा।	നീ പോകുമായിരിക്കും	तू जाती होगी।
ബഹുവചനം:	तुम जाते होगे।	നിങ്ങൾ പോകുമായിരിക്കും	तुम जाती होगी।
പ്രഥമപുരുഷൻ —			
ഏകവചനം:	वह जाता होगा।	അവൻ പോകുമായിരിക്കും	
		അവൾ പോകുമായിരിക്കും	वह जाती होगी।
ബഹുവചനം:	वे जाते होंगे।	അവർ പോകുമായിരിക്കും	वे जाती होंगी।

സ്ത്രീലിംഗത്തിൽ –ता,–ते മുതലായവ –ती ആയി മാറും –गा–गे മുതലായവ –गी ആയി മാറും.

भविष्यत् काल ഭാവികാലം

ഭാവികാലം രണ്ടുവിധത്തിൽ തരംതിരിക്കാം:

(1) सामान्य भविष्यत्	സാമാന്യഭാവികാലം.
(2) सम्भाव्य भविष्यत्	സംഭാവ്യഭാവികാലം.

1. सामान्य भविष्यत् സാമാന്യഭാവികാലം.—

(പുല്ലിംഗത്തിൽ –ऊँगा, –ओगे, –एगा, –एँगे മുതലായവ ക്രിയാധാതുവിന്റെ കൂടെ ചേർക്കുന്നു. –ऊँगी, –ओगी, –एगी, –एँगी മുതലായവ സ്ത്രീലിംഗത്തിലും).

സാമാന്യഭാവികാലത്തിൽ देख ന്റെ വ്യത്യസ്തരൂപങ്ങൾ താഴെ കൊടുത്തിരിക്കുന്നു.

ഉത്തമപുരുഷൻ–	मैं देखूँगा/देखूँगी।	ഞാൻ കാണും
	हम देखेंगे/देखेंगी।	ഞങ്ങൾ കാണും.

മധ്യമപുരുഷൻ –	तू देखेगा/देखेगी।	നീ കാണും
	तुम देखोगे/देखोगी।	നിങ്ങൾ കാണും.
പ്രഥമപുരുഷൻ –	वह देखेगा/देखेगी।	അവൻ/അവൾ കാണും
	वे देखेंगे/देखेंगी।	അവർ കാണും

2. संभाव्य भविष्यत् സംഭാവ്യ ഭാവികാലം —

[പുരുഷനും വചനവും അനുസരിച്ച് –ऊँ,–ए,–एँ–ओ, മുതലായവ ധാതുവിന്റെ കൂടെ ചേർത്ത് ഈ കാലം ഉണ്ടാക്കുന്നു.]

സംഭാവ്യഭാവികാലത്തിൽ खेल ന്റെ വ്യത്യസ്ത രൂപങ്ങൾ താഴെ കൊടുത്തിരിക്കുന്നു —

ഉത്തമപുരുഷൻ –	मैं खेलूँ।	ഞാൻ കളിക്കുമായിരിക്കും.
	हम खेलें।	ഞങ്ങൾ കളിക്കുമായിരിക്കും.
മധ്യമപുരുഷൻ –	तू खेल।	നീ കളിക്കുമായിരിക്കും.
	तुम खेलो।	നിങ്ങൾ കളിക്കുമായിരിക്കും.
പ്രഥമപുരുഷൻ –	वह खेले।	അവൻ കളിക്കുമായിരിക്കും.
	वे खेलें।	അവർ കളിക്കുമായിരിക്കും.

സംഭാവ്യഭാവികാലം ഭാവിയിലെ भविष्य में संभावना (സാധ്യത), इच्छा (സമ്മതം), सुझाव (അഭിപ്രായം), उद्देश्य (ഉദ്ദേശ്യം), शर्त (നിബന്ധന), മുതലായവ വെളിവാക്കുന്നു. ഉദാഹരണങ്ങൾ:

(i)	भविष्य में सम्भावना, हो न हो, कहीं वह आ न जाए।	അവൻ വരുമായിരിക്കുമോ ഇല്ലയോ
(ii)	भविष्य में इच्छा अनु से कहो कि किताबें लाए।	അനുവിനോട് പുസ്തകങ്ങൾ കൊണ്ടുവരുവാൻ പറയൂ.
(iii)	भविष्य में सुझाव– ऐसा क्यों न करें?	ഇങ്ങിനെ എന്തുകൊണ്ട് ചെയ്തുകൂട?
(iv)	भविष्य में उद्देश्य– तुम एक वैज्ञानिक बनो।	നിങ്ങൾ ഒരു ശാസ്ത്രജ്ഞനാകൂ.
(v)	भविष्य में शर्त– यदि वे आएँ तो तुम भी आ जाना।	അവർ വന്നാൽ നിങ്ങളും വരൂ.

ശ്രദ്ധിക്കേണ്ടവ

ഞാൻ ഇത് ഇപ്പോഴാണ് അവസാനിപ്പിച്ചത് मैंने इसे अभी समाप्त किया है।

മുകളിൽ പറഞ്ഞ വാക്യം ഇംഗ്ലീഷിൽ സാമാന്യ വർത്തമാനകാലമാണ്. ഹിന്ദിയിൽ ഇത് വർത്തമാനകാലമല്ല. ഇതിനെ आसन्न भूत എന്ന് വിളിക്കുന്നു (ഇത് പതിനഞ്ചാം പടിയിൽ കാണുവാൻ സാധിക്കും.)

'ഞാൻ ഇത് ഇപ്പോൾ അവസാനിപ്പിച്ചു.' ഇത് ഹിന്ദിയിൽ രണ്ടു തരത്തിൽ അവതരിപ്പിക്കാം. —

(i) मैंने इसे अभी समाप्त किया है।

(ii) मैं इसे अभी समाप्त कर चुका हूँ।

നിങ്ങൾക്കെല്ലാം അറിയുന്നപോലെ സാമാന്യഭൂതകാലത്തിൽ ഏകവചനത്തിന്റെ കൂടെ है യും ബഹുവചനത്തിന്റെ കൂടെ हैं യും ചേർത്ത് आसन्न भूत രൂപീകരിക്കുന്നു. तुम ന്റെയും मैं ന്റെയും हो യും हूँ ഉം യഥാക്രമം ചേർക്കുന്നു.

പതിനഞ്ചാം പടി पंद्रहवीं सीढ़ी

TENSE (2)

കാലം (2)

भूतकाल ഭൂതകാലം

ഹിന്ദിയിൽ ആറു വിധത്തിലുള്ള ഭൂതകാലങ്ങൾ ഉണ്ട്.

(1)	सामान्य भूतकाल	സാമാന്യ ഭൂതകാലം
(2)	आसन्न भूतकाल	ആസന്ന ഭൂതകാലം
(3)	पूर्ण भूतकाल	പൂർണ്ണ ഭൂതകാലം
(4)	संदिग्ध भूतकाल	സന്ദേഹ ഭൂതകാലം
(5)	तात्कालिक भूतकाल	താത്കാലിക ഭൂതകാലം
(6)	हेतुहेतुमद् भूतकाल	നിബന്ധനാ ഭൂതകാലം

(1) सामान्य भूत സാമാന്യ ഭൂതകാലം—

കൃത്യമായ സമയമോ നിബന്ധനയോ ഇല്ലാത്ത ഭൂതകാലം.

ധാതുവിന്റെ കൂടെ आ, ए, ई എന്നിവ ചേർക്കുമ്പോൾ ഈ രൂപം ഉണ്ടാകുന്നു.

सकर्मक क्रिया 'करना'

(സകർമ്മകക്രിയ 'ചെയ്യുക' പുല്ലിംഗം, സ്ത്രീലിംഗം)

ഉത്തമപുരുഷൻ —	ഏകവചനം	मैंने किया	ഞാൻ ചെയ്തു
	ബഹുവചനം	हमने किया	ഞങ്ങൾ ചെയ്തു
മധ്യമപുരുഷൻ—	ഏകവചനം	तूने किया	നീ ചെയ്തു.
	ബഹുവചനം	तुमने किया	നിങ്ങൾ ചെയ്തു
പ്രഥമപുരുഷൻ —	ഏകവചനം	उसने किया	അവൻ /അവൾ ചെയ്തു.
	ബഹുവചനം	उन्होंने किया	അവർ ചെയ്തു

अकर्मक क्रिया 'हँसना'

(അകർമ്മകക്രിയ 'ചിരിക്കുക' പുല്ലിംഗം, സ്ത്രീലിംഗം)

ഉത്തമപുരുഷൻ —	ഏകവചനം	मैं हँसा/हँसी	ഞാൻ ചിരിച്ചു.
	ബഹുവചനം	हम हँसे/हँसी	ഞങ്ങൾ ചിരിച്ചു.
മധ്യമപുരുഷൻ —	ഏകവചനം	तू हँसा/हँसी	നീ ചിരിച്ചു
	ബഹുവചനം	तुम हँसे/हँसी	നിങ്ങൾ ചിരിച്ചു.
പ്രഥമപുരുഷൻ —	ഏകവചനം	वह हँसा/हँसी	അവൻ /അവൾ ചിരിച്ചു.
	ബഹുവചനം	वे हँसे/हँसी	അവൾ ചിരിച്ചു.

(2) आसन्न भूत ആസന്ന ഭൂതകാലം —

ഇപ്പോൾ ചെയ്തുതീർത്ത ഒരു പ്രവൃത്തിയെ സൂചിപ്പിക്കുന്ന കാലം—

ഉദാഹരണങ്ങൾ —	मैंने किया है --	ഞാൻ ചെയ്തു.
	मैं हँसा हूँ –	അവർ ചിരിച്ചു.

सकर्मक क्रिया 'करना'

(സകർമ്മകക്രിയ 'ചെയ്യുക' പുല്ലിംഗം. സ്ത്രീലിംഗം)

ഏകവചനം : मैंने/तूने/उसने किया है।

ബഹുവചനം : हमने/तुमने/उन्होंने किया है।

अकर्मक क्रिया 'हँसना'

(അകർമ്മകക്രിയ 'ചിരിക്കുക' പുല്ലിംഗം, സ്ത്രീലിംഗം)

ഉത്തമപുരുഷൻ —	ഏകവചനം	मैं हँसा हूँ/हँसी हूँ
	ബഹുവചനം	हम हँसे हैं/हँसी हैं
മധ്യമപുരുഷൻ —	ഏകവചനം	तू हँसा है/हँसी है
	ബഹുവചനം	तुम हँसे हो/हँसी हो
പ്രഥമപുരുഷൻ —	ഏകവചനം	वह हँसा है/हँसी है
	ബഹുവചനം	वे हँसे हैं/हँसी हैं

(3) पूर्ण भूत പൂർണ്ണഭൂതകാലം —

വളരെ മുമ്പു തന്നെ അവസാനിപ്പിച്ച ഒരു പ്രവൃത്തിയെ കാണിക്കുന്ന കാലം

ഉദാഹരണങ്ങൾ —	मैंने किया था	–	ഞാൻ ചെയ്തു.
	मैं हँसा था	–	ഞാൻ ചിരിച്ചു.

सकर्मक क्रिया 'करना'

(സകർമ്മകക്രിയ 'ചെയ്യുക' പുല്ലിംഗം, സ്ത്രീലിംഗം))

ഏകവചനം : मैंने/तूने/उसने-किया था।

ബഹുവചനം : हमने/तुमने/उन्होंने- किया था।

अकर्मक क्रिया 'हँसना'

(അകർമ്മകക്രിയ ''ചിരിക്കുക' പുല്ലിംഗം, സ്ത്രീലിംഗം)

ഏകവചനം : मैं/तू/वह-हँसा था/हँसी थी।

ബഹുവചനം : हम/तुम/वे- हँसे थे/हँसी थीं।

(4) संदिग्ध भूत സന്ദേഹഭൂതകാലം —

ഭൂതകാലത്തിൽ നടന്നിരിക്കാനിടയുള്ള പ്രവൃത്തിയെ കുറിക്കുന്നതിന്..

ഉദാഹരണങ്ങൾ —	मैंने किया होगा	–	ഞാൻ ചെയ്തിരിക്കാം.
	मैं हँसा होऊँगा	–	ഞാൻ ചിരിച്ചിരിക്കാം.

सकर्मक क्रिया 'करना'

(സകർമ്മകക്രിയ 'ചെയ്യുക' പുല്ലിംഗം, സ്ത്രീലിംഗം)

ഏകവചനം : मैंने/तूने/उसने-किया होगा।

ബഹുവചനം : हमने/तुमने/उन्होंने- किया होगा।

अकर्मक क्रिया 'हँसना'

(അകർമ്മകക്രിയ ''ചിരിക്കുക' പുല്ലിംഗം, സ്ത്രീലിംഗം)

ഉത്തമപുരുഷൻ —	ഏകവചനം	मैं हँसा होऊँगा/हँसी होऊँगी
	ബഹുവചനം	हम हँसे होंगे/हँसी होंगी
മധ്യമപുരുഷൻ—	ഏകവചനം	तू हँसा होगा/हँसी होगी
	ബഹുവചനം	तुम हँसे हांगे/हँसी होगी
പ്രഥമപുരുഷ³ —	ഏകവചനം	वह हँसा होगा/हँसी होगी
	ബഹുവചനം	वे हँसे होंगे/हँसी होंगी

(5) अपूर्ण भूत അപൂർണ്ണഭൂതകാലം —

ഭൂതകാലത്തിൽ നടന്നുകൊണ്ടിരിക്കുന്ന ഒരു പ്രവൃത്തിയെ കുറിക്കുന്ന കാലം.

ഉദാഹരണങ്ങൾ — मैं कर रहा था — ഞാൻ ചെയ്തുകൊണ്ടിരിക്കുകയായിരുന്നു.
मैं करता था — ഞാൻ ചെയ്തുകൊണ്ടിരുന്നു.
मैं हँस रहा था — ഞാൻ ചിരിച്ചുകൊണ്ടിരിക്കുകയായിരുന്നു.
मैं हँसता था — ഞാൻ ചിരിക്കുകയായിരുന്നു.

सकर्मक क्रिया 'करना'

(സകർമ്മകക്രിയ 'ചെയ്യുക' പുല്ലിംഗം, സ്ത്രീലിംഗം)

ഏകവചനം : मैं/तू/वह कर रहा था/करता था। कर रहीथी/करतीथी
ബഹുവചനം : हम/तुम/वे कर रहे थे/करते थे कर रही थीं/करती थीं

अकर्मक क्रिया 'हँसना'

(സകർമ്മകക്രിയ 'ചിരിക്കുക' പുല്ലിംഗം, സ്ത്രീലിംഗം)

ഏകവചനം : मैं/तू/वह हँस रहा था/हँसता था। हँस रही थी/हँसती थी
ബഹുവചനം : हम/तुम/वे हँस रहे थे/हँसते थे हँस रही थीं/हँसती थीं

(6) हेतु हेतु मद् भूत നിബന്ധനാഭൂതകാലം —

ഭൂതകാലത്തിൽ നിശ്ചിത നിബന്ധനകൾ പൂർത്തിയാക്കിയിരുന്നെങ്കിൽ ചെയ്തു തീർക്കപ്പെടുമായിരുന്ന പ്രവൃത്തി. ഉദാഹരണം:

(यदि) मैं करता.................ഞാൻ ചിരിച്ചിരുന്നെങ്കിൽ ....
(यदि) मैं हँसता.................ഞാൻ ചിരിച്ചിരുന്നെങ്കിൽ ....

सकर्मक क्रिया 'करना'

(സകർമ്മകക്രിയ 'ചെയ്യുക' പുല്ലിംഗം, സ്ത്രീലിംഗം)

ഏകവചനം : (यदि) मैं/तू/वह... करता........../ करती.............
ബഹുവചനം : (यदि) हम/तुम/वे... करता........../ करती.............

अकर्मक क्रिया 'हंसना'

(അകർമ്മകക്രിയ 'ചിരിക്കുക' പുല്ലിംഗം, സ്ത്രീലിംഗം)

ഏകവചനം : (यदि) मैं/तू/वह... हँसता........../ हँसती.............
ബഹുവചനം : (यदि) हम/तुम/वे... हँसते........../ हँसती.............

അങ്ങിനെ എല്ലാ കാലത്തിലും നമ്മൾക്ക് ബാക്കിയുള്ള ക്രിയകളുടേയും വ്യത്യസ്തരൂപങ്ങൾ ഉണ്ടാക്കാം.

ശ്രദ്ധിക്കേണ്ടവ

അപൂർണ്ണ ഭൂതകാലം രണ്ടു തരത്തിലുള്ള പ്രവൃത്തികളെ സൂചിപ്പിക്കുന്നു.—

(i) ഭൂതകാലത്തിൽ നടന്നുകൊണ്ടേയിരുന്ന പ്രവൃത്തി —രാഖി അത് ചെയ്തുകൊണ്ടിരിക്കുകയായിരുന്നു. राखी इसे कर रही थी।

(ii) ഭൂതകാലത്തിൽ ആവർത്തിച്ച് ചെയ്തുകൊണ്ടിരുന്ന പ്രവൃത്തി — രാഖി അത് ചെയ്തുകൊണ്ടിരുന്നു. राखी इसे (किया) करती थी।

'നിഗൂഢവനത്തിൽ ഒരു രാജാവ് ജീവിച്ചിരുന്നു' എന്നതു പോലെയുള്ള വാക്യങ്ങൾ അപൂർണ്ണ ഭൂതകാലത്തിൽ ഹിന്ദിയിലേക്ക് വളരെ നന്നായി തർജ്ജമ ചെയ്യാം,

'നിഗൂഢവനത്തിൽ ഒരു രാജാവ് ജീവിച്ചിരുന്നു' 'एक राजा घने जंगल में रहता था।' (अर्थात्, रहा करता था)।

പതിനാറാം പടി सोलहवीं सीढ़ी

വാക്യം
वाच्य

ഇംഗ്ലീഷിൽ രണ്ടു വിധത്തിലുള്ള വാക്യങ്ങൾ ഉണ്ടെന്ന് നമുക്കെല്ലാം അറിയാം. പക്ഷേ ഹിന്ദിയിൽ മൂന്നു വിധത്തിലുണ്ട്. അതായത് ഃ

(i)	कर्तृ वाच्य	കർതൃവാക്യം
(ii)	कर्म वाच्य	കർമ്മവാക്യം
(iii)	भाव वाच्य	ഭാവവാക്യം.

വാക്യ പ്രയോഗത്തിന്റെ ഉപയോഗമെന്തെന്നാൽ ഒരു പ്രത്യേകവാക്യത്തിൽ ക്രിയയുടെ കർത്താവാണോ കർമ്മമാണോ പ്രധാനപ്പെട്ടത് എന്നു കാണിക്കുകയാണ്.

കർത്തരിപ്രയോഗത്തിൽ (കർത്തൃവാക്യം) കർത്താവിനാണ് പ്രധാന്യം ഉദാഹരണം :

मैं पत्र लिखता हूँ — ഞാൻ കത്ത് എഴുതുന്നു.

ഈ വാക്യത്തിൽ मैं ആണ് കർത്താവ്. അതുകൊണ്ട് അതിൻമേലാണ് സമ്മർദ്ദം ചെലുത്തുന്നത്. പക്ഷേ കർമ്മത്തിനാണ് പ്രാധാന്യം നൽകേണ്ടതെങ്കിൽ ക്രിയയുടെ കൂടെ കൂടുതലായി ഭൂതകാലത്തിന്റെ കൂടെ 'जाना' എന്ന് ചേർക്കണം. കൂടാതെ കർത്താവിന്റെ കൂടെ വിഭക്തി से (ആൽ) എന്ന് ചേർക്കണം. പിന്നെ അത് കർമ്മണി പ്രയോഗമായി മാറുന്നു.

मुझसे पत्र लिखा जाता है — കത്ത് എന്നാൽ എഴുതപ്പെട്ടു.

ഭാവവാചകത്തിൽ ഉപയോഗിക്കുന്ന ക്രിയ സകർമ്മകമായിരിക്കുകയും കർമ്മത്തിന്റെയോ കർത്താവിന്റെയോ ലിംഗവും വചനവും നോക്കാതെ പ്രഥമപുരുഷനിൽതന്നെ തുടരുകയും ചെയ്യുന്നു. പ്രഥമപുരുഷനിൽ ഇതിന്റെ വചനം എപ്പോഴും ഏകവചനമായിരിക്കുകയും ലിംഗം പുല്ലിംഗവുമായിരിക്കും.

मैं पढ़ नहीं सकता। — എനിക്ക് പഠിക്കാൻ സാധിക്കില്ല.
(കർത്തരിപ്രയോഗം)

मुझसे पढ़ा नहीं जाता। — എനിക്ക് പഠിക്കാൻ പറ്റില്ല.
(ഭാവവാക്യം)

ഇവിടെ पढ़ा എന്ന ക്രിയ മുഖ്യസ്ഥാനം വഹിക്കുന്നു. അതുകൊണ്ട് ഈ വാക്യം भाव वाच्य ത്തെ കുറിക്കുന്നു.

वाच्य परिवर्तन വാക്യപരിവർത്തനം

നമ്മൾ ഒരു വാക്യം കർത്തരിപ്രയോഗത്തിൽ നിന്നും കർമ്മണി പ്രയോഗത്തിലേക്ക് മാറ്റുമ്പോൾ കർത്തരിയിലെ കർമ്മം കർമ്മണിയിൽ കർത്താവായി മാറുന്നു. തിരിച്ചും സംഭവിക്കുന്നു.

കർമ്മണി പ്രയോഗം ഉണ്ടാക്കുമ്പോൾ जाना യുടെ സംബന്ധപ്പെട്ട കാലരൂപങ്ങൾ ഭൂതകാലത്തെ കർത്താവിന്റെ കൂടെ से അല്ലെങ്കിൽ द्वारा അല്ലെങ്കിൽ के द्वारा ഉം ചേർക്കുന്നു. ഉദാഹരണങ്ങൾ:

കർത്തരി	: मैंने फूल तोड़ा।	ഞാൻ പൂവ് പറിച്ചു.
കർമ്മണി	: फूल मेरे द्वारा तोड़ा गया।	പൂവ് എന്നാൽ പറിക്കപ്പെട്ടു.
കർത്തരി	: वह गीत गाती है।	അവൾ പാട്ട് പാടുന്നു.
കർമ്മണി	: उसके द्वारा गीत गाया गया।	ഒരു പാട്ട് അവളാൽ പാടപ്പെടുന്നു
കർത്തരി	: राम ने रावण को मारा।	രാമൻ രാവണനെ കൊന്നു..
കർമ്മണി	: रावण राम के द्वारा मारा गया।	രാവണൻ രാമനാൽ കൊല്ലപ്പെട്ടു.
കർത്തരി	: शाह जहां ने ताज महल बनवाया।	ഷാജഹാൻ താജ്മഹൽ നിർമ്മിച്ചു.
കർമ്മണി	: ताज महल शाह जहां द्वारा बनवाया गया।	താജ്മഹൽ ഷാജഹാനാൽ നിർമ്മിക്കപ്പെട്ടു.

ഭാവവാക്യം അകർമ്മകക്രിയകളാൽ മാത്രം ഉണ്ടാകുന്നു. ഉദാഹരണങ്ങൾ :

കർത്തരി :	घोड़ा नहीं चल सकता।	കുതിരയ്ക്ക് നടക്കാൻ സാധിക്കില്ല.
ഭാവവാക്യം :	घोड़े से चला नहीं जाता।	കുതിരയ്ക്ക് നടക്കാൻ സാധിക്കില്ല.

ഭാവവാക്യത്തിന്റെ ഇംഗ്ലീഷ് തർജ്ജമയിൽ ഇത് കർത്തരിപ്രയോഗം പോലെ തന്നെയാണ്. എന്തുകൊണ്ടെന്നാൽ ഇംഗ്ലീഷിൽ ഭാവവാക്യം ഇല്ല.

ശ്രദ്ധിക്കേണ്ടവ

भाव वाच्य അല്ലെങ്കിൽ ഭാവവാക്യം വിരളമായേ കാണുന്നുള്ളു. ഇത് അസാധ്യതയെ കാണിക്കാൻ മിക്കവാറും നിഷേധാത്മകമായി ഉപയോഗിക്കുന്നു. ഇവിടെ മുഖ്യക്രിയ ഒരു വിധത്തിലും മാറുന്നില്ല. കൂടാതെ ഏകവചനത്തിൽ പുല്ലിംഗത്തിൽ കർമ്മണി ക്രിയയിൽ നിൽക്കുന്നു. (पढ़ा, लिखा, सोया, चला, മുതലായവ) उससे चला नहीं जाता। मुझसे जिया नहीं जाता। रोगी से सोया नहीं जाता। ഈ വാക്യങ്ങൾ ഇതേ രീതിയിൽ ഇംഗ്ലീഷിലേക്ക് വിവർത്തനം ചെയ്യാൻ പറ്റില്ല. എന്തുകൊണ്ടെന്നാൽ അകർമ്മകക്രിയ ഉള്ള വാക്യങ്ങൾ ഇംഗ്ലീഷിൽ കർമ്മണി പ്രയോഗമായി പരിഗണിക്കുന്നില്ല മുകളിൽ കൊടുത്തിരിക്കുന്ന വാക്യത്തിന്റെ അർത്ഥം 'എനിക്ക് നടക്കാൻ സാധിക്കില്ല' 'എനിക്ക് ജീവിക്കാൻ സാധിക്കില്ല' 'രോഗിക്ക് ഉറങ്ങാൻ സാധിക്കുന്നില്ല' എന്നെല്ലാമാണ്

പതിനേഴാം പടി सत्रहवीं सीढ़ी

പലവിധത്തിലുള്ള ദ്വിതീയക്രിയകൾ

यौगिक क्रिया

1. प्रेरणार्थक क्रिया പ്രയോജകക്രിയ

प्रेरणार्थक क्रिया (പ്രേരണാർത്ഥകക്രിയ) മറ്റുള്ളവരെക്കൊണ്ടു ചെയ്യിക്കാൻ കാരണമാകുന്ന പ്രവൃത്തിയെ കാണിക്കുന്നു. ഉദാഹരണം:

(i) यह पत्र मीनाक्षी से लिखवाओ।	ഈ കത്ത് മീനാക്ഷിയെക്കൊണ്ട് എഴുതിക്കൂ.
(ii) मैंने धोबी से कपड़े इस्तरी करवाए।	ഞാൻ എന്റെ തുണികൾ അലക്കുകാരനെക്കൊണ്ട് ഇസ്തിരിയിടുവിച്ചു.

ഇവയെല്ലാം മുകളിൽ പറഞ്ഞ വാക്യങ്ങളിലെ പ്രയോജകക്രിയകളാണ്. लिखवाओ, करवाए (लिखवाना , करवाना തുടങ്ങിയവയുടെ രൂപങ്ങൾ)

ഹിന്ദിയിലെ മിക്കവാറും എല്ലാ ക്രിയകൾക്കും രണ്ടു പ്രയോജകക്രിയകൾ ഉണ്ട്. ആദ്യത്തേത് ത്വരിതപ്രയോജകവും രണ്ടാമത്തേത് അത്വരിതവുമാണ്. ഉദാഹരണം : पढ़ना (വായിക്കുക), पढ़ाना (വായിപ്പിക്കുക), पढ़वाना (കൊണ്ട് വായിപ്പിക്കുക).

പ്രയോജകക്രിയ നിർമ്മിക്കുന്നതിൽ ചില നിബന്ധനകളുണ്ട്. അവ ശ്രദ്ധിക്കുകയും പഠിക്കുകയും മനസ്സിലാക്കുകയും വേണം.

(a) ധാതുവിൽ ഒരു മാറ്റവും സംഭവിക്കുന്നില്ല. ഉദാഹരണങ്ങൾ:

ധാതു	സാമാന്യക്രിയ	ഒന്നാം പ്രയോജകം	രണ്ടാം പ്രയോജകം
	[–ना]	[–आना]	[–वाना]
कर	करना	कराना	करवाना
पढ़	पढ़ना	पढ़ाना	पढ़वाना
सुन	सुनना	सुनाना	सुनवाना
लिख	लिखना	लिखाना	लिखवाना
उठ	उठना	उठाना	उठवाना

(b) രണ്ടക്ഷരമുള്ള ധാതുവിന്റെ ആദ്യത്തെ സ്വരാക്ഷരം ചുരുക്കിയിരിക്കുന്നു. आ യും अ/ई- ए-ऐ യും इ/ऊ-ओ-औ യും उ ഉദാഹരണങ്ങൾ:

ധാതു	സാമാന്യക്രിയ	ഒന്നാം പ്രയോജകം	രണ്ടാം പ്രയോജകം
बोल	बोलना	बुलाना	बुलवाना
जाग	जागना	जगाना	जगवाना
जीत	जीतना	जिताना	जितवाना
लेट	लेटना	लिटाना	लिटवाना
खोद	खोदना	खुदाना	खुदवाना

(c) ദീർഘസ്വരാക്ഷരങ്ങളിൽ അവസാനിക്കുന്ന ധാതുവിന്റെ കൂടെ പ്രയോജകം ചേർക്കുന്നതിന് മുൻപ് ल എന്ന് ചേർക്കുന്നു.

ഉദാഹരണം :

ധാതു	സാമാന്യക്രിയ	ഒന്നാം പ്രയോജകം	രണ്ടാം പ്രയോജകം
खा	खाना	खिलाना	खिलवाना
सी	सीना	सिलाना	सिलवाना
दे	देना	दिलाना	दिलवाना
पी	पीना	पिलाना	पिलवाना
रो	रोना	रुलाना	रुलवाना

ചില ക്രിയകൾ പ്രയോജകമായി രൂപപ്പെടുന്നില്ല എന്ന് ഓർമ്മിക്കുന്നത് നന്നായിരിക്കും അവ താഴെ കൊടുത്തിരിക്കുന്നു. —

आना	जाना	पाना	सकना
होना	पड़ना	रहना	सुस्ताना
लजाना	कुम्हलाना		

2. सहायक क्रिया സഹായകക്രിയ

सहायक क्रिया (സഹായകക്രിയ) പ്രധാന ക്രിയയുടെ കാലം അല്ലെങ്കിൽ ഭാവം രൂപീകരിക്കാൻ സഹായകക്രിയ സഹായിക്കുന്നു. വ്യത്യസ്ത രൂപങ്ങൾ മാറ്റുമ്പോൾ സഹായകക്രിയയിൽ മാറ്റം സംഭവിക്കുന്നു. എന്നാൽ പ്രധാനക്രിയ മാറ്റമില്ലാതെ നിൽക്കുന്നു.

चुक ഉം पड़ ഉം സ്വതന്ത്ര്യക്രിയകളാണ്. പക്ഷേ അവ ഹിന്ദിയിൽ സഹായകക്രിയകളായും ഉപയോഗിക്കാം. അവ്യയമായ चाहिए സഹായകക്രിയയായും ഉപയോഗിക്കാൻ സാധിക്കും.

(a) **सकना (കഴിവ് അല്ലെങ്കിൽ അനുമതി വെളിപ്പെടുത്താൻ)**:

(i) हम इसे अपने-आप हल कर सकते है।	ഇത് നമ്മൾക്ക് തന്നെ പരിഹരിക്കാം. (കഴിവ്)
(ii) मैं हिंदी पढ़ और लिख सकता हूँ।	എനിക്ക് ഹിന്ദി എഴുതാനും വായിക്കാനും സാധിക്കും. (കഴിവ്)
(iii) क्या मैं अंदर आ सकता हूँ, श्रीमान?	സർ, എനിക്ക് അകത്തേക്ക് വരാമോ? (അനുമതി)
(iv) अब आप जा सकते है।	ഇപ്പോൾ നിങ്ങൾക്ക് പോകാം (അനുമതി)

(b) **चुकना** (ഒരു പ്രവൃത്തിയുടെ പൂർത്തീകരണം കാണിക്കാൻ):

(i) हम सब खाना खा चुकें हैं।	ഞങ്ങൾ എല്ലാവരും ആഹാരം കഴിച്ചു കഴിഞ്ഞു .
(ii) नेताजी पहले ही आ चुकें थे।	നേതാജി നേരത്തെ തന്നെ വന്നുകഴിഞ്ഞു.

(c) **चाहिए** (കടമ, ലക്ഷ്യം, സത്ചുമതല എന്നിവ കാണിക്കാൻ)—

चाहिए എന്നതിനം പകരം 'തീർച്ചയായും' 'തന്നെ വേണം' തുടങ്ങിയ വാക്കുകൾ ഉപയോഗിക്കുക.

(i) प्रत्येक को अपना कर्त्तव्य निभाना चाहिए।	നമ്മൾ തീർച്ചയായും നമ്മുടെ കടമ ചെയ്യണം.

(ii) आपको भगवद्गीता पढ़नी चाहिए।	നിങ്ങൾ തീർച്ചയായും ഭഗവത്ഗീത വായിക്കണം.
(iii) तुम्हें बड़ों का सम्मान करना चाहिए था।	നിങ്ങൾ മൂത്തവരെ ബഹുമാനിക്കേണ്ടതാണ്.

(d) **पढ़ना** (നിസ്സഹായത ആവശ്യകത തുടങ്ങിയവ കാണിക്കുന്നു.):

(i) हमें मद्रास जाना पड़ा।	ഞങ്ങൾക്ക് മദ്രാസിലേക്ക് പോകേണ്ടിവരും.
(ii) उसे रोज यहां आना पड़ता है।	അവൻ എല്ലാ ദിവസവും ഇവിടെ വരേണ്ടിവരും .

3. संयुक्त क्रिया സംയുക്ത ക്രിയ

संयुक्त क्रिया (സംയുക്തക്രിയ) അർത്ഥത്തെ തീവ്രമാക്കാൻ രണ്ടു അടിസ്ഥാനധാതുക്കളുടെ മിശ്രണമാണ്.

സംയുക്തക്രിയയിൽ ഒരു ധാതു പ്രധാനവും മറ്റേത് ദ്വിതീയവുമാണ്. .

മുഖ്യക്രിയയുടെ ധാതു മാറുന്നില്ല. എന്നാൽ സഹായകക്രിയയുടെ ധാതു സാധാരണരീതിയിൽ മാറ്റപ്പെടുന്നു. സഹായകക്രിയ അതിന്റെ സമ്പൂർണ്ണ അർത്ഥം നൽകുന്നില്ല. പക്ഷേ മുഖ്യക്രിയയുടെ അർത്ഥത്തെ നവീകരിക്കുന്നു.

സംയുക്ത ക്രിയയുടെ ദ്വിതീയ ക്രിയയായി ഉപയോഗിക്കുന്ന ചില ക്രിയകൾ ഇവിടെ കൊടുത്തിരിക്കുന്നു. ക്രിയകൾ – रखना, लेना, देना, जाना, डालना, रहना, पाना, बैठना, उठना, भागना, देखना, ഇവയാണ്

(a) **रहना** ഒരു അപൂർണ്ണ പ്രവൃത്തിയുടെ തുടർച്ചയുടെ ആകാംക്ഷ സൂചിപ്പിക്കുന്നു. അതായത് —

खेलती रहती है　　हँसता रहता है　　लड़ते रहते हैं

वाक्य-हम चलते रहते हैं। ഞങ്ങൾ നടന്നുകൊണ്ടേയിരിക്കുന്നു.

(b) **उठना** ഒരു പ്രവൃത്തിയുടെ വേഗത കാണിക്കുന്നു. അതായത് —

जाग उठी　　रो उठा　　चिल्ला उठे

वाक्य-वह बहुत चिंतित हो उठा അവൻ വളരെ ചിന്താകുലനായിരുന്നു.

(c) **जाना** മുഖ്യ ക്രിയയുടെ പൂർണ്ണത വെളിവാക്കുന്നു. അതായത്—

बैठ जाता है　　सो जाएगा　　डूब गया

वाक्य-वह मेज पर खड़ा हो गया। അവൻ മേശയുടെ പുറത്ത് നിന്നു.

(d) **बैठना** അറിയാതെ സംഭവിക്കുന്ന പ്രവൃത്തിയുടെ മുഖ്യത്വം കാണിക്കുന്നു. അതായത് —

उठ बैठा है　　लड़ बैठी है　　कर बैठे हैं

वाक्य-मैं अपना पैन खो बैठा हूँ। എനിക്ക് എന്റെ പേന നഷ്ടപ്പെട്ടു.

(e) **पाना** എന്തും പൂർണ്ണമാക്കാനുള്ള കഴിവിനെ സൂചിപ്പിക്കുന്നു. സഹായകക്രിയയായ **पाना** അടിക്കടി നിഷേധവാക്യങ്ങളിൽ ഉപയോഗിക്കുന്നു. അതായത് —

कर (नहीं) पाया　　दे (नहीं) पाया　　बैठ (नहीं) पाये

वाक्य-मैं नींद नहीं कर पाया। എനിക്ക് ഉറങ്ങാൻ പറ്റിയില്ല.

ശ്രദ്ധിക്കേണ്ടവ

चाहिए 'ആവശ്യമുള്ളത്' 'ചുമതലപ്പെട്ടത്' എന്ന അർത്ഥത്തിൽ ഉപയോഗിക്കുന്നു. ഇത് ഒരു നാമത്തിന്റെ കൂടെ മുഖ്യ ക്രിയയായും ഒരു സാമാന്യക്രിയയുടെ കൂടെ സഹായകക്രിയയായും യോജിപ്പിക്കാം അതായത് :

(A)	हमें मिठाई चाहिए।	ഞങ്ങൾക്ക് മിഠായി വേണം. (യഥാർത്ഥത്തിൽ ഞങ്ങളാൽ ആവശ്യപ്പെടുന്നത് മിഠായിയാണ്)
	हमें मिठाइयाँ चाहिए।	ഞങ്ങൾക്ക് മിഠായികൾ വേണം.
	उसे क्या चाहिए?	അവൾക്ക് എന്താണ് വേണ്ടത് ? (അവളാൽ എന്താണ് ആവശ്യപ്പെടുന്നത്.)
	उसे पेंसिलें चाहिएं।	അവൾക്ക് പെൻസിൽ വേണം. (അവളാൽ പെൻസിലുകൾ ആവശ്യപ്പെട്ടു)
(B)	आपको सोना चाहिए।	താങ്കൾ ഉറങ്ങണം. (സാമാന്യനാമം)
	हमें रोज सैर करनी चाहिए।	ഞങ്ങൾ ദിവസവും നടക്കണം.

പ്രധാനപ്പെട്ടത് ഃ चाहिए യുടെ ബഹുവചനം चाहिएँ ആയിരിക്കണം. പക്ഷേ ഇപ്പോൾ चाहिएँ ഒരു പഴയ കാല ഉപയോഗമായി കരുതുന്നു. നവീന ഹിന്ദിയിൽ चाहिए ഒരു അപരിണാമ രൂപമാണ് ഏകവചനത്തിലും ബഹുവചനത്തിലും.

പതിനെട്ടാം പടി अठारहवीं सीढ़ी

അവ്യയം
अव्यय या अविकारी

എപ്പോഴും അപരിണാമ ശബ്ദങ്ങളായി നിലകൊള്ളുന്നവയെ अव्यय അല്ലെങ്കിൽ अविकारी शब्द (അവ്യയം), എന്നു വിളിക്കുന്നു. — आज (ഇന്ന്), कल (നാളെ), जल्दी (ശീഘ്രം), यहां (ഇവിടെ), वहां (അവിടെ), മുതലായവപോലെ.

നാലു തരത്തിലുള്ള അവ്യയപദങ്ങൾ ഉണ്ട് —

1. क्रियाविशेषण	ക്രിയാവിശേഷണം
2. संबंधबोधक	ഗതി
3. समुच्चयबोधक	ഘടകം
4. विस्मयादिबोधक	വ്യാക്ഷേപകം

ഇപ്പോൾ വളരെ ചുരുക്കമായി അവയെക്കുറിച്ച് ചർച്ച ചെയ്യാം.

1. **क्रियाविशेषण** ക്രിയാവിശേഷണം: *(ക്രിയയെ വിശേഷിപ്പിക്കുന്ന പദം):*

(i) अमित नहीं आएगा।	അമിത് വരികയില്ല.
(ii) तुम्हारे पास कितना समय है?	നിങ്ങൾക്ക് എത്രമാത്രം സമയമുണ്ട്?
(iii) वह कैसे लिखता है?	അവൻ എങ്ങിനെ എഴുതുന്നു?
(iv) कहां जा रहे हो?	നിങ്ങൾ എവിടെ പോകുന്നു?
(v) अब गाना शुरू करो।	ഇപ്പോൾ പാടാൻ ആരംഭിക്കു.

മുകളിൽ കൊടുത്തിരിക്കുന്ന വാക്യങ്ങളിൽ नहीं, कितना, कैसे, कहां, अब മുതലായവ ക്രിയാവിശേഷണങ്ങളാണ്. എന്തുകൊണ്ടെന്നാൽ ഓരോന്നും അവയുടെ ക്രിയയെ വിശേഷിപ്പിക്കുന്നു. ഇവയെല്ലാം अव्यय ആണ്.

स्थानसूचक - कहाँ, यहाँ, वहाँ, जहाँ, किधर।

रीतिसूचक - धीरे-धीरे, कैसे।

निषेधसूचक - मत, नहीं, न।

कालसूचक - अब, जब, तब, कब, तुरंत।

परिमाणसूचक-उतना, इतना, जितना, कितना।

2. **संबंधबोधक ഗതി** *(*വാക്യത്തിലെ മറ്റു പദങ്ങളുമായി നാമം സർവ്വനാമം മുതലായവയ്ക്കുള്ള ബന്ധത്തെ കാണിക്കുന്ന പദം *):*

(i) मेज पर पुस्तक पड़ी है।	പുസ്തകം മേശയുടെ പുറത്താണ്.
(ii) विकास पीछे रह गया।	വികാസ് പുറകിലായിപ്പോയി.

(iii) आपके समान बहादुर कोई नहीं।	താങ്കളെപ്പോലെ ധൈര്യശാലി മറ്റാരുമില്ല.
(iv) तुम मेरे खिलाफ जा रहे हो।	നിങ്ങൾ എനിക്കെതിരായി നീങ്ങുന്നു.
(v) यह केवल आपके लिए है।	ഇത് താങ്കൾക്ക് വേണ്ടിയാണ്.

മുകളിൽ കൊടുത്തിരിക്കുന്ന വാക്യങ്ങളിൽ पर, पीछे, (के) समान, खिलाफ और (के) लिए മുതലായവ ഗതികളാണ്.

स्थानसूचक - (के) भीतर, पर, में; (से) दूर, निकट, ऊपर; (के) आगे, पीछे।

कालसूचक - (के) आगे, पीछे; (के) पश्चात्; उपरांत; (से) पहले।

समतासूचक - (के) समान, बराबर, जैसा, सा, (की) भांति।

विरोधसूचक - (के) प्रतिकूल, विरुद्ध, खिलाफ।

कारण बोधक - (के) लिए, (के) कारण, हेतु।

अन्य-को, (की) ओर, (के) प्रति (दिशाबोधक); (से) दूर, से (पृथकतासूचक); (के) सहारे, द्वारा (साधनसूचक)

संबंधबोधक ആണ് ഗതി എന്ന് മനസ്സിലാക്കേണ്ടതാണ്. (ഇംഗ്ലീഷ് ഗതികൾക്ക് എതിരായി) എന്തുകൊണ്ടെന്നാൽ അവ വാക്കുകൾക്ക് ശേഷം വരുന്ന വിശേഷണമാണ്.

3. **समुच्चयबोधक ഘടകം** *(വാക്യങ്ങളെയോ വാക്കുകളെയോ വാചകങ്ങളെയോ ബന്ധിപ്പിക്കുന്ന വാക്ക്):*

(i) डबलरोटी और मक्खन पर्याप्त आहार है।	റൊട്ടിയും വെണ്ണയും സമീകൃതാഹാരമാണ്.
(ii) मुझे बुखार हो गया है, इसलिए मैं उपस्थित नहीं हो सकता।	എനിക്ക് പനിയാണ്. അതുകൊണ്ട് ഹാജരാവാൻ പറ്റില്ല.
(iii) तुम यहां आओगे कि नहीं?	നിങ്ങൾ ഇവിടെ വരുമോ ഇല്ലയോ?

മുകളിൽ കൊടുത്തിരിക്കുന്ന വാക്യങ്ങളിൽ, और (ഉം) इसलिए (അതുകൊണ്ട്), कि (അല്ലെങ്കിൽ) മുതലായവ ഘടകങ്ങളാണ് . അവ യഥാക്രമത്തിൽ വാക്കുകളേയും വാക്യങ്ങളേയും യോജിപ്പിക്കുന്നു.

താഴെ കൊടുത്തിരിക്കുന്നവ ഘടകങ്ങളാണ്. —

(i) और एवं, तथा;

(ii) अथवा, या नहीं तो;

(iii) इसलिए, अतएव, क्योंकि;

(iv) यदि- तो, यद्यपि- तो भी;

(v) अर्थात्, जैसे कि;

(vi) पर, परंतु, किंतु, बल्कि;

(vii) ताकि।

4. **विस्मयादिबोधक വ്യാക്ഷേപകം** *(ആശ്ചര്യദ്യോതകമായോ അല്ലെങ്കിൽ വക്താവിന്റെ ഭാവങ്ങളെയോ വെളിവാക്കുന്ന വാക്ക്.):*

(i) वाह-वाह मैंने प्रथम पुरस्कार जीता। — ആഹ് ! ഞാൻ ഒന്നാം സ്ഥാനം നേടി.

(ii) अहा! यह बाग कितना सुंदर है। — ഓ! ഈ പൂന്തോട്ടം എത്ര മനോഹരമാണ് !

(iii) अरे! वह मर गया। — ആഹ് ! അവൻ മരിച്ചു.

(iv) हाय! मैं अब क्या करूं। — ഹാ! ഞാൻ ഇപ്പോൾ എന്തുചെയ്യും!

മുകളിൽ കൊടുത്തിരിക്കുന്ന വാക്യങ്ങളിൽ, वाह-वाह, अहा, अरे, हाय തുടങ്ങിയ വാക്കുകൾ സന്തോഷം, അത്ഭുതം, സങ്കടം മുതലായ അനുഭവങ്ങളെ സൂചിപ്പിക്കുന്നു. ഇവയെല്ലാം വ്യാക്ഷേപകങ്ങളാണ്.

വ്യാക്ഷേപകങ്ങളുടെ കുറിപ്പ്

विस्मय - अरे! ओह!

उत्साह - धन्य! शाबाश!

आनंद - वाह-वाह! अहा!

दुख - ओह! हाय!

संबोधन - ओ! अरी-री! अरे, रे! अजी!

घृणा - छि:-छि: ऊँह! धत्!

विवशता - काश!

ശ്രദ്ധിക്കേണ്ടവ

	(A)	(B)
(i)	बुरा मत कहो	बुरा न कहो
(ii)	बुरा मत सुनो	बुरा न सुनो
(iii)	बुरा मत देखो	बुरा न देखो

മുകളിൽ കൊടുത്തിരിക്കുന്ന വാക്യങ്ങളിൽ കുറച്ച് വ്യത്യാസങ്ങളുണ്ട്. ആദ്യത്തെ പട്ടികയിൽ मत നിഷേധാത്മകമാണ്. പക്ഷേ രണ്ടാമത്തേതിൽ അതിനു പകരം न ഉപയോഗിച്ചിരിക്കുന്നു.

സാധാരണ രീതിയിൽ പറയുമ്പോൾ പട്ടിക A ക്കും B ക്കും ഒരേ അർത്ഥമാണ്. പക്ഷേ യഥാർത്ഥത്തിൽ ഇത് ശരിയല്ല.

നമ്മൾ വിധിരൂപത്തിൽ നമ്മുടെ ആജ്ഞയ്ക്ക് കൂടുതൽ ശക്തി നൽകേണ്ടിവരുമ്പോൾ मत ഉപയോഗിക്കുന്നു. ഓർമ്മിക്കൂ, അതിന് പകരം न ഉപയോഗിക്കുമ്പോൾ ആ ശക്തി ഒരളവുവരെ കുറയുന്നു.

പത്തൊമ്പതാം പടി उन्नीसवीं सीढ़ी

ക്രമസംഖ്യകൾ
गिनती

1. एक	26. छब्बीस	51. इकयावन	76. छिहत्तर
2. दो	27. सत्ताईस	52. बावन	77. सतहत्तर
3. तीन	28. अट्ठाईस	53. तिरेपन	78. अठहत्तर
4. चार	29. उनतीस	54. चौवन	79. उनासी
5. पांच	30. तीस	55. पचपन	80. अस्सी
6. छः	31. इकत्तीस	56. छप्पन	81. इकयासी
7. सात	32. बत्तीस	57. सत्तावन	82. बयासी
8. आठ	33. तैंतीस	58. अट्ठावन	83. तिरासी
9. नौ	34. चौंतीस	59. उनसठ	84. चौरासी
10. दस	35. पैंतीस	60. साठ	85. पचासी
11. ग्यारह	36. छत्तीस	61. इकसठ	86. छियासी
12. बारह	37. सैंतीस	62. बासठ	87. सत्तासी
13. तेरह	38. अड़तीस	63. तिरसठ	88. अट्ठासी
14. चौदह	39. उन्तालीस	64. चौंसठ	89. नवासी
15. पंद्रह	40. चालीस	65. पैंसठ	90. नब्बे
16. सोलह	41. इकतालीस	66. छियासठ	91. इक्रयानवे
17. सत्रह	42. बयालीस	67. सड़सठ	92. बानवे
18. अठारह	43. तैतालीस	68. अड़सठ	93. तेरानवे
19. उन्नीस	44. चवालीस	69. उनहत्तर	94. चौरानवे
20. बीस	45. पैंतालीस	70. सत्तर	95. पचानवे
21. इक्कीस	46. छियालीस	71. इकहत्तर	96. छियानवे
22. बाईस	47. सैंतालीस	72. बहत्तर	97. सत्तानवे
23. तेईस	48. अड़तालीस	73. तिहत्तर	98. अट्ठानवे
24. चौबीस	49. उनचास	74. चौहत्तर	99. निन्यानवे
25. पच्चीस	50. पचास	75. पचहत्तर	100. सौ

1,000 हजार 1,00,000 लाख

1,00,00,000 करोड़

ക്രമ അക്കങ്ങൾ क्रमांक (ക്രമാംഗം)

ഒന്നാം	पहला	ആറാം	छठा
രണ്ടാം	दूसरा	ഏഴാം	सातवाँ
മൂന്നാം	तीसरा	എട്ടാം	आठवाँ
നാലാം	चौथा	ഒമ്പതാം	नवाँ
അഞ്ചാം	पाँचवाँ	പത്താം	दसवाँ

ഗുണനഅക്കങ്ങൾ गुणनांक (ഗുണനാംഗം)

ഇരട്ടി	दुगुना	ഏഴിരട്ടി	सतगुना
മൂന്നിരട്ടി	तिगुना	എട്ടിരട്ടി	अठगुना
നാലിരട്ടി	चौगुना	ഒമ്പതിരട്ടി	नौगुना
അഞ്ചിരട്ടി	पचगुना	പത്തിരട്ടി	सतगुना
ആറിരട്ടി	छहगुना		

ആവൃത്തി അക്കങ്ങൾ आवृत्तिपरक अंक (ആവൃത്തിപരക് അംക്)

ഒരു പ്രാവശ്യം	एक बार	നാലുപ്രാവശ്യം	चार बार
രണ്ടുപ്രാവശ്യം	दो बार	അഞ്ചുപ്രാവശ്യം	पांच बार
മൂന്നുപ്രാവശ്യം	तीन बार		

പൂർണ്ണയോഗഅക്കങ്ങൾ पूर्णयोगांक (പൂർണ്ണയോഗാംക്)

രണ്ടും	दोनों	ഇരുപതും	बीसों
മൂന്നും	तीनों	ഇരുപതുകണക്കിന്	बीसियों
നാലും	चारों	നൂറുകണക്കിന്	सैकड़ों
അഞ്ചും	दसों	ആയിരക്കണക്കിന്	हजारों

ശ്രദ്ധിക്കേണ്ടവ

1. **11 മുതൽ 18 വരെയുള്ള** (-अह) ൽ അവസാനിക്കുന്ന, സംഖ്യകൾക്ക് ദീർഘാക്ഷരം ആ യോടുകൂടി പൊതുവായ ഉച്ചാരണം ഉണ്ട്. അതായത് ग्यारह (ग्यारह), पंद्रह (पँदरा), മുതലായവ.
2. അതേ രീതിയിൽ അവസാനിക്കുന്ന ഉച്ചാരണത്തിൽ, उन्नीस (19) ന് അടുത്താണ് बीस (20), उनतीस (29) നും तीस (30), उनतालीस (39), നും चालीस (40), उनचास (49), നും पचास (50) അങ്ങിനെ പോകുന്നു.
3. हजार ഉം सहस्र (ആയിരം) പൊതുവായി നാമമായി ഉപയോഗിക്കുകയും एक മുൻപിൽ ചേർക്കുകയും ചെയ്യുന്നു.

ഇരുപതാം പടി बीसवीं सीढ़ी

വർണ്ണങ്ങളിലെ തെറ്റുകൾ
वर्तनी की भूलें

ചില ശരിയും തെറ്റുമായ വാക്കുകളുടെ രൂപങ്ങൾക്ക് ഉദാഹരണങ്ങൾ കൊടുത്തിരിക്കുന്നു. സാധാരണ മനുഷ്യരാൽ മിക്കവാറും തെറ്റിദ്ധരിക്കപ്പെടുന്നവയാണവ. വാക്കുകളുടെ ശരിയായ രൂപങ്ങൾ മനസ്സിലാക്കാൻ ശ്രമിക്കൂ.

തെറ്റ്	ശരി	തെറ്റ്	ശരി
अवश्यक	आवश्यक	दुख	दु:ख
अत्याधिक	अत्यधिक	हिन्दु	हिन्दू
अगनि	अग्नि	जन्ता	जनता
औद्योगिकरण	उद्योगीकरण	प्रथक	पृथक
उज्जवल	उज्ज्वल	कृप्या	कृपया
उपरोक्त	उपर्युक्त	रात्री	रात्रि
आर्शीवाद	आशीर्वाद	बहु	बहू
उपलक्ष	उपलक्ष्य	शुरु	शुरू
एतिहासिक	ऐतिहासिक	गुरू	गुरु
कवियित्री	कवयित्री	पुज्य	पूज्य
चिन्ह	चिह्न	ऐैसा	ऐसा
सन्यासी	संन्यासी	लघू	लघु
प्रतिछाया	प्रतिच्छाया	घन्टी	घण्टी
प्रीक्षा	परीक्षा	श्रेष्ट	श्रेष्ठ
श्रीमति	श्रीमती	सतत्	सतत
चरम	चरम	पुन्य	पुण्य
कुरुप	कुरूप	प्रभू	प्रभु
सहस्त्र	सहस्र	स्त्रि	स्त्री
स्वास्थ	स्वास्थ्य	प्रती	प्रति
हंसना	हँसना	कहां	कहाँ
वायू	वायु	हूं	हूँ
प्रन्तु	परन्तु	जैं	जय
अत:एव	अतएव	रतन	रत्न
पूज्यनीय	पूजनीय	प्रन	प्रण

कठनाई	कठिनाई	दृष्य	दृश्य
जाग्रत	जागृत	पत्नि	पत्नी
पश्चाताप	पश्चात्ताप	स्वामि	स्वामी
दुरदशा	दुर्दशा	रीती	रीति
श्रंगार	शृंगार	तिथी	तिथि
सौन्दर्यता	सौन्दर्य	कृया	क्रिया
समुन्दर	समुद्र	हन्स	हंस
परिवारिक	पारिवारिक	आंख	आँख
बिमार	बीमार	कुपूत	कपूत
कृपालू	कृपालु	पृष्ट	पृष्ठ
अम्रित	अमृत	सपुत्र	सुपुत्र
क्रिषक	कृषक	शरधा	श्रद्धा
प्राधीन	पराधीन	ग्यान	ज्ञान
पुर्नजन्म	पुनर्जन्म	टेड़ा	टेढ़ा
सन्मुख	सम्मुख	बूड़ा	बूढ़ा
लोकिक	लौकिक	पुष्ठ	पुष्ट
आधीन	अधीन	सन्शय	संशय
स्थायि	स्थायी	हिन्सा	हिंसा
पन्डित	पँडित	हन्स	हंस
निर्दोषी	निर्दोष	कुत्तिया	कुतिया
शांतमय	शांतिमय	कुता	कुत्ता
विशवास	विश्वास	निर्दयी	निर्दय
उपयोगता	उपयोगिता	टेड़ा	टेढ़ा
ठकुराईन	ठकुराइन	बूड़ा	बूढ़ा
निरपराधी	निरपराध	कृतग्य	कृतज्ञ
अभिनेत्रि	अभिनेत्री	पड़ाई	पढ़ाई
स्थायीत्व	स्थायित्व	बड़ई	बढ़ई
औढ़ना	ओढ़ना	नीती	नीति
द्वितिय	द्वितीय	औढ़ना	ओढ़ना
सतारह	सत्रह	क्रिपा	कृपा
नवम्	नवम	ऐक	एक
सड़ीयल	सड़ियल	रूपया	रुपया
भारतिय	भारतीय	सोतैला	सौतेला
दुगुणा	दुगुना	क्रिषी	कृषि
पांडीत्य	पांडित्य	सपुत्र	सुपुत्र
स्त्रीयां	स्त्रियाँ	यथेष्ठ	यथेष्ट
दुरावस्था	दुरवस्था	ज्योती	ज्योति
इकट्ठा	इक्ट्ठा	संसारिक	सांसारिक
कोंशलता	कौशल	ज्योंत्सना	ज्योत्स्ना

ശ്രദ്ധിക്കേണ്ടവ

1. ऋ ന്റെ ഉച്ചാരണം മലയാളം വാക്ക് ത്രിഫലം എന്നതിലെ റി യുടെ ഉച്ചാരണത്തോട് വളരെ അടുത്തു നിൽക്കുന്നു. ഇതിന്റെ ഉച്ചാരണം ഏതാണ്ട് अ യ്ക്കും ई യ്ക്കും നടുക്കാണ് इ യോട് അടുത്തു നിൽക്കുന്നു. അതുകൊണ്ട് कृपा യഥാർത്ഥമായും क्रिपा ക്രിപ അല്ല പക്ഷേ കൃപ.
2. कृषि ൽ നിന്നും ഉച്ചാരണത്തിൽ വ്യത്യസ്തമാണ് क्रिषि അതുപോലെ क्रिया ൽ നിന്നും വ്യത്യസ്തമാണ് कृया। ഈ രണ്ട് ഉദാഹരണങ്ങളിലും രണ്ടാമത്തേത് തെറ്റാണ്.

ഭാഗം 3 സന്ദർഭവാക്യങ്ങൾ

ഇരുപത്തൊന്നാം പടി इक्कीसवी सीढ़ी

പ്രായോഗിക ലഘുവാക്യങ്ങൾ
उपयोगी लघु वाक्य

നമുക്ക് നമ്മുടെ വിചാരങ്ങളും വികാരങ്ങളും ചില ചൊല്ലുകളിലൂടെയും ലഘുവാക്യങ്ങളിലൂടെയും കൈമാറാം. ചുരുക്കമായി പഠിക്കാം.

ഇവിടെ ചില ചൊല്ലുകളും ലഘുവാക്യങ്ങളും കൊടുത്തിരിക്കുന്നു :

1. ഹലോ!	अहो!	ഹലോ !
2. പുതുവത്സരാശംസകൾ !	नव वर्ष की शुभकामना!	നവ വർഷ് കി ശുഭ്കാമനാ !
3. താങ്കൾക്കും !	आपको भी!	ആപ്കോ ഭീ.
4. ജൻമദിനാശംസകൾ	जन्मदिन मुबारक!	ജന്മദിൻ മുബാരക് !
5. എല്ലാവർക്കും സ്വാഗതം!	आप सब का स्वागत!	ആപ് സബ് കാ സ്വാഗത്!
6. ആശംസകൾ !	बधाई हो!	ബധായീ ഹോ !
7. താങ്കളുടെ ആഗമനത്തിന് നന്ദി	आपके पधारने का धन्यवाद!	ആപ്കേ പധാർനേ കാ ധന്യവാദ് .
8. നന്ദി ദൈവമേ !	भगवान् का धन्यवाद है!	ഭഗവാൻ കാ ധന്യവാദ് ഹേ.
9. എന്റെ പ്രിയസഖി!	ओ मेरे प्रिय!	ഓ മേരേ പ്രിയ് !
10. ഓ ദൈവമേ !	हे राम !	ഹേ രാം !
11. ഓ !	अरे!	അരേ!
12. വളരെ നന്ന് !	क्या खूब!	ക്യാ ഖൂബ് !
13. ഹായ് ഹായ് !	हाय!	ഹായ് !
14. വളരെ നന്ന് !	क्या खूब!	ക്യാ ഖൂബ് !
15. ഭയങ്കരം !	कितना डरावना!	കിത്നാ ഡറാവനാ !
16. മ0യത്തരം !	कितना भौंडा!	കിത്നാ ഭൗത്ടാ !
17. അതീവ സുന്ദരം !	कितना सुंदर!	കിത്നാ സുന്ദർ !
18. ലജ്ജാവഹം !	कितना लज्जा जनक!	കിത്നാ ലജ്ജാജനക്!
19. സത്യം !	सच!	സച് !
20. ശരി .	अच्छा!	അച്ഛാ !

21. അത്ഭുതകരം !	अद्भुत!	അദ്ഭുത് !
22. നന്ദി !	आपका धन्यवाद!	ആപ്കാ ധന്യവാദ് !
23. തീർച്ചയായും !	निस्संदेह	നിസ്സൻദേഹ്!
24. മഹത്തായ വിജയം	कितनी महान विजय!	കിതനീ മഹാൻ വിജയ്!
25. അഭിനന്ദനത്തോടെ	अभिनंदन के साथ!	അഭിനന്ദൻ കേ സാഥ്!

ഉപയോഗമുള്ള ചൊല്ലുകളും ലഘുവാക്യങ്ങളും :

1. ഒരു നിമിഷം.	जरा एक मिनट	ജരാ ഏക് മിനറ്റ് !
2. വരുന്നു .	अभी आया।	അഭി ആയാ .
3. ഇനി എന്തെങ്കിലും?	कुछ और?	കുച് ഔർ ?
4. ധാരാളം .	काफी है।	കാഫീ ഹെ .
5. ഇനി എന്തെങ്കിലും?	और कुछ?	ഔർ കുച് ?
6. വിഷമിക്കേണ്ട.	कोई चिंता नहीं।	കൊയി ചിന്താ നഹിം.
7. താങ്കളുടെ ഇഷ്ടം.	जैसी आपकी इच्छा।	ജൈസീ ആപ്കീ ഇച്ഛാ!
8. സാരമില്ല .	कोई बात नहीं।	കൊയീ ബാത് നഹീം!
9. ഇത്രമാത്രം.	और कुछ नहीं।	ഔർ കുച് നഹീം !
10. തീർച്ചയായും	कदापि नहीं।	കദാപി നഹീം.
11. മഹിളകൾക്കു മാത്രം.	महिलाओं के लिए।	മഹിളാവോം കേ ലിയേ.
12. വാടകയ്ക്ക്.	किराये के लिए खाली है।	കിരായേ കേലിയേ ഖാലി ഹെ.
13. പ്രവേശനമില്ല.	प्रवेश वर्जित है।	പ്രവേശ് വർജിത് ഹേ.
14. പ്രവേശനമില്ല.	प्रवेश नहीं।	പ്രവേശ് നഹീം .
15. വഴിയില്ല.	आम रास्ता नहीं है।	ആം രാസ്താ നഹീം ഹേ.
16. സംസാരിക്കരുത്.	बातचीत करना मना है।	ബാത്ചീത് കർനാ മനാ ഹേ.
17. പുകവലിക്കരുത്.	सिगरेट पीना मना है।	സിഗരറ്റ് പീനാ മനാ ഹേ.
18. തുപ്പരുത്.	थूकना मना है।	തൂക്നാ മനാ ഹേ.
19. ഇവിടെ നിർത്തരുത്.	वाहन खड़ा करना वर्जित है।	വാഹൻ ഖഡാ കർനാ വർജിത് ഹേ.
20. പുറത്തേക്ക് പോകരുത്.	बाहर जाना मना है।	ബാഹർ ജാനാ മനാ ഹേ.

22-ാം പടി बाईसवीं सीढ़ी

വിധി വാക്യങ്ങൾ
विध्यर्थक वाक्य

താഴെ കൊടുത്തിരിക്കുന്ന വാക്യങ്ങളിൽ ആജ്ഞ, ഉപദേശത്തിനുള്ള അപേക്ഷ തുടങ്ങിയവ കാണിക്കുന്നു വിധിവാക്യങ്ങളിലുള്ള ധാരാളം ക്രിയകൾ ഉണ്ട്.

ക്രിയയ്ക്ക് ശക്തി നൽകുന്ന ചില ലഘുവാക്യങ്ങൾക്ക് ഉദാഹരണങ്ങൾ ഇവിടെ കൊടുത്തിരിക്കുന്നു.

1. ആജ്ഞയെ കാണിക്കുന്ന വാചകങ്ങൾ:

1. ശീഘ്രം.	जल्दी करो।	ജൽദീ കരോ.
2. മിണ്ടാതിരിക്കൂ.	चुप रहो!	ചുപ് രഹോ.
3. അകത്തേക്ക്വരൂ.	अंदर आओ।	അന്തർ ആവോ.
4. പുറത്തേക്ക്പോകൂ.	बाहर निकल जाओ।	ബാഹർ നികൽ ജാവോ.
5. പരസ്യം പതിക്കരുത്.	इश्तहार मत लगाओ।	ഇശ്ത്തഹാർ മത് ലഗാവോ.
6. മടയത്തരം പറയാതിരിക്കൂ.	बकवास मत करो।	ബക്വാസ് മത് കരോ.
7. ശ്രദ്ധിക്കൂ.	सावधान रहो।	സാവധാൻ രഹോ.
8. ഒരു ഗ്ലാസ് വെള്ളം കൊണ്ടുവരൂ.	एक गिलास पानी लाओ।	ഏക് ഗിലാസ് പാനി ലാവോ.
9. നാളെ വരാൻ മറക്കല്ലേ	कल आना मत भूलो।	കൽ ആനാ മത് ഭൂലോ.
10. ധൃതി വക്കല്ലേ.	हड़बड़ी मत करो।	ഹട്ബടീ മത് കരോ.
11. വായാടി ആകല്ലേ	बातूनी मत बनो।	ബാതൂനി മത് ബനോ.
12. സത്യം പറയൂ.	सच बोलो।	സച് ബോലോ.
13. കള്ളത്തരം പറയരുത്	झूठ मत बोलो।	ഝൂഠ് മത് ബോലോ.
14. തിരിച്ചുപോകൂ.	वापस जाओ।	വാപസ് ജാവോ.
15. പരിശ്രമിക്കൂ.	परिश्रम करो।	പരിശ്രമ് കരോ.
16. ജനൽ അടക്കൂ.	खिड़की बंद करो।	ഖിട്കി ബൻധ് കരോ.
17. കതക് തുറക്കൂ.	दरवाज़ा खोलो।	ദർവാസാ ഖോലോ.
18. മുന്നോട്ട് വരൂ.	आगे आओ।	ആഗേ ആവോ.
19. തനിയെ വരൂ.	अकेले आओ।	അകേലേ ആവോ.
20. ഇരിക്കൂ.	बैठ जाओ।	ബൈഠ് ജാവോ.

21. എഴുന്നേൽക്കൂ.	खड़े हो जाओ।	ഖഡേ ഹോ ജാവോ.
22. നേരത്തെ എഴുന്നേൽക്കൂ.	जल्दी उठो।	ജൽദീ ഉഠോ.
23. 8 മണിക്ക് തയ്യാറാകൂ.	आठ बजे तक तैयार रहो।	ആഠ് ബജേ തക് തയ്യാർ രഹോ.
24. എപ്പോഴും ഇടതു വശത്തുകൂടി പോകൂ.	सदा बायें चलो।	സദാ ബായേം ചലോ.
25. ദുശ്ശീലങ്ങൾ ഉപേക്ഷിക്കൂ.	बुरी आदतें छोड़ों।	ബുരി ആദത്തേം ഛോഡോം.
26. നീ നിന്റെ കാര്യം നോക്കൂ.	अपना काम देखो।	അപ്നാ കാം ദേഘോ.
27. മണി അടിക്കൂ.	घंटी बजाओ।	ഘംടി ബജാവോ.
28. ഇത് കൊണ്ടുപോകൂ.	इसे ले जाओ।	ഇസേ ലേ ജാവോ.
29. ബാക്കി പൈസ മടക്കിത്തരൂ.	बाकी पैसं लौटा दो।	ബാക്കി പൈസേ ലൗടാ ദോ.

2. അപേക്ഷയെ കാണിക്കുന്ന വാക്യങ്ങൾ :

30. എന്നോട് ക്ഷമിക്കൂ.	क्षमा करें।	ക്ഷമാ കരേം.
31. ദയവായി തെറ്റിദ്ധരിക്കല്ലേ.	बुरा मत मानिए।	ബുരാ മത് മാനിയേ.
32. ദയവായി എന്നെ മനസ്സിലാക്കാൻ ശ്രമിക്കൂ.	मुझे समझने का यत्न करें।	മുഛേ സമഝ്നേ കാ യത്ന് കരേം.
33. ദയവായി താങ്കളുടെ സൈക്കിൾ കടം തരൂ.	कृपया मुझे अपनी साइकिल दीजिए।	കൃപയാ മുഛേ അപ്നി സൈക്കിൾ ദീജിയേ.
34. ദയവായി എന്നെ അനുഗമിക്കൂ.	मेरे पीछे आइए।	മേരേ പീച്ഛേ ആയിയേ.
35. ദയവായി ശീതള പാനീയം കുടിക്കൂ.	कुछ ठण्डा लीजिए।	കുഛ് ഠണ്ഡാ ലീജിയേ.
36. ദയവായി കാപ്പി കുടിക്കൂ.	थोड़ी-सी काफी लीजिए।	ഥോടീ-സീ കാഫി ലീജിയേ.
37. ദയവായി മുറി വൃത്തിയാക്കി തരൂ.	कृपया कमरे में सफाई करवा दीजिए।	കൃപയാ കമരേ മേം സഫായി കർവാ ദീജിയേ.
38. ദയവായി വേലക്കാരനെ വിളിക്കൂ.	नौकर को बुलाइए न।	നൗക്കർ കോ ബുലായിയേ ന.
39. ദയവായി മുളക് കൈമാറൂ.	मिर्च पकड़ाइए न।	മിർച് പകടായിയേ ന.
40. ദയവായി കുറച്ച് മധുരപലഹാരം കൊണ്ടുവരൂ.	हमारे लिए कुछ मिठाई लाइए।	ഹമാരേ ലിയേ കുഛ് മിഠായി ലായിയേ.
41. ദയവായി ഈ സാധനങ്ങൾ എന്റെ വീട്ടിൽ കൊണ്ടുവന്ന് തരൂ.	कृपया ये वस्तुएं मेरे आवास पर पहुंचवा दीजिए।	കൃപയാ യേ വസ്തുയേം മേരേ ആവാസ് പർ പഹുംചവാ ദീജിയേ.
42. ദയവായി കുളിക്കൂ	स्नान कर लीजिए।	സ്നാൻകർ ലീജിയേ.

43. ദയവായി ഇരിക്കൂ	अपनी जगह पर बैठिए।	अപ്നി ജഗഹ് പർ ബൈഠിയേ.
44. ദയവായി ശരിയായ സമയത്ത് അറിയിക്കൂ.	समय पर सूचित करें।	സമയ് പർ സൂചിത് കരേം.
45. ദയവായി കടം അനുവദിക്കൂ.	कृपा करके मुझे ऋण प्रदान करें।	കൃപാ കർകേ മുഛേ ഋണ് പ്രദാൻ കരേം.

3. ഉപദേശത്തെ കാണിക്കുന്ന വാക്യങ്ങൾ:

46. നമ്മൾ കൃത്യസമയത്ത് പോകണം.	हमें समय पर जाना चाहिए।	ഹമേം സമയ് പർ ജാനാ ചാഹിയേ.
47. പരിശ്രമിച്ചില്ലെങ്കിൽ പരാജയപ്പെടും.	मेहनत करो नहीं तो विफल हो जाओगे।	മെഹനത് കരോ നഹീം തോ വിഫൽ ഹോ ജാവോഗേ.
48. നമുക്ക് കാത്തിരിക്കാം	हम इन्तजार कर लें।	ഹം ഇൻതസാർ കർ ലേം.
49. വരൂ, നമുക്ക് നടക്കാൻ പോകാം.	आओ सैर करें।	ആവോ സൈർ കരേം.
50. നമുക്ക് സമയം നല്ല രീതിയിൽ ഉപയോഗിക്കാം.	आओ समय का सदुपयोग करें।	ആവോ സമയ് കാ സദുപയോഗ് കരേം.
51. നമ്മൾ പൂർണ്ണമായി പരിശ്രമിക്കാം.	आओ हम अपना पूरा यत्न करे।	ആവോ ഹം അപ്നാ പൂരാ യത്ന് കരേ.
52. അങ്ങിനെ തന്നെ ഇരിക്കട്ടെ	चलने दीजिए।	ചൽനേ ദീജിയേ.
53. ഈ കാര്യത്തെ കുറിച്ച് നമുക്ക് ആദ്യം ചിന്തിക്കാം.	आओ पहले इस विषय पर विचार कर लें।	ആവോ പഹലേ ഇസ് വിഷയ് പർ വിചാർ കർ ലേം.
54. വരൂ നമുക്ക് ഒരുമിച്ച് സിനിമക്ക് പോകാം.	आओ इकट्टे सिनेमा चलें।	ആവോ ഇക്ട്ടേ സിനേമാ ചലേം.

23-ാം പടി तेईसवीं सीढ़ी

വർത്തമാനകാലം
वर्तमान काल

1. സാമാന്യവർത്തമാനകാലം सामान्य वर्तमान

1.	ഞാൻ എന്റെ സഹോദരന് കത്ത് എഴുതുന്നു.	मैं अपने भाई को पत्र लिखता हूँ।	മേം അപ്നേ ഭായീ കോ പത്ര് ലിഖ്താ ഹൂം.
2.	ചില കുട്ടികൾ മധുരം ഇഷ്ടപ്പെടുന്നു.	कुछ बच्चे मिठाई पसंद करते हैं।	കുഛ് ബച്ചേ മിഠായി പസന്ത് കർതേ ഹേം.
3.	ഞാൻ ദിവസവും 9.00 മണിക്ക് വീട്ടിൽ നിന്നും പുറപ്പെടുന്നു.	मैं प्रतिदिन नौ बजे घर से चलता हूँ।	മേം പ്രതിദിൻ നൗ ബജേ ഘർ സേ ചൽതാ ഹൂം.
4.	ഭൂമി സൂര്യനുചുറ്റും വലം വക്കുന്നു.	पृथ्वी सूर्य के चारों ओर घूमती है।	പൃഥ്വി സൂര്യ കേ ചാരോം ഓർ ഘൂമ്തി ഹേ.
5.	ഒരു നല്ല കുട്ടി എപ്പോഴും മാതാപിതാക്കളെ അനുസരിക്കുന്നു.	अच्छा बच्चा सदा अपने माता-पिता का कहना मानता है।	അച്ഛാ ബച്ചാ സദാ അപ്നേ മാതാ-പിതാ കാ കഹ്നാ മാൻതാ ഹേ.
6.	അവൾ വളരെ വേഗത്തിൽ വണ്ടി ഓടിക്കുന്നു.	वह बहुत तेज गाड़ी चलाती है।	വഹ് ബഹുത് തേസ് ഗാടീ ചലാതീ ഹേ.
7.	ഞാൻ എന്റെ പല്ല് ദിവസവും രണ്ടു പ്രാവശ്യം തേക്കുന്നു	मैं अपने दांत दिन में दो बार साफ करता हूं।	മേം അപ്നേ ദാംത് ദിൻ മേം ദോ ബാർ സാഫ് കർതാ ഹൂം.
8.	ഞങ്ങൾഭാരതത്തിൽ താമസിക്കുന്നു.	हम भारत में रहते हैं।	ഹം ഭാരത് മേം രഹതേ ഹേം.
9.	നിങ്ങൾ എപ്പോഴും പൈസ കൊടുക്കാൻ മറക്കുന്നു.	तुम सदा पैसे चुकाना भूल जाते हो।	തും സദാ പൈസേ ചുകാനാ ഭൂൽ ജാതേ ഹോ.
10.	അവസാനത്തെ ബസ് അർദ്ധരാത്രിക്ക് പുറപ്പെടുന്നു.	आखिरी बस आधी रात को छूटती है।	ആഘിരീ ബസ് ആധീ രാത് കോ ഛൂട്തീ ഹേ.

11.	നിങ്ങൾ എല്ലാ പണവും വസ്ത്രങ്ങൾക്ക് ചിലവഴിക്കുന്നു.	तुम अपना सारा पैसा कपड़ों पर खर्च कर देते हो।	തും അപ്നാ സാരാ പൈസാ കപടോം പർ ഖർച് കർ ദേതേ ഹോ.
12.	ആരോ വാതിലിൽ മുട്ടുന്നു.	कोई दरवाजा खटखटाता है।	കൊയീ ദർവാസാ ഘട്ഘടാതാ ഹെ.
13.	അവൻ എപ്പോഴും കണ്ണാടി ധരിക്കുന്നു.	वह हर समय ऐनक पहनती है।	വഹ് ഹർ സമയ് ഐനക് പഹൻതീ ഹേ.
14.	ഭാരതത്തിൽ 15 പ്രാദേശീകഭാഷകൾ ഉണ്ട്.	भारत में पन्द्रह क्षेत्रीय भाषाएं हैं।	ഭാരത് മേം പന്ദ്രഹ് ക്ഷേത്രീയ് ഭാഷായേം ഹേ.

2. താത്ക്കാലിക വർത്തമാലകാലം तात्कालिक वर्तमान

1.	എന്റെ അമ്മ മുറി വൃത്തിയാക്കിക്കൊണ്ടിരിക്കുന്നു.	मेरी माताजी कमरा साफ कर रही हैं।	മേരി മാതാജി കമരാ സാഫ് കർ രഹീ ഹെ.
2.	ഞാൻ നവഭാരത് ടൈംസ് വായിച്ചുകൊണ്ടിരിക്കുന്നു.	मैं नवभारत टाइम्स पढ़ रहा हूं।	മേം നവഭാരത് ടൈംസ് പഡ് രഹാ ഹൂം.
3.	നായ കാറിന്റെ അടിയിൽ വിശ്രമിക്കുന്നു.	कुत्ता कार के नीचे लेट रहा है।	കുത്താ കാർ കേ നീചേ ലേട് രഹാ ഹേ.
4.	അവൻ ചന്തയിലേക്ക് പോയിക്കൊണ്ടിരിക്കുന്നു.	वह बाजार जा रहा है।	വഹ് ബാസാർ ജാ രഹാ ഹേ.
5.	അവൾ വെറുതെ കരഞ്ഞു കൊണ്ടിരിക്കുന്നു.	वह बेकार में शोर मचा रही है।	വഹ് ബേകാർ മേം ശോർ മചാ രഹീ ഹേ.
6.	ഞാൻ വന്നു കൊണ്ടിരിക്കുന്നു.	मैं अभी आ रहा हूं।	മേം അഭീ ആ രഹാ ഹൂം.
7.	ഞാൻ ആകാശത്തേക്ക് നോക്കി ക്കൊണ്ടിരിക്കുന്നു.	मैं आसमान की ओर देख रहा हूं।	മേം ആസ്മാൻ കീ ഓർ ദേഘ് രഹാ ഹൂം.
8.	ഞാൻ പാട്ടു പാടിക്കൊണ്ടിരിക്കുന്നു.	मैं गाना गा रही हूं।	മേം ഗാനാ ഗാ രഹീ ഹൂം.
9.	അവൾ പേനതിരഞ്ഞുകൊണ്ടിരിക്കുന്നു.	वह पेन ढूंढ़ रही है।	വഹ് പെൻ ഡൂംഡ് രഹീ ഹേ.
10.	രോഗി ആശുപത്രിയിലേക്ക് പോയി ക്കൊണ്ടിരിക്കുന്നു.	रोगी अस्पताल जा रहा है।	രോഗീ ആസ്പതാൽ ജാ രഹാ ഹേ.

3. സന്ദേഹ വർത്തമാനകാലം संदिग्ध वर्तमान

1.	അവൾ തന്റെ ഓഫീസിൽ എത്തിചേർന്നിരിക്കാം.	वह अपने कार्यालय पहुंच रही होगी।	വഹ് അപ്നേ കാര്യാലയ് പഹുംച് രഹീ ഹോഗീ.

2. അവർ തെറ്റായി ചിന്തിച്ചിരിക്കാം.	वे गलत सोचते होंगे।	വേ ഗലത് സോച്തേ ഹോംഗേ.
3. ഞാൻ നാളെ ബോംബെയിലേക്ക് പോകുമായിരിക്കാം.	मैं कल बम्बई पहुंच रहा होऊंगा।	മേം കൽ ബംബയീ പഹൂംച് രഹാ ഹോവൂംഗാ.
4. ഞാൻ എന്റെ വിദ്യാർത്ഥികൾക്ക് ഹിന്ദി പഠിപ്പിക്കുമായിരിക്കാം.	मैं अपने छात्रों को हिंदी पढ़ा रहा होऊंगा।	മേം അപ്നേ ഛാത്രോം കോ ഹിന്ദി പഠാ രഹാ ഹോവൂംഗാ.
5. നിങ്ങളുടെ സഹോദരി നിങ്ങൾക്ക് വേണ്ടി കാത്തിരിക്കുന്നുണ്ടായിരിക്കാം.	आपकी बहन आपका इंतजार कर रही होगी।	ആപ്കി ബഹൻ ആപ്കാ ഇൻതസാർ കർ രഹീ ഹോഗീ.
6. അവൾ വയലിൻ വായിക്കുമായിരിക്കാം.	वह वायलिन बजाती होगी।	വഹ് വായലിൻ ബജാതീ ഹോഗീ.
7. അവൾ ഒരാഴ്ചക്കുള്ളിൽ പണം തിരിച്ചുതരുമായിരിക്കാം.	वह सप्ताह-भर में पैसा लौटाती होगी।	വഹ് സപ്താഹ്-ഭർ മേം പൈസാ ലൗടാതീ ഹോഗീ.
8. രമ തന്റെ പാഠങ്ങൾ രാവിലെ പഠിക്കുമായിരിക്കും.	रमा प्रात:काल अपना पाठ याद करती होगी।	രമാ പ്രാതഃകാൽ അപ്നാ പാഠ് യാദ് കർതീ ഹോഗീ.

24-ാം പടി चौबीसवीं सीढ़ी

ഭാവികാലം
भविष्यत्काल

1. സാമാന്യ ഭാവികാലം सामान्य भविष्यत्काल

1. ഞാൻ എന്റെ സഹോദരന് ഒരു എഴുത്ത് എഴുതും.	मैं अपने भाई को पत्र लिखूंगा।	മേം അപ്നേ ഭായീ കോ പത്ര് ലിഖൂംഗാ.
2. എന്റെ പിതാവ് ഞായറാഴ്ച ഇവിടെ എത്തിച്ചേരും.	मेरे पिताजी रविवार तक यहां पहुंच जायेंगे।	മേരേ പിതാജി രവിവാർ തക് യഹാം പഹൂംച് ജായേംഗേ.
3. എന്റെ അമ്മ നാളെ ചന്തയിലേക്ക് പോകും.	माताजी कल बाजार जायेंगी।	മാതാജി കൽ ബാസാർ ജായേംഗീ.
4. അവൾ ഈ വർഷം നന്നായി പഠിക്കും.	वह इस वर्ष कड़ी मेहनत से पढ़ाई करेगी।	വഹ് ഇസ് വർഷ് കടീ മേഹനത് സേ പഠായീ കരേഗീ.
5. ഇതുകൊണ്ട് എന്റെ കാര്യം നടക്കും.	इससे मेरा काम चल जायेगा।	ഇസ്സേ മേരാ കാം ചൽ ജായേഗാ.
6. ഞാൻ നാളത്തെ കഴിഞ്ഞ് തിരിച്ചു വരും.	मैं परसों लौट जाऊंगा।	മേം പർസോം ലൗട് ജാവൂംഗാ.
7. എന്റെ സഹോദരൻ രാത്രിയിൽ ഇവിടെ താമസിക്കും.	मेरा भाई रात को यहां ठहर जाएगा।	മേരാ ഭായീ രാത് കോ യഹാം ഠഹർ ജായേഗാ.
8. ഞാൻ വൈകു- ന്നേരം തീർച്ചയായും തിരിച്ചുവരും.	मैं शाम को निश्चित रूप से लौट जाऊंगा।	മേം ശാം കോ നിശ്ചിത് രൂപ് സേ ലൗട്ട് ജാവുംഗാ.
9. എന്തെല്ലാം സംഭ- വിച്ചാലും ഞാൻ ഇത് ചെയ്യും.	जो कुछ भी हो, मैं इसे अवश्य करूंगा।	ജോ കുഛ് ഭീ ഹോ, മേം ഇസേ അവശ്യ് കരൂംഗാ.
10. താങ്കളുടെ എന്ത് ആവശ്യവും ഞാൻ തീർച്ചയായും തരും	जो कुछ आप चाहेंगे, मैं आपको निश्चित रूप से दूंगा।	ജോ കുഛ് ആപ് ചാഹേംഗേ, മേം ആപ്കോ നിശ്ചിത് രൂപ് സേ ദൂംഗാ.

11.	നമ്മൾ ഏകദേശം 5 മണിക്ക് പുറപ്പെടും.	हम लगभग पांच बजे चलेंगे।	ഹം ലഗ്ഭഗ് പാംച് ബജേ ചലേംഗേ.
12.	ഞാൻ തീർച്ചയായും പുകവലി ഉപേക്ഷിക്കും.	मैं निश्चित रूप से धूम्रपान छोड़ दूंगा।	മേം നിശ്ചിത് രൂപ് സേ ധൂമ്രപാൻ ഛോട് ദൂംഗാ.
13.	ഞാൻ തീർച്ചയായും വരും.	मैं अवश्य आऊंगा।	മേം അവശ്യ് ആവൂംഗാ.
14.	ഞാൻ ഇത് പിന്നീട് കാണും.	मैं इसे बाद में देखूंगा।	മേം ഇസേ ബാദ് മേം ദേഘൂംഗാ.

2. സംഭാവ്യ ഭാവികാലം संभाव्य भविष्यत्

1.	താങ്കളുടെ ജേഷ്ഠ-സഹോദരൻ വരുകയാണെങ്കിൽ താങ്കളും വരണം.	यदि तुम्हारे भाई साहब आयें तो तुम भी जरूर आना।	യദി തുമാരേ ഭായീ സാഹബ് ആയേം തോ തും ഭീ സരൂർ ആനാ.
2.	താങ്കൾ താമസിക്കു-കയാണെങ്കിൽ ഞാനും താമസിക്കും.	यदि तुम ठहरो तो मैं भी ठहरूं।	യദീ തും ഠഹരോ തോ മേം ഭീ ഠഹരൂം.
3.	രഞ്ജന ഇന്ന് എത്തിച്ചേർന്നേക്കും.	शायद रंजना आज पहुंचे।	ശായദ് രഞ്ജനാ ആജ് പഹൂംചേ.
4.	ഞാൻ എന്റെ സഹ-പ്രവർത്തകരെകൂടി ക്ഷണിച്ചേക്കും.	संभवत: मैं अपने साथियों को भी बुलाऊं।	സംഭവതഃ മേം അപ്നേ സാഥിയോം കോ ഭീ ബുലാവൂം.
5.	താങ്കൾ നടക്കാൻ പോവുകയാണെങ്കിൽ എന്നെകൂടി വിളിക്കൂ.	यदि तुम सैर को जाओ तो मुझे भी बुलाना।	യദി തും സൈർ കോ ജാവോ തോ മുഛേ ഭീ ബുലാനാ.
6.	താങ്കൾക്ക് താൽപര്യമുണ്ടെങ്കിൽ എന്റെ കോട്ടേജിൽ വിശ്രമിക്കാം.	यदि तुम चाहो तो मेरी कुटिया में आराम कर लो।	യദി തും ചാഹോ തോ മേരി കുടിയാ മേം ആരാം കർ ലോ.
7.	ഞാൻ ഈ സ്റ്റേഷൻ ഏതുസമയത്തും ഉപേക്ഷിക്കാം.	मैं कभी भी यह स्टेशन छोड़ दूं।	മേം കഭീ ഭീ യഹ് സ്റ്റേഷൻ ഛോട് ദൂം.
8.	അവൾ നാളെ മീറ്റിംഗിൽ പങ്കെടു-ക്കുമായിരിക്കും.	कदाचित् वह कल सभा में आये।	കദാചിത് വഹ് കൽ സഭാ മേം ആയേ.
9.	അവൻ രക്ഷപെട്ടി ട്ടുണ്ടായിരിക്കും എന്ന് ഭയപ്പെടുന്നു.	ऐसा न हो कहीं वह भाग जाये।	ഐസാ ന ഹോ കഹീം വഹ് ഭാഗ് ജായേ.
10.	നിങ്ങൾക്ക് സയൻസിൽ അല്ലെങ്കിൽ കോമേഴ്സിൽ പ്രവേശനം കിട്ടുമായിരിക്കും.	या तुम विज्ञान में प्रवेश लो या वाणिज्य में।	യാ തും വിജ്ഞാൻ മേം പ്രവേശ് ലോ യാ വാണിജ്യ് മേം.

25-ാം പടി पचीसवीं सीढ़ी

ഭൂതകാലം (1)
भूतकाल (1)

1. സാമാന്യ ഭൂതകാലം सामान्य भूत

1. വിദ്യാർത്ഥികൾ ക്ലാസ്സിൽ എത്തിചേർന്നു.	छात्र कक्षा में पहुंचे।	ഛാത്ര് കക്ഷാ മേം പഹൂംചേ.
2. പോലീസ് അപരാധിയെ അറസ്റ്റ് ചെയ്തു.	पुलिस ने अपराधी को गिरफ्तार किया।	പുലീസ് നേ അപരാധി കോ ഗിരഫ്ത്താർ കിയാ.
3. ഞാൻ ഇന്നലെ അവനെ കണ്ടു.	मैंने उसे कल देखा।	മേം നേ ഉസേ കൽ ദേഘാ.
4. ഞങ്ങൾ നടക്കുമ്പോൾ വഴിയരുകിൽ ഇരുന്നു.	हम चलते-चलते राह पर बैठ गए।	ഹം ചൽതേ-ചൽതേ രാഹ് പർ ബൈഠ് ഗയേ.
5. ഞാൻ രാവിലെ നിങ്ങളുടെ വീട്ടിൽ പോയിരുന്നു.	मैं प्रात:काल तुम्हारे घर गया।	മേം പ്രാതഃകാൽ തുമ്ഹാരേ ഘർ ഗയാ.
6. ഞങ്ങൾ അവർക്ക് ഊഷ്മളമായ സ്വാഗതം നൽകി.	हमने उस (महिला) का हार्दिक स्वागत किया।	ഹമ്നേ ഉസ് (മഹിളാ) കാ ഹാർദ്ദിക് സ്വാഗത് കിയാ.
7. അധ്യാപകൻ കുസൃതിക്കുട്ടികളെ ശിക്ഷിച്ചു.	अध्यापक ने शरारती छात्रों को दण्ड दिया।	അധ്യാപക് നേ ശരാരതീ ഛാത്രോം കോ ദൺഡ് ദിയാ.
8. താങ്കൾ മാച്ച് കണ്ടു.	तुमने मैच देखा।	തുംനേ മ്യേച് ദേഖാ.
9. കുട്ടികൾ ഓടികളിച്ചു.	बच्चे भागे और खेले।	ബച്ചേ ഭാഗോ ഓർ ഖേലേ.
10. അവർ ഭിക്ഷക്കാരനെ കണ്ട് ചിരിച്ചു.	वे भिखारी पर हँसे।	വേ ഭിഖാരീ പർ ഹംസേ.
11. പെൺകുട്ടികൾ ഒരു പാട്ട് പാടി.	लड़कियों ने गीत गाया।	ലട്കിയോം നേ ഗീത് ഗായാ.
12. അമ്മ രാജാവിന്റെ കഥ പറഞ്ഞു.	मां ने राजा की एक कहानी कही।	മാം നേ രാജാ കീ എക് കഹാനീ കഹീ.

13.	കുട്ടി ഗാഢമായി ഉറങ്ങി.	बच्चा गहरी नींद सोया।	ബച്ചാ ഗഹരീ നീംദ് സോയാ.
14.	രേഖ തന്റെ ആത്മമിത്രത്തിന് കത്തെഴുതി.	रेखा ने अपनी पक्की सहेली को पत्र लिखा।	രേഖാ നേ അപ്നീ പക്കീ സഹേലീ കോ പത്ര് ലിഖാ.
15.	അവർ തിന്നു, കുടിച്ചു, പിന്നെ സന്തോഷിച്ചു.	उन्होंने खाया-पिया और प्रसन्न हुए।	ഉൻഹോം നേ ഖായാ-പിയാ ഓർ പ്രസന്ന് ഹുയേ.

2. ആസന്ന ഭൂതകാലം आसन्न भूत

1.	ഞാൻ എന്റെ ജോലി ചെയ്തു കഴിഞ്ഞു.	मैं अपना काम कर चुका हूं।	മേം അപ്നാ കാം കർ ചുകാ ഹൂം.
2.	അവൾ എന്നെ റസ്റ്റോറന്റിൽ കണ്ടു കഴിഞ്ഞു.	वह मुझे रेस्तरां में देख चुकी है।	വഹ് മുഝേ രേസ്തരാം മേം ദേഖ് ചുകീ ഹേ.
3.	താങ്കൾ ഈ പുസ്തകം വായിച്ചു കഴിഞ്ഞു.	आपने यह पुस्तक पढ़ी है।	ആപ്നേ യഹ് പുസ്തക് പഢി ഹേ.
4.	ഞാൻ എന്റെ ജോലി ചെയ്തു കഴിഞ്ഞു.	मैं अपना काम पूरा कर चुकी हूँ।	മേം അപ്നാ കാം പൂരാ കർ ചുകീ ഹൂം.
5.	എന്റെ അമ്മ വീട്ടിൽ എത്തിച്ചേർന്നു-കഴിഞ്ഞു.	मेरी माताजी घर पहुंच चुकी हैं।	മേരീ മാതാജീ ഘർ പഹൂംച് ചുകീ ഹേ.
6.	ഗരിമാ പാട്ട് പാടി കഴിഞ്ഞു.	गरिमा ने गीत गाया है।	ഗരിമാ നേ ഗീത് ഗായാ ഹേ.
7.	വിദ്യാർത്ഥികൾ അവരുടെ വീട്ടിലേക്ക് പോയികഴിഞ്ഞു.	छात्र अपने घरों को जा चुके हैं।	ഛാത്ര് അപ്നേ ഘരോം കോ ജാ ചുകേ ഹേ.
8.	തൂപ്പുകാരൻ ഇപ്പോൾ തറ-' കഴുകികളഞ്ഞു.	जमादार ने अभी-अभी फर्श साफ किया है।	ജമാദാർ നേ അഭീ-അഭീ ഫർശ് സാഫ് കിയാ ഹേ.
9.	ഫോൺ മണി അടിക്കുന്നത് നിന്നു കഴിഞ്ഞു.	फोन बजना बंद हो गया है।	ഫോൺ ബജ്നാ ബംദ് ഹോ ഗയാ ഹേ.
10.	ആരോ ഘടികാരം പൊട്ടിച്ചു.	किसी ने दीवाल-घड़ी तोड़ दी है।	കിസീ നേ ദീവാൽ-ഘടീ തോട് ദീ ഹേ.
11.	അവർ ദുഃഖ വാർത്ത കേട്ടു കഴിഞ്ഞു.	वे दु:खद समाचार सुन चुके हैं।	വേ ദുഃഖദ് സമാചാർ സുൻ ചുകേ ഹേ.

12.	അവർ കാപ്പി ഉണ്ടാക്കി.	उसने कॉफी बनाई है।	ഉസ്നേ കാഫീ ബനായീ ഹേ.
13.	ഞാൻ ബിൽ അടച്ചു.	मैंने बिल चुका दिया है।	മേംനേ ബിൽ ചുകാ ദിയാ ഹേ.
14.	പിതാവ് ഒരു വൃക്ഷം നട്ടു.	पिताजी ने पेड़ लगाया है।	പിതാജീ നേ പേട് ലഗായാ ഹേ.
15.	നാടകം ഇപ്പോൾ ആരംഭിച്ചു.	नाटक अभी शुरू हुआ है।	നാടക് അഭീ ശുരൂ ഹുവാ ഹെ.

3. പൂർണ്ണഭൂതകാലം पूर्ण भूत

1.	ഞാൻ നേരത്തെ തന്നെ എഴുത്ത് എഴുതി കഴിഞ്ഞു.	मैं पहले से ही पत्र लिख चुका था।	മേം പഹലേ സേ ഭീ പത്ര് ലിഖ് ചുകാ ഥാ.
2.	അവൾ ഈ സിനിമ മുമ്പുതന്നെ കണ്ടുകഴിഞ്ഞു.	वह इस फिल्म को पहले देख चुकी थी।	വഹ് ഇസ് ഫിലിം കോ പഹലേ ദേഖ് ചുകീ ഥീ.
3.	ഇന്നലെ വൈകു-ന്നേരംവരെ ഞാൻ അവനെ കണ്ടില്ല.	कल सायंकाल तक मैंने उसे नहीं देखा था।	കൽ സായംകാൽ തക് മേംനേ ഉസേ നഹീം ദേഖാ ഥാ.
4.	അമിത് വരുന്നതിന് മുമ്പ് അനിൽ വീട്ടിലേക്ക്പോയി.	अमित के आने से पहले अनिल घर जा चुका था।	അമിത് കേ ആനേ സേ പഹലേ അനിൽ ഘർ ജാ ചുകാ ഥാ.
5.	റീത്ത വന്നപ്പോൾ ഞാൻ പ്രഭാത-ഭക്ഷണം കഴിച്ചു കഴിഞ്ഞിരുന്നു.	जब रीता आई मैं नाश्ता कर चुका था।	ജബ് റീതാ ആയീ മേം നാശ്താ കർ ചുകാ ഥാ.
6.	1950 മുതൽ ഞങ്ങൾ ലജ്പത് നഗറിൽ താമസിച്ചു വരുന്നു.	हम 1950 से लाजपत नगर में रह रहे थे।	ഹം 1950 സേ ലാജ്പത് നഗർ മേം രഹ് രഹേ ഥേ.
7.	ഞാൻ കഴിഞ്ഞ 5 ദിവസമായി താങ്കളെ പ്രതീക്ഷി-ച്ചിരിക്കുകയായിരുന്നു.	मैं पिछले पांच दिनों से तुम्हारा इंतजार कर रहा था।	മേം പിഛലേ പാംച് ദിനോം സേ തുമ്ഹാരാ ഇൻതസാർ കർ രഹാ ഥാ.
8.	ഞങ്ങൾ ഇതു പോലൊരു മാച്ച് ഇതിനു മുമ്പ് ഒരിക്കലും കണ്ടിട്ടില്ല.	हमने ऐसा मैच पहले कभी नहीं देखा था।	ഹംനേ ഐസാ മ്യാച് പഹലേ കഭീ നഹീം ദേഖാ ഥാ.
9.	അവൾ വെള്ളം കുടിച്ചു കഴിഞ്ഞു.	वह पानी पी चुकी थी।	വഹ് പാനീ പീ ചുകീ ഥീ.
10.	എന്റെ സഹോദരി ഡിഗ്രി പരീക്ഷ പാസ്സായികഴിഞ്ഞു.	मेरी बहन डिग्री की परीक्षा पास कर चुकी थी।	മേരീ ബഹൻ ഡിഗ്രീ കീ പരീക്ഷ പാസ് കർ ചുകീ ഥീ.

11.	ഞാൻ ഇവിടെ വന്നത് നിങ്ങളെ കാണാനാണ്.	मैं यहां तुम्हें मिलने आया था।	മേം യഹാം തുമ്ഹേം മിൽനേ അയാ ഥാ.
12.	അവർ കടം തിരിച്ചടച്ചില്ല.	उन्होंने उधार नहीं चुकाया था।	ഉൻഹോം നേ ഉധാർ നഹീം ചുകായാ ഥാ.
13.	ഞങ്ങൾ ഷർട്ടുകൾ വാങ്ങി.	हमने कमीजें खरीदी थीं।	ഹംനേ കമീജേം ഖരീദീ ഥീം.
14.	ഞങ്ങൾ എത്തുന്നതിനു മുമ്പു തന്നെ വണ്ടി പ്ലാറ്റ്ഫോം വിട്ടു കഴിഞ്ഞിരുന്നു.	हमारे पहुंचने से पहले गाड़ी प्लेटफार्म छोड़ चुकी थी।	ഹമാരേ പഹൂംചനേ സേ പഹലേ ഗാഡീ പ്ലാറ്റ്ഫോം ഛോഡ് ചുകീ ഥീ.
15.	അവൻ ഈ ഫിലീം കണ്ടു കഴിഞ്ഞതാണ്.	वह यह फिल्म देख चुका था।	വഹ് യഹ് ഫിലീം ദേഖ് ചുകാ ഥാ.

26-ാം പടി छब्बीसवीं सीढ़ी

ഭൂതകാലം (2)
भूत काल (2)

4. സന്ദേഹഭൂതകാലം संदिग्ध भूत

1. യശോദര വന്നിട്ടുണ്ടാകും.	यशोधरा आयी होगी।	യശോദരാ ആയീ ഹോഗീ.
2. നിങ്ങൾ ടാഗോറിന്റെ പേര് കേട്ടിട്ടുണ്ടാകും.	तुमने टैगोर का नाम अवश्य सुना होगा।	തുമ്നേ ടാഗോർ കാ നാം അവശ്യ് സുനാ ഹോഗാ.
3. അവൾ തന്റെ ഭൂതകാലം മറന്നിട്ടുണ്ടാകും.	वह अपना बीता समय भूल गई होगी।	വഹ് അപ്നാ ബീതാ സമയ് ഭൂൽ ഗയീ ഹോഗീ.
4. അവർ ഉറങ്ങി-യിട്ടുണ്ടാകും.	वे सो गए होंगे।	വേ സോ ഗയേ ഹോംഗേ.
5. അവൾ പഴയ കടങ്ങൾ അവർക്ക് കൊടുത്ത് തീർത്തിട്ടുണ്ടാകും.	उन्होंने पुरानी देनदारी उसे चुका दी होगी।	ഉൻഹോംനേ പുരാനീ ദേൻദാരീ ഉസേ ചുകാ ദീ ഹോഗീ.
6. ഞാൻ അവിടെ-യാണെന്ന് അവൻ ചിന്തിച്ചിട്ടുണ്ടാകും.	उसने सोचा होगा कि मैं वहीं हूं।	ഉസ്നേ സോചാ ഹോഗാ കി മേം വഹീ ഹൂം.
7. ശ്രീമാൻ മാലിക് ഈ എഴുത്ത് എഴുതിയിട്ടുണ്ടാകും.	श्री मलिक ने पत्र लिखा होगा।	ശ്രീ മാലിക് നേ പത്ര് ലിഖാ ഹോഗാ.
8. സ്ഥാപനം മേയറെ ക്ഷണിച്ചിട്ടുണ്ടാകും.	संस्थान ने मेयर को निमंत्रित किया होगा।	സംസ്ഥാൻ നേ മേയർ കോ നിമന്ത്രിത് കിയാ ഹോഗാ.
9. അവൾ യാചിച്ചപ്പോൾ അവർ ചിരിച്ചിട്ടുണ്ടാകും.	वे हंसे होंगे जब उसने भीख मांगी होगी।	വേ ഹംസേ ഹോംഗേ ജബ് ഉസ്നേ ഭീഖ് മാംഗീ ഹോഗീ.
10. അവർ അത് സ്വീക-രിച്ചിട്ടുണ്ടാകും	उन्होंने इसे स्वीकार कर लिया होगा।	ഉൻഹോം ഇസേ സ്വീകാർ കർ ലിയാ ഹോഗാ.
11. അവൾ തന്റെ കർത്തവ്യങ്ങൾ ചെയ്തിട്ടുണ്ടാകും.	उसने अपना कर्त्तव्य पूरा किया होगा।	ഉസ്നേ അപ്നാ കർത്തവ്യ് പൂരാ കിയാ ഹോഗാ.

12. ലേഖകൻ തന്റെ ആത്മകഥ എഴുതി- യിട്ടുണ്ടാകും.	लेखक ने अपनी आत्मकथा लिखी होगी।	ലേഖക് നേ അപ്നീ ആത്മകഥാ ലിഖീ ഹോഗീ.

5. അപൂർണ്ണഭൂതകാലം अपूर्ण भूत

1. അവൻ മുറിയിൽ പ്രവേശിക്കുമ്പോൾ ഞാൻ എഴുത്ത് എഴുതുകയായിരുന്നു.	मैं पत्र लिख रहा था जब वह कमरे में घुसा।	മേം പത്ര് ലിഖ് രഹാ ഥാ ജബ് വഹ് കമരേ മേം ഘുസാ.
2. ഇന്നലെ ഞാൻ കുതിരപ്പുറത്ത് വിദ്യാലയത്തിലേക്ക് പോവുകയായിരുന്നു.	कल मैं घोड़े पर बैठकर स्कूल जा रहा था।	കൽ മേം ഘോടേ പർ ബൈഠ്കർ സ്കൂൾ ജാ രഹാ ഥാ.
3. ഞാൻ പുറത്തു- പോയപ്പോൾ മഴ പെയ്യുകയായിരുന്നു.	जब मैं बाहर गया तो बारिश हो रही थी।	ജബ് മേം ബാഹർ ഗയാ തോ ബാരിശ് ഹോ രഹീ ഥീ.
4. ഞാൻ അവളുമായി സംസാരിച്ചു- കൊണ്ടിരിക്കുമ്പോൾ വലിയൊരു ശബ്ദം കേട്ടു.	जब मैं उससे बात कर रहा था तो मैंने एक चीख सुनी।	ജബ് മേം ഉസ്സേ ബാത് കർ രഹാ ഥാ തോ മേംനേ ഏക് ചീഖ് സുനീ.
5. അവൻ ഹിന്ദിയിൽ ഒരു ഉപന്യാസം എഴുതുകയായിരുന്നു.	वह हिंदी में निबंध लिख रहा था।	വഹ് ഹിന്ദി മേം നിബന്ധ് ലിഖ് രഹാ ഥാ.
6. അവർ ഉറങ്ങി- ക്കൊണ്ടിരിക്കുമ്പോൾ നായ്ക്കൾ ജാഗരൂകരായിരുന്നു.	जब वे सो रहे थे तो कुत्ते पहरा दे रहे थे।	ജബ് വേ സോ രഹേ ഥേ തോ കുത്തേ പഹ്രാ ദേ രഹേ ഥേ.
7. നിങ്ങളുടെ സഹോദരൻ വന്നപ്പോൾ ഞങ്ങൾ ടെന്നീസ് കളിക്കുകയായിരുന്നു.	जब तुम्हारा भाई आया तो हम टेनिस खेल रहे थे।	ജബ് തുമ്ഹാരാ ഭായീ ആയാ തോ ഹം ടെന്നീസ് ഖേൽ രഹേ ഥേ.
8. റീന തന്റെ ആഗ്രഹം മൂടിവയ്ക്കാൻ ശ്രമിച്ചുകൊണ്ടിരി- ക്കുകയായിരുന്നു.	रीना अपनी इच्छा को छिपाने की कोशिश कर रही थी।	റീന അപ്നീ ഇഛാ കോ ഛിപാനേ കീ കോശിശ് കർ രഹീ ഥീ.
9. മീറ്റിംഗിൽ അവർ വളരെ ഉച്ചത്തിൽ സംസാരിക്കുകയായിരുന്നു.	वे गोष्ठी में बहुत तेज बोल रहे थे।	വേ ഗോഷ്ഠീ മേം ബഹുത് തേജ് ബോൽ രഹേ ഥേ.
10. ആശ എന്റെ കൂടെ സ്കൂളിൽ പഠിച്ചു കൊണ്ടിരിക്കുക- യായിരുന്നു.	आशा मेरे साथ स्कूल में पढ़ रही थी।	ആശാ മേരേ സാഥ് സ്കൂൾ മേം പഢ് രഹീ ഥീ.

रहा था/रही थी ക്കും -ता था/-ती थी ക്കും ഒരു ചെറിയ വ്യത്യാസമുണ്ട്. ആദ്യം പറഞ്ഞത് നിശ്ചിത കാലത്തിലുള്ള പ്രവൃത്തിയുടെ തുടർച്ചയേയും രണ്ടാമത്തേത് ശീലങ്ങളുടെ

ഉപായങ്ങൾ അല്ലെങ്കിൽ പ്രവൃത്തിയുടെ ആവൃത്തിയേയും കുറിക്കുന്നു. ചില വാക്യങ്ങൾ ता था/ती थी, മുതലായവ ഉൾപ്പെടുന്നവ ഇവിടെ കൊടുത്തിരിക്കുന്നു. ഇവയെല്ലാം അപൂർണ്ണ ഭൂതകാലത്തിന് ഉദാഹരണങ്ങളാണ്.

11.	രണ്ടു വർഷം മുമ്പ് ഞങ്ങൾ പൂനെയിലാണ് താമസിച്ചിരുന്നത്.	दो वर्ष पहले हम पुणे में रहते थे।	ദോ വർഷ് പഹലേ ഹം പൂനേ മേം രഹതേ ഥേ.
12.	മുമ്പ് ഈ പശു പത്തു ലിറ്റർ പാൽ തന്നുകൊണ്ടിരുന്നു.	पहले यह गाय दस कीलोलीटर दूध देती थी।	പഹലേ യഹ് ഗായ് ദസ് കിലോ ലിറ്റർ ദൂധ് ദേതീ ഥീ.
13.	കഴിഞ്ഞ ലോക യുദ്ധത്തിൽ ജർമ്മൻകാർ ധീരതയോടെ പോരാടുകയായിരുന്നു.	गत विश्वयुद्ध में जर्मन बड़ी वीरता से लड़ते थे।	ഗാത് വിശ്വയുദ്ധ് മേം ജർമ്മൻ ബടീ വീരതാ സേ ലട്തേ ഥേ.
14.	ആ സമയത്ത് ഞാൻ ഡൽഹിയിൽ താമസിക്കുകയായിരുന്നു.	उस समय मैं दिल्ली में निवास करता था।	ഉസ് സമയ് മേം ദില്ലീ മേം നിവാസ് കർതാ ഥാ.
15.	ഞാൻ ദിവസവും അമ്പലത്തിൽ പോകാറുണ്ടായിരുന്നു.	मैं प्रतिदिन मंदिर जाता था।	മേം പ്രതിദിൻ മന്ദിർ ജാതാ ഥാ.
16.	1947 നു മുമ്പ് ഞങ്ങൾ പശ്ചിമ പഞ്ചാബിൽ താമസിക്കുകയായിരുന്നു.	1947 से पूर्व हम पश्चिमी पंजाब में रहते थे।	1947 സേ പൂർവ്വ് ഹം പശ്ചിമീ പഞ്ചാബ് മേം രഹതേ ഥേ.
17.	എനിക്ക് ഏഴു വയസ്സുള്ളപ്പോൾ ഞാൻ തനിച്ചാണ് വിദ്യാലയത്തിലേക്ക് പോയിക്കൊണ്ടിരുന്നത്.	जब मैं सात वर्ष का था मैं अकेला स्कूल जाता था।	ജബ് മേം സാത് വർഷ് കാ ഥാ മേം അകേലാ സ്കൂൾ ജാതാ ഥാ.
18.	ഞാൻ കുട്ടിയായിരുന്നപ്പോൾ എന്റെ അമ്മൂമ്മ കഥ പറഞ്ഞു തരാറുണ്ടായിരുന്നു.	जब मैं छोटी थी, मेरी दादी मां मुझे कहानी सुनाया करती थी।	ജബ് മേം ഛോറ്റി ഥീ, മേരീ ദാദീ മാം മുഝേ കഹാനീ സുനായാ കർതീ ഥീ.
19.	എഴുപതാം വയസ്സിൽ അദ്ദേഹം വളരെ വേഗത്തിൽ നടക്കുമായിരുന്നു.	सत्तर साल की आयु में बहुत तेज चलता था।	സത്തർ സാൽ കീ ആയു മേം ബഹുത് തേസ് ചൽതാ ഥാ.

6. നിബന്ധനാ ഭൂതകാലം **हेतु हेतु मद् भूत**

1.	താങ്കൾ കഠിനമായി പരിശ്രമിച്ചിരുന്നെങ്കിൽ താങ്കൾ ജയിക്കുമായിരുന്നു.	यदि तुम परिश्रम करते तो उत्तीर्ण हो जाते।	യദി തും പരിശ്രമ് കർതേ തോ ഉത്തീർണ്ണ് ഹോ ജാതേ.

2.	നിങ്ങൾ സത്യസന്ധ- നായിരുന്നെങ്കിൽ അതീവ സന്തോഷ വാനാകുമായിരുന്നു.	यदि तुम ईमानदार होते तो तुम अधिक सुखी होते।	യദി തും ഈമാൻദാർ ഹോതേ തോ തും അധിക് സുഖീ ഹോതേ.
3.	അവൾ ബുദ്ധിമതി ആയിരുന്നെങ്കിൽ അത് ചെയ്യുമായിരു- ന്നില്ല.	यदि वह बुद्धिमती होती तो वह ऐसा न करती।	യദി വഹ് ബുദ്ധിമതീ ഹോതീ തോ വഹ് ഐസാ ന കർതീ.
4.	നിങ്ങൾ പാടിയിരു- ന്നെങ്കിൽ ഞങ്ങൾ ആസ്വദിക്കുമായിരുന്നു.	यदि तुमने गाया होता तो हम आनंद लेते।	യദി തുംനേ ഗായാ ഹോതാ തോ ഹം ആനന്ദ് ലേതേ.
5.	അവൾ എത്തി- ച്ചേർന്നിരുന്നെങ്കിൽ ഞാൻ പോകുമായിരുന്നു.	यदि वह पहुंची होती तो मैं चला जाता।	യദി വഹ് പഹുംചി ഹോതീ തോ മേം ചലാ ജാതാ.
6.	നിങ്ങൾ വന്നിരു- ന്നെങ്കിൽ ഞാൻ കളിക്കുമായിരുന്നു.	यदि तुम आए होते तो मैं खेलता।	യദി തും ആയേ ഹോതേ തോ മേം ഖേൽതാ.
7.	നിങ്ങൾ എനിക്ക് എഴുതിയിരുന്നെങ്കിൽ ഞാൻ മറുപടി അയക്കുമായിരുന്നു.	यदि तुमने मुझे लिखा होता मैं तुम्हें उत्तर देता।	യദി തുമ്നേ മുഝേ ലിഖാ ഹോതാ മേം തുമ്ഹേം ഉത്തർ ദേതാ.
8.	നിങ്ങൾ എന്നോട് പറഞ്ഞിരുന്നെങ്കിൽ ഞാൻ താമസിക്കു- മായിരുന്നു.	यदि तुमने मुझे कहा होता तो मैं रह जाता।	യദി തുമ്നേ മുഝേ കഹാ ഹോതാ തോ മേം രഹ് ജാതാ.
9.	അവൾ എന്നോട് മുമ്പെ പറഞ്ഞിരുന്നെ- ങ്കിൽ ഞാൻ അങ്ങിനെ ചെയ്യുമായിരുന്നില്ല.	यदि उसने मुझे पहले बताया होता तो मैं ऐसा न करता।	യദി ഉസ്നേ മുഝേ പഹലേ ബതായാ ഹോതാ തോ മേം ഐസാ ന കർതാ.
10.	നിങ്ങൾ അവളെ ക്ഷണിച്ചിരുന്നെങ്കിൽ അവൾ തീർച്ചയായും വരുമായിരുന്നു.	यदि तुम उसे निमंत्रित करते तो वह जरूर आती।	യദി തും ഉസേ നിമന്ത്രിത് കർതേ തോ വഹ് ജരൂർ ആതീ.
11.	രാധയ്ക്ക് ചിറക് ഉണ്ടായിരുന്നെങ്കിൽ അവൾ കൃഷ്ണന്റെ അടുത്തേക്ക് പറന്ന് എത്തുമായിരുന്നു.	यदि राधा के पंख होते तो वह उड़कर कृष्ण के पास पहुँच जाती।	യദി രാധാ കേ പംഖ് ഹോതേ തോ വഹ് ഉട്കർ കൃഷ്ണ് കേ പാസ് പഹുംച് ജാതീ.
12.	അവൾക്ക് ക്യാമറ ഇഷ്ടപ്പെട്ടിരുന്നെങ്കിൽ അവൾ അത് വാങ്ങുമായിരുന്നു	यदि उसे कैमरा पसंद होता तो उसने उसे खरीद लिया होता।	യദി ഉസേ ക്യാമറ പസന്ത് ഹോതാ തോ ഉസ്നേ ഉസേ ഖരീദ് ലിയാ ഹോതാ.

27-ാം പടി सत्ताईसवीं सीढ़ी

പ്രശ്ന സൂചക വാക്യങ്ങൾ(1)

प्रश्नसूचक वाक्य (1)

പ്രശ്ന സൂചകവാക്യങ്ങൾ

(1) ആണ് ആണ് ആണ് ആയിരുന്നു ആയിരുന്നു ഇവയുടെ കൂടെ
है हो/हैं हूं था/थी थे/थीं

1. ഹിന്ദി കഠിനമാണോ?	क्या हिंदी कठिन है?	ക്യാ ഹിന്ദി കഠിൻ ഹെ?
2. ഇന്ന് തണുപ്പാണോ?	आज ठण्ड है?	ആജ് ഠൺട് ഹേ?
3. നിങ്ങളുടെ പേര് നരേന്ദ്രകുമാർ എന്നാണോ?	आपका नाम नरेन्द्र कुमार है?	ആപ്കാ നാം നരേന്ദ്ര കുമാർ ഹേ ?
4. നിങ്ങൾ പ്രേതത്തെ ഭയപ്പെടുന്നുണ്ടോ?	तुम भूतों से डरते हो?	തും ഭൂതോം സേ ടർതേ ഹോ?
5. നിങ്ങൾക്ക് സുഖമാണോ?	तुम स्वस्थ हो?	തും സ്വസ്ഥ് ഹോ?
6. നിങ്ങൾ ശ്രീമാൻ അമിതാഭ് ആണോ?	तुम श्री अमिताभ हो?	തും ശ്രീ അമിതാഭ് ഹോ?
7. എനിക്ക് നിങ്ങളെ ഭയമുണ്ടോ ?	मैं तुमसे डरता हूं?	മേം തുംസേ ഡർതാ ഹൂം ?
8. ഞാൻ വിഡ്ഢിയാണോ?	मैं मूर्ख हूं?	മേം മൂർഖ് ഹൂം.?
9. ഞാൻ നിങ്ങളുടെ വേലക്കാരനാണോ?	मैं तुम्हारा नौकर हूं?	മേം തുമ്ഹാരാ നൗകർ ഹൂം ?
10. അവൾ ഭയപ്പെട്ടോ ?	वह डरी हुई थी?	വഹ് ഡരീ ഹുയീ ഥീ?
11. അവൻ ഇവിടെ അപരനാണോ?	वह यहां अजनबी है?	വഹ് യഹാം അജ്നബീ ഹെ ?
12. ചന്ദ്രൻ തിളങ്ങുന്നുണ്ടായിരുന്നോ?	चांद चमक रहा था?	ചാംന്ദ് ചമക് രഹാ ഥാ?
13. ആൺകുട്ടികൾ ഫുട്ബോൾ കളിക്കുന്നുണ്ടായിരുന്നോ ?	लड़के फुटबाल खेल रहे थे?	ലഡ്കേ ഫുട്ബാൾ ഖേൽ രഹേ ഥേ?
14. നിങ്ങൾ സിംലയിൽ സ്വയം ആനന്ദിക്കുകയായിരുന്നോ?	तुम शिमला में आनंद से रहे?	തും സിംലാ മേം ആനന്ദ് സേ രഹേ ?

15. താങ്കൾ സഹപ്രവർ- ത്തകരുമായി സന്തോഷത്തിലല്ലേ?	क्या तुम अपने साथियों के साथ प्रसन्न नहीं थे?	ക്യാ തും അപ്നേ സാഥിയോം കേ സാഥ് പ്രസന്ന് നഹീം ഥേ?

(2) ചെയ്യുക, ചെയ്യുക , ചെയ്തു

ता, ते, ती

16. ഞങ്ങൾ ജോലി വേണ്ടെന്ന് വയ്ക്കുകയാണോ?	क्या हम काम से जी चुराते हैं?	ക്യാ ഹം കാം സേ ജീ ചുരാതേ ഹേം?
17. താങ്കൾ പുകവലിക്കുമോ?	आप धूम्रपान करते हैं?	ആപ് ധൂമാപാൻ കർതേ ഹെം ?
18. താങ്കൾ എപ്പോഴും സത്യം പറയുമോ?	तुम सदा सच बोलते हो?	തും സദാ സച് ബോൽതേ ഹോ ?
19. അവൾ നല്ല വസ്ത്രം ധരിക്കാൻ ഇഷ്ടപ്പെടുന്നുണ്ടോ?	वह अच्छी वेशभूषा पसंद करती है?	വഹ് അഛി വേശഭൂഷാ പസന്ത് കർതീ ഹേ?
20. അവൾ കളികൾ കളിക്കുമോ ?	वह खेल खेलता है?	വഹ് ഖേൽ ഖേൽതാ ഹെ ?
21. അവൾ തന്റെ അയൽക്കാരെ ഇഷ്ടപ്പെടുന്നുവോ?	वह अपने पड़ोसी को पसंद करती है?	വഹ് ആപ്നേ പടോസീ കോ പസന്ത് കർതീ ഹേ?
22. അനുപം എല്ലാ ആപ്പിളുംതിന്നുവോ?	अनुपम ने सभी संब खा लिये?	അനുപം നേ സഭീ സേബ് ഖാ ലിയേ?
23. നിങ്ങളാണോ ഇത് ഉണ്ടാക്കിയത്?	तुमने इसे बनाया?	തുംനേ ഇസേ ബനായാ ?
24. നിങ്ങൾ മണിയടിച്ചോ?	क्या तुमने घण्टी बजायी?	ക്യാ തുംനേ ഘണ്ടീ ബജായീ ?

(3) ക്ക്. ക്ക് , ക്ക്

चुका है, चुकी है

25. അവൻ പിതാവിന് എഴുതിയോ?	क्या उसने पिता को लिखा है?	ക്യാ ഉസ്നേ പിതാ കോ ലിഖാ ഹെ ?
26. അവളുടെ ഊഷ്മാവ് താണോ?	क्या उसका तापमान गिर गया है?	ക്യാ ഉസ്കാ താപമാൻ ഗിർ ഗയാ ഹെ ?
27. അനുരാഗിന് തീവണ്ടി നഷ്ടപ്പെട്ടോ ?	अनुराग से गाड़ी छुट गयी है?	അനുരാഗ് സേ ഗാഡീ ഛൂട് ഗയീ ഹെ ?
28. നിങ്ങൾ നിങ്ങളുടെ എല്ലാ പണവും ചിലവഴിച്ചോ ?	तुमने अपना सारा धन खर्च कर दिया है क्या?	തും അപ്നാ സാരാ ധൻ ഖർച് കർ ദിയാ ഹെ ക്യാ?
29. നിങ്ങൾ എപ്പോഴെങ്കിലും കാർ ഓടിച്ചിട്ടുണ്ടോ ?	आपने कभी कोई कार चलायी है?	ആപ്നേ കഭീ കൊയീ കാർ ചലായീ ഹെ ?
30. നിങ്ങൾ എന്റെ തൂവാല കണ്ടോ ?	तुम्हें मेरा रूमाल मिला है?	തുമ്ഹേം മേരാ രൂമാൽ മിലാ ഹെ ?

31.	പോസ്റ്റുമാൻ എന്തെങ്കിലും എഴുത്ത് കൊണ്ടുവന്നോ ?	क्या डाकिये ने कोई पत्र दिया था?	ക്യാ ഡാകിയേ നേ കൊയീ പത്ര് ദിയാ ഥാ?
32.	നിങ്ങൾ നിങ്ങളുടെ ജോലി തീർത്തോ?	तुमने अपना काम पूरा कर लिया था?	തുംനേ അപ്നാ കാം പൂരാ കർ ലിയാ ഥാ?
33.	നിങ്ങൾ എപ്പോഴെങ്കിലും ബോംബെക്ക് പോയിട്ടുണ്ടോ?	तुम कभी बम्बई गए थे?	തും കഭീ ബംബയ് ഗയേ ഥേ ?

(4) ഭാവികാല പ്രത്യയങ്ങൾ

-गा/गे -गा

34.	അവർ കൃത്യ-സമയത്ത് മീറ്റിംഗിൽ പങ്കെടുക്കുമോ ?	क्या वे समय पर गोष्ठी में उपस्थित होंगे?	ക്യാ വേ സമയ് പർ ഗോഷ്ഠി മേം ഉപസ്ഥിത് ഹോംഗേ ?
35.	നിങ്ങൾ അവളെ സ്റ്റേഷനിൽ കണ്ടുമുട്ടുമോ ?	तुम उसे स्टेशन पर मिलोगे क्या?	തും ഉസേ സ്റ്റേഷൻ പർ മിലോഗേ ക്യാ ?
36.	ഞാൻ എന്റെ തെറ്റിന് ക്ഷമ-ചോദിക്കേണ്ടി വരില്ലേ ?	क्या मुझे अपनी गलती के लिए क्षमा नहीं मांगनी होगी?	ക്യാ മുഝേ അപ്നീ ഗൽതീ കേ ലിയേ ക്ഷമാ നഹീം മാംഗനീ ഹോഗീ ?
37.	ഞങ്ങൾക്ക് അവരെ കണ്ടുമുട്ടേണ്ടി-വരുമോ ?	हमें उससे मिलना चाहिये क्या?	ഹമേം ഉസ്നേ മിൽനാ ചാഹിയേ ക്യാ ?
38.	എനിക്ക് ആവശ്യ-മുണ്ടെങ്കിൽ കുറച്ച് പണം അവൻ തരുമോ ?	यदि मुझे जरूरत हुई तो क्या वह कुछ रुपये दे देगा?	യദീ മുഝേ സരൂരത് ഹുയീ തോ ക്യാ വഹ് കുഛ് രുപയേ ദേ ദേഗാ ?
39.	എനിക്ക് തെറ്റുപറ്റി-യിട്ടുണ്ടെങ്കിൽ എനിക്ക് ശരിയായ ഉത്തരം പറഞ്ഞു തരുമോ ?	यदि मुझसे गलती हो गयी तो क्या तुम मुझे ठीक उत्तर बता दोगे?	യദീ മുഝസേ ഗൽതീ ഹോ ഗയീ തോ ക്യാ തും മുഝേ ഠീക് ഉത്തർ ബതാ ദോഗേ ?
40.	ഞാൻ നിങ്ങളെ ശല്യപ്പെടുത്തുക-യല്ലല്ലോ ?	क्या मुझे आपको बाधा नहीं पहुंचानी चाहिए?	ക്യാ മുഝേ ആപ്കോ ബാധാ നഹീം പഹുംചാനീ ചാഹിയേ?
41.	നമ്മൾ മറ്റുള്ളവരുടെ കാര്യങ്ങൾ മറക്കാമോ ?	क्या हमें दूसरों के अच्छे कार्यों को भूल जाना चाहिए?	ക്യാ ഹമേം ദുസരോം കേ അഛേ കാര്യോം കോ ഭൂൽ ജാനാ ചാഹിയേ ?

(5) സാധിക്കും, സാധിക്കും, ആകാം
सकना, सकते, सके

42.	നിങ്ങൾക്ക് ഈ കടംകഥയുടെ ഉത്തരം പറയാൻ സാധിക്കുമോ ?	क्या तुम इस पहेली को हल कर सकते हो?	ക്യാ തും ഇസ് പഹേലീ കോ ഹൽ കർ സക്തേ ഹോ ?
43.	നിങ്ങൾക്ക് ഈ വേലി ചാടാൻ സാധിക്കുമോ ?	क्या तुम इस जंगले को फांद सकते हो?	ക്യാ തും ഇസ് ജംഗലേ കോ ഫാംദ് സക്തേ ഹോ ?
44.	അവന് സമയത്തിന് വരാൻ സാധിക്കുമോ?	क्या वह समय पर आ सका?	ക്യാ വഹ് സമയ് പർ ആ സകാ ?
45.	നമ്മൾക്ക് ഈ ജോലി തനിയെ ചെയ്യാൻ സാധിക്കുമോ?	क्या हम यह काम अकेले कर सके?	ക്യാ ഹം യഹ് കാം അകേലേ കർ സകേ ?
46.	സർ ഞാൻ അക-ത്തേക്ക് വരാമോ?	क्या मैं अंदर आ सकती हूं, श्रीमान?	ക്യാ മേം അന്തർ ആ സക്തീ ഹൂം ശ്രീമാൻ?
47.	മാഡം, ഞാൻ അങ്ങയുടെ കൂടെ വരട്ടേ ?	क्या मैं आपका साथ दे सकता हूं, श्रीमती?	ക്യാ മേം ആപ്കാ സാഥ് ദേ സക്താ ഹൂം, ശ്രീമതീ ?
48.	ഞാൻ താങ്കളുടെ ശ്രദ്ധ ആകർഷിക്കാൻ സാധിക്കുമോ?	क्या मैं आपका ध्यान आकृष्ट कर सकता हूँ?	ക്യാ മേം ആപ്കാ ധ്യാൻ ആകൃഷ്ട് കർ സക്താ ഹൂം ?

28-ാം പടി अट्ठाईसवीं सीढ़ी

പ്രശ്ന സൂചക വാക്യങ്ങൾ(2)

प्रश्नसूचक वाक्य (2)

പ്രശ്ന സൂചക വാക്യങ്ങൾ

(1)	എന്ത്	എപ്പോൾ	എവിടെ	എന്തുകൊണ്ട്
	क्या	कब	कहां	क्यों

1.	താങ്കളുടെ പേരെന്താണ്?	तुम्हारा क्या नाम है?	തുമ്ഹാരാ ക്യാ നാം ഹെ ?
2.	താങ്കളുടെ വയസ്സ് എത്രയാണ്?	तुम्हारी कितनी उम्र है?	തുമ്ഹാരി കിതനീ ഉമ്ര് ഹെ ?
3.	ഇതിന്റെ അർത്ഥമെന്താണ്?	इसका क्या अभिप्राय है?	ഇസ്കാ ക്യാ അഭിപ്രായ് ഹെ ?
4.	നിങ്ങൾക്ക് എന്താണ് വേണ്ടത്?	तुम क्या चाहते हो?	തും ക്യാ ചാഹ്തേ ഹോ ?
5.	താങ്കൾ എത്ര കൊടുത്തു ?	आपने कितना (मूल्य) चुकाया?	ആപ്നേ കിതനാ (മൂല്യ്) ചുകായാ ?
6.	താങ്കൾ എന്താണ് സ്വീകരിക്കുക ?	आप क्या लेंगे?	ആപ് ക്യാ ലേംഗേ ?
7.	ഇപ്പോൾ സമയമെത്രയായി?	इस समय कितने बजे हैं?	ഇസ് സമയ് കിതനേ ബജേ ഹെ ?
8.	താങ്കൾക്ക് ഏതു നിറമാണ് ഇഷ്ടം?	आप कौन सा रंग पसंद करते हैं?	ആപ് കോൻ സാ രംഗ് പസന്ത് കർതേ ഹേം ?
9.	നിങ്ങൾക്ക് എന്തു കൂലിയാണ് വേണ്ടത് ?	तुम कितनी मजदूरी चाहते हो?	തും കിതനീ മസ്ദൂരീ ചാഹ്തേ ഹോ ?
10.	താങ്കളുടെ ഇഷ്ട വിനോദം എന്താണ്?	आपकी क्या अभिरुचि है?	ആപ്കീ ക്യാ അഭിരുചി ഹേ?
11.	താങ്കൾ രാവിലെ എത്ര മണിക്ക് എഴുന്നേൽക്കും?	आप सुबह कब उठते हैं?	ആപ് സുബഹ് കബ് ഉഠ്തേ ഹേം ?
12.	നിങ്ങൾ ഈ വാർത്ത എപ്പോഴാണ് കേട്ടത് ?	तुमने यह समाचार कब सुना?	തുംനേ യഹ് സമാചാർ കബ് സുനാ?
13.	നമ്മൾ എപ്പോൾ മടങ്ങും?	हम कब लौटेंगे?	ഹം കബ് ലൗടേംഗേ?
14.	നിങ്ങൾ നിങ്ങളുടെ ജോലി എപ്പോൾ പൂർത്തിയാക്കും ?	तुम अपना काम कब समाप्त करोगे?	തും അപ്നാ കാം കബ് സമാപ്ത് കരോഗേ ?

15.	അവൾ അവളുടെ കഥ എപ്പോഴാണ് നിങ്ങളോട് പറഞ്ഞത്?	उसने तुम्हें अपनी कहानी कब सुनायी?	ഉസ്നേ തുമ്ഹേം അപ്നീ കഹാനീ കബ് സുനായീ ?
16.	അവർ വീണ്ടും എപ്പോഴാണ് കണ്ടുമുട്ടുന്നത് ?	वे दुबारा अब कब मिलेंगे?	വേ ദുബാരാ അബ് കബ് മിലേംഗേ ?
17.	നിങ്ങളുടെ കാർ എപ്പോഴാണ് മോഷണം പോയത് ?	तुम्हारी कार कब चोरी हुई?	തുമ്ഹാര് കാർ കബ് ചോരീ ഹുയീ ?
18.	നിങ്ങൾ നിങ്ങളുടെ പുതിയ വസ്ത്രം എപ്പോഴാണ് ധരിക്കുന്നത് ?	तुम अपने नयं कपड़े कब पहनते हो?	തും അപ്നേ നയേ കപ്ടേ കബ് പഹൻതേ ഹോ ?
19.	എപ്പോഴാണ് നമ്മൾ ഈ സ്റ്റേഷൻ വിട്ടു പോകേണ്ടത് ?	हमें इस स्टेशन को कब छोड़ना पड़ेगा?	ഹമേം ഇസ് സ്റ്റേഷൻ കോ കബ് ഛോട്നാ പടേഗാ ?
20.	നിങ്ങൾ രാത്രിയിൽ എത്ര മണിക്കാണ് ഉറങ്ങുന്നത് ?	तुम रात को कब सोते हो?	തും രാത് കോ കബ് സോതേ ഹോ ?
21.	നിങ്ങളുടെ പേഴ്സ് എവിടെ ?	तुम्हारा बटुआ कहां है?	തുമ്ഹാരാ ബടുവാ കഹാം ഹെ ?
22.	നിങ്ങൾ എവിടെ പോകുന്നു ?	आप कहां जा रहे हैं?	ആപ് കഹാം ജാ രഹേ ഹേം ?
23.	അവർ എവിടെയാണ് താമസിക്കുന്നത് ?	वे कहां रहते हैं?	വേ കഹാം രഹ്തേ ഹേം ?
24.	ഈ വഴി എങ്ങോട്ട് പോകുന്നു ?	यह रास्ता किधर जाता है?	യഹ് രാസ്താ കിധർ ജാതാ ഹെ ?
25.	താങ്കൾ എവിടെ നിന്നും വരുന്നു ?	आप कहां से आये हैं?	ആപ് കഹാം സേ ആയേ ഹേം ?
26.	നമ്മൾക്ക് പുസ്തകങ്ങൾ എവിടെ നിന്നും ലഭിക്കും ?	हम पुस्तकें कहां से प्राप्त कर सकते हैं?	ഹം പുസ്തകേം കഹാം സേ പ്രാപ്ത് കർ സക്തേ ഹേം ?
27.	താങ്കളുടെ ഘടികാരം എവിടെ നിർമ്മിച്ചതാണ് ?	आपकी घड़ी कहां की बनी है?	ആപ്കീ ഘടീ കഹാം കീ ബനീ ഹെ ?
28.	നിങ്ങൾ ചായ എവിടെ നിന്നാണ് വാങ്ങുന്നത്?	तुम चाय कहां से खरीदते हो?	തും ചായ് കഹാം സേ ഖരീദ്തേ ഹോ ?
29.	ഞാൻ എവിടെയാണ് ഇറങ്ങാൻ കഴിയുക?	मैं कहां उतर सकता हूं?	മേം കഹാം ഉതർ സക്താ ഹൂം ?
30.	ഇപ്പോൾ നമ്മൾ എങ്ങോട്ടാണ് പോകേണ്ടത് ?	अब हम कहां जायेंगे?	അബ് ഹം കഹാം ജായേംഗേ ?

31.	അവൻ ഈ പദവിക്കുവേണ്ടി എന്തുകൊണ്ട് അപേക്ഷിച്ചില്ല ?	वह इस पद के लिए प्रार्थना-पत्र क्यों नहीं देता?	വഹ് ഇസ് പദ് കേ ലിയേ പ്രാർത്ഥനാ-പത്ര് ക്യോം നഹിം ദേതാ ?
32.	നിങ്ങൾ എന്തുകൊണ്ട് നേരത്തെ വന്നില്ല ?	तुम जल्दी क्यों नहीं आये?	തും ജൽദി ക്യോം നഹിം ആയേ ?
33.	അവൻ എന്തുകൊണ്ട് എന്നെ നിന്ദിച്ചു ?	उसने मुझे गाली क्यों दी?	ഉസ്നേ മുഝേ ഗാലീ ക്യോം ദീ ?
34.	താങ്കൾ എന്തുകൊണ്ട് ഇത്രമാത്രം കുടിക്കുന്നു?	आप इतनी (शराब) क्यों पीते हैं?	ആപ് ഇതനീ (ശരാബ്) ക്യോം പീതേ ഹേം ?
35.	എന്റെ ചോദ്യങ്ങൾക്ക് എന്തുകൊണ്ട് താങ്കൾ ഉത്തരം നൽകുന്നില്ല?	आप मेरे प्रश्नों का समाधान क्यों नहीं करते हैं?	ആപ് മേരേ പ്രശ്നോം കാ സമാധാൻ ക്യോം നഹീം കർതേ ഹേം ?
36.	ഇന്ന് നിങ്ങൾ എന്തുകൊണ്ടാണ് വളരെ ദുഃഖിതനായിരിക്കുന്നത് ?	आज आप इतने उदास क्यों हैं?	ആജ് ആപ് ഇതനേ ഉദാസ് ക്യോം ഹേ ?
37.	നിങ്ങളുടെ അമ്മ എന്തുകൊണ്ടാണ് നിങ്ങളോട് ദേഷ്യത്തിലിരിക്കുന്നത് ?	तुम्हारी माता जी तुमसे नाराज क्यों थी?	തുമ്ഹാരീ മാതാ ജീ തുംസേ നാരാസ് ക്യോം ഥീ ?
38.	ചില ആളുകൾ എന്തുകൊണ്ടാണ് വിദേശയാത്ര ചെയ്യുന്നത്?	कुछ लोग विदेश यात्रा क्यों करते हैं?	കുഛ് ലോഗ് വിദേശ് യാത്രാ ക്യോം കർതേ ഹേം ?
39.	ആ എം.എൽ.എ. യെ എന്തുകൊണ്ടാണ് ജയിലിലേക്കയച്ചത് ?	उस एम. एल. ए. को जेल क्यों भेजा गया?	ഉസ് എം.എൽ. എ. കോ ജേൽ ക്യോം ഭേജാ ഗയാ ?
40.	താങ്കൾ എന്തുകൊണ്ടാണ് എന്നെ മനസ്സിലാക്കാൻ ശ്രമിക്കാത്തത് ?	आप मुझे समझने की कोशिश क्यों नहीं करते?	ആപ് മുഝേ സമഝനേ കീ കോശിശ് ക്യോം നഹീം കർതേ ?

(2) ആര് ആരോട് ആരുടെ

कौन किसको किसका

41.	ആ വ്യക്തി ആരാണ് ?	वह व्यक्ति कौन है?	വഹ് വ്യക്തി കോൻ ഹെ ?
42.	ആരാണ് ഈ വീട്ടിൽ താമസിക്കുന്നത് ?	इस घर में कौन रहता है?	ഇസ് ഘർ മേം കോൻ രഹ്താ ഹേ ?
43.	ഈ പാട്ട് ആരാണ് പാടിയത് ?	यह गीत किसने गाया?	യഹ് ഗീത് കിസ്നേ ഗായാ ?
44.	ഘടികാരം ആരാണ് നന്നാക്കുന്നത് ?	घड़ियां कौन ठीक करता है?	ഘടിയാ കോൻ ഠീക് കർതാ ഹെ ?
45.	ആരാണ് ഗതാഗതം നിയന്ത്രിക്കുന്നത് ?	यातायात नियंत्रण कौन करता है?	യാതായാത് നിയന്ത്രൺ കോൻ കർതാ ഹേ ?

46. നിങ്ങൾക്ക് ആരെ-യാണ് വേണ്ടത്?	आप किसे चाहते हैं ?	ആപ് കിസേ ചാഹ്തേ ഹേം ?
47. നിങ്ങളെ ആരാണ് ജോലിയിൽ ചേർത്തുവിട്ടത് ?	आप किसके द्वारा नौकरी पर रखे गए हैं?	ആപ് കിസ്കേ ദ്വാരാ നൗകരീ പർ രഖേ ഗയേ ഹേം ?
48. താങ്കൾ ആർക്കാണ് വാഗ്ദാനം നൽകി-യിട്ടുള്ളത് ?	आपने किसे वचन दिया है?	ആപ്നേ കിസേ വചൻ ദിയാ ഹേ ?
49. ആ വീട് ആരുടേതാണ് ?	वह मकान किसका है?	വഹ് മകാൻ കിസ്കാ ഹേ ?
50. നമ്മുടെ അധ്യാപകർ ആരുടെ കീഴിലാണ് ജോലി ചെയ്യുന്നത് ?	हमारे अध्यापक किसकी नौकरी में हैं?	ഹമാരേ അധ്യാപക് കിസ്കീ നൗകരീ മേം ഹേം ?

29-൨൯ പടി उन्नीतीसवीं सीढ़ी

പ്രശ്ന സൂചക വാക്യങ്ങൾ(3)

प्रश्नसूचक वाक्य (3)

(1) എങ്ങിനെ — कैसे; എത്രനാൾ — कब तक/कहां तक; എത്രമാത്രം — कितने; എത്ര — कितना

മുതലായവയുടെകൂടെ

1. താങ്കൾക്ക് സുഖമാണോ ?	आपका क्या हालचाल है?	ആപ്കാ ക്യാ ഹാൽചാൽ ഹേം ?
2. ഇപ്പോൾ താങ്കൾക്ക് എങ്ങിനെയുണ്ട് ?	अब आप कैसे हैं?	അബ് ആപ് കൈസേ ഹോ ?
3. താങ്കൾ എങ്ങിനെ-യാണ് സത്യം മനസ്സിലാക്കിയത് ?	आपको सच्चाई का कैसे पता चला?	ആപ്കോ സച്ചായീ കാ കൈസേ പതാ ചലാ?
4. താങ്കൾക്ക് എങ്ങിനെയിരിക്കുന്നു?	आप कैसे हैं?	ആപ് കൈസേ ഹേം?
5. താങ്കൾക്ക് എത്ര വയസ്സായി ?	आपकी उम्र क्या है?	ആപ്കീ ഉമ്ര് ക്യാ ഹേ ?
6. ഇത് എങ്ങിനെ സംഭവിക്കാം ?	यह कैसे संभव है?	യഹ് കൈസേ സംഭവ് ഹേ ?
7. നിങ്ങളുടെ മകന് എത്ര വയസ്സായി ?	आपका लड़का कितना बड़ा है?	ആപ്കാ ലട്കാ കിത്നാ ബടാ ഹേ ?
8. താങ്കൾ ഇത് എങ്ങിനെ കൈകാര്യം ചെയ്തു?	आपने इसका प्रबंध कैसे किया?	ആപ്നേ ഇസ്കാ പ്രബന്ധ് കൈസേ കിയാ ?
9. നിങ്ങൾ ഭാരതത്തിൽ എത്ര നാളായി താമസിക്കുന്നു ?	आप भारत में कितने समय से हैं?	ആപ് ഭാരത് മേം കിതനേ സമയ് സേ ഹേം ?
10. താങ്കളുടെ മാതാവ് എത്ര നാളായി രോഗിയാണ് ?	आपकी माताजी कितने समय से बीमार है?	ആപ്കീ മാതാജീ കിതനേ സമയ് സേ ബീമാർ ഹേ ?
11. അവർക്ക് എത്ര നാളത്തേക്ക് മുറികൾ വേണം?	वे कितने समय के लिए कमरे चाहते हैं?	വേ കിതനേ സമയ് കേ ലിയേ കമരേ ചാഹ്തേ ഹേം ?

12. താങ്കളുടെ വീട്ടിൽ നിന്നും പോസ്റ്റ് ഓഫീസ് എത്ര ദൂരത്തിലാണ് ?	आपके घर से डाकखाना कितनी दूर है?	ആപ്കേ ഘർ സേ ഡാക്ഘാനാ കിതനീ ദൂർ ഹേ ?
13. ഈ മുറി എത്ര ദൂരമുള്ളതാണ് ?	यह कमरा कितना लम्बा है?	യഹ് കമരാ കിത്നാ ലംബാ ഹേ ?
14. തലസ്ഥാനം ഇവിടെ നിന്നും എത്ര ദൂരത്തിലാണ്?	यहां से राजधानी कितनी दूरी पर है?	യഹാം സേ രാജധാനീ കിതനീ ദൂരീ പർ ഹേ ?
15. താങ്കളുടെ കുടുംബത്തിൽ എത്ര വ്യക്തികൾ ഉണ്ട് ?	आपके कुटुम्ब में कितने व्यक्ति हैं?	ആപ്കേ കുടുംബ് മേം കിതനേ വ്യക്തി ഹേ ?
16. താങ്കൾക്ക് എത്ര സഹോദരന്മാരും സഹോദരിമാരും ഉണ്ട് ?	आपके कितने भाई-बहन हैं?	ആപ്കേ കിതനേ ഭായീ-ബഹൻ ഹേം ?
17. ബസിൽ എത്ര സീറ്റുകൾ ഉണ്ട് ?	बस में कितनी सीटें हैं?	ബസ് മേം കിതനീ സീടേം ഹേ ?
18. എത്ര പൈസ കൊടുക്കണം?	कितनी राशि देनी है?	കിതനീ രാശി ദേനീ ഹേ ?
19. ഓരോ വ്യക്തിക്കും എത്ര പൈസ വസൂലാക്കും ?	प्रति व्यक्ति आप क्या लेंगे?	പ്രതി വ്യക്തി ആപ് ക്യാ ലേംഗേ ?
20. എത്രമാത്രം പാൽ ആവശ്യമുണ്ട്?	कितना दूध चाहिए?	കിത്നാ ദൂധ് ചാഹിയേ ?

(2) ഏത്
कौन सा/कौन सी

21. നിങ്ങളുടെ കുട ഏതാണ് ?	तुम्हारी छतरी कौन सी है?	തുമ്ഹാരീ ഛതരീ കോൻ സീ ഹേ ?
22. നിങ്ങൾ ഞായറാഴ്ച ഏത് സിനിമ കാണും ?	तुम रविवार को कौन सी फिल्म देखोगे?	തും രവിവാർ കോ കോൻ സീ ഫിലിം ദേഖോഗേ ?
23. ഏതു വഴിയാണ് ശരി?	कौन सा रास्ता ठीक है?	കോൻ സാ രാസ്താ ഠീക് ഹേ ?
24. ബുക്കിംഗ് ഓഫീസ് ഏതാണ് ?	टिकट-घर कौन सा है?	ടിക്കറ്റ്-ഘർ കോൻ സാ ഹേ ?
25. നിങ്ങളുടെ ഇഷ്ട പുസ്തകം ഏതാണ്?	तुम्हारी मन-पसंद पुस्तक कौन सी है?	തുമ്ഹാരീ മൻ-പസന്ത് പുസ്തക് കോൻ സീ ഹേ ?
26. ഫ്രോൺഡിയർ മെയിൽ ഏത് പ്ലാറ്റ്ഫോമിലാണ് വരുന്നത് ?	किस प्लेटफॉर्म पर फ्रांटियर मेल आएगी?	കിസ് പ്ലാറ്റ്ഫോം പർ ഫ്രാൺഡിയർ മേൽ ആയേഗീ ?

30-ാം പടി तीसवीं सीढ़ी

നിഷേധാത്മക വാക്യങ്ങൾ
निषेधसूचक वाक्य

നിഷേധാത്മക വാക്യങ്ങളുടെ കൂടെ

(1) ഇല്ല	ഇല്ല	ഇല്ല	ഒരിക്കലുമില്ല	ഒന്നുമില്ല	എപ്പോഴുമില്ല
नहीं	**न-नहीं**	**न**	**कदापि नहीं**	**नहीं**	**कभी नहीं**

1. എന്റെ പിതാവിന്റെ ആരോഗ്യസ്ഥിതി ശരിയല്ല.	मेरे पिताजी की तबियत ठीक नहीं है।	മേരേ പിതാജീ കീ തബിയത് ഠീക് നഹീം ഹേ.
2. ഞങ്ങൾ വിഡ്ഢികളല്ല.	हम मूर्ख नहीं हैं।	ഹം മൂർഖ് നഹീം ഹേ.
3. താങ്കൾ എന്താണ് പറഞ്ഞതെന്ന് എനിക്ക് അറിയില്ല.	मैं नहीं जानती आपने क्या कहा।	മേം നഹീം ജാൻതീ ആപ്നേ ക്യാ കഹാ.
4. അവൾ ആരാണെന്ന് എനിക്കറിയില്ല.	मैं नहीं जानता वह कौन है।	മേം ലഹീം ജാൻതാ വഹ് കോൻ ഹേ.
5. ഇല്ല, എനിക്ക് മനസ്സിലായില്ല.	नहीं, मैं नहीं समझा।	നഹീം, മേം നഹീം സമഛാ.
6. അതിനെക്കുറിച്ച് എനിക്ക് ഒന്നുമറിയില്ല.	मैं इस बारे में कुछ नहीं जानता।	മേം ഇസി ബാരേ മേം കുഛ് നഹീം ജാൻതാ.
7. പ്രത്യേകിച്ച് ഒന്നുമില്ല.	कोई बात नहीं।	കോയീ ബാത് നഹീം.
8. എനിക്ക് ഒന്നും ആവശ്യമില്ല	मैंने कुछ नहीं चाहा।	മേംനേ കുഛ് നഹീം ചാഹാ.
9. അല്ല സാർ യജമാനൻ ഇതുവരെ വന്നിട്ടില്ല.	नहीं श्रीमान्, साहब अभी नहीं आए हैं।	നഹീം ശ്രീമാൻ, സാഹബ് അഭീ നഹീം ആയേ ഹേ.
10. ഇതിലേ വഴിയില്ല	आम रास्ता नहीं।	ആം രാസ്താ നഹീം.
11. ഇല്ല എനിക്ക് തലവേദനയാണ്.	नहीं, मुझे सिरदर्द है।	നഹീം, മുഛേ സിർദർദ് ഹെ.
12. ഇല്ല, ഒരിക്കലുമില്ല.	नहीं, बिल्कुल नहीं।	നഹീം, ബിൽകുൽ നഹീം.
13. അവൾ വിശ്വസ്തയല്ല.	वह विश्वासपात्र नहीं है।	വഹ് വിശ്വാസ്പാത്ര് നഹീം ഹേ.

14. കുരക്കുന്ന പട്ടി കടിക്കില്ല.	भौंकते हुए कुत्ते कभी नहीं काटते। (जो गरजते हैं वे बरसत नहीं)	ഭൗക്തേ ഹുയേ കുത്തേ കഭീ നഹീം കാട്തേ. (ജോ ഗർജതേ ഹേം വേ ബർസത് നഹീം.)
15. ഒരുവൻ ഒരിക്കലും ഇത്രയും അസഭ്യനായ വ്യക്തിയെ കണ്ടിരിക്കില്ല	किसी ने ऐसा असभ्य व्यक्ति नहीं देखा है।	കിസീ നേ ഐസാ അസഭ്യ വ്യക്തി നഹീം ദേഖാ ഹേ.
16. ഇത് തൊടരുത്.	इसे मत छुओ।	ഇസേ മത് ഛുവോ.

(2) ചോദ്യസഹിതമായ നിഷേധാത്മക വാക്യങ്ങൾ
प्रश्न-सहित निषेधसूचक वाक्य

17. എനിക്ക് ചാടാൻ സാധിക്കുന്നു. ഇല്ലേ ?	मैं कूद सकता हूं। क्या नहीं?	മേം കൂദ് സക്താ ഹൂം. ക്യാ നഹീം ?
18. ഞങ്ങൾ കൃത്യ-സമയത്ത് തിരിച്ചു വരും. ഇല്ലേ ?	हम समय पर लौट आएंगे। क्या नहीं?	ഹം സമയ് പർ ലൗട് ആയേംഗേ. ക്യാ നഹീം ?
19. അവർ തീർച്ചയായും വരും, ഇല്ലേ ?	वे अवश्य आयेंगे। क्या नहीं?	വേ അവശ്യ് ആയേംഗേ, ക്യാ നഹീം ?
20. അവർ വിഡ്ഢി കളാണ്. അല്ലേ ?	वे मूर्ख हैं। क्या नहीं?	വേ മൂർഖ് ഹേം. ക്യാ നഹീം ?
21. നിങ്ങൾ മറ്റുള്ളവരെ നിന്ദിക്കരുത്. അല്ലേ ?	तुम्हें दूसरों को गाली नहीं देनी चाहिए। देनी चाहिए?	തുമ്ഹേം ദൂസരോം കോ ഗാലീ നഹീം ദേനീ ചാഹിയേ. ദേനീ ചാഹിയേ ?
22. നിങ്ങൾ സിഗരറ്റ് വലിക്കരുത്. ശരിയല്ലേ ?	तुम्हें सिगरेट बिल्कुल नहीं पीनी चाहिए। पीनी चाहिए"	തുമ്ഹേം സിഗരറ്റ് ബിൽകുൽ നഹീം പീനീ ചാഹിയേ. പീനീ ചാഹിയേ ?
23. അവിടെ പാൽ ധാരാളമുണ്ട്.ഇല്ലേ?	दूध काफी है। क्या नहीं?	ദൂധ് കാഫി ഹേ. ക്യാ നഹീം ?
24. നിങ്ങൾക്ക് നിങ്ങ-ളുടെ തുവാല കണ്ടുപിടിക്കാൻ സാധിച്ചില്ലേ ?	क्या तुम अपना रूमाल नहीं ढूंढ़ सकते?	ക്യാ തും അപ്നാ രുമാൽ നഹീം ഢൂംഢ് സക്തേ ?
25. അവന് ഇതിലും നന്നായി ജോലി-ചെയ്യാൻ സാധിക്കില്ലേ ?	क्या वह इससे अच्छा काम नहीं कर सकता था?	ക്യാ വഹ് ഇസ്സേ അഛാ കാം നഹീം കർ സക്താ ഥാ ?
26. നിങ്ങൾക്ക് ഞങ്ങളെ വന്നു കാണാൻ സാധിക്കില്ലേ ?	क्या तुम हमें मिलने नहीं आ सकते थे?	ക്യാ തും ഹമേം മിൽനേ നഹീം ആ സക്തേ ഥേ ?

27.	ഇപ്പോൾ താങ്കൾ നടക്കാൻ പോകാറില്ലേ?	क्या तुम अब घूमने नहीं जा रहे हो?	ക്യാ തും അബ് ഘൂമ്നേ നഹീം ജാ രഹേ ഹോ ?
28.	ഞാൻ നിങ്ങളോട് വീണ്ടും പറയണോ?	क्या मुझे तुमको दुबारा बताना पड़ेगा।	ക്യാ മുഝേ തുമ്കോ ദുബാരാ ബതാനാ പഡേഗാ?
29.	എനിക്ക് കട അടക്കേണ്ടി വരില്ലേ?	क्या मुझे दुकान बंद नहीं करनी पड़ेगी।	ക്യാ മുഝേ ദുകാൻ ബന്ദ് കർനീ പഡേഗീ ?

ഭാഗം 4 സന്ദർഭവാക്യങ്ങൾ

31-ാം പടി इक्तीसवीं सीढ़ी

വീട്ടിൽ
घर में

1. വളരെ നാളുകൾക്കു ശേഷമാണ് സന്ദർശിക്കുന്നത്?	आपने बड़े दिनों के बाद दर्शन दिए।	ആപ്നേ ബഡേ ദിനോം കേ ബാദ് ദർശൻ ദിയേ ?
2. താങ്കൾ എങ്ങിനെയാണ് വന്നത് ?	आप कैसे पधारे?	ആപ് കൈസേ പധാരേ ?
3. താങ്കൾ എത്രമാത്രം കഷ്ടപ്പെട്ടു?	आपने कैसे कष्ट किया।	ആപ്നേ കൈസേ കഷ്ട് കിയാ ?
4. എനിക്ക് താങ്കളുടെ ഉപദേശം വേണം.	मुझे आपसे सलाह लेनी है।	മുഝേ ആപ്സേ സലാഹ് ലേനീ ഹേ.
5. ഈ വിഷയത്തിൽ താങ്കളുടെ അഭിപ്രായം എന്താണ് ?	इस विषय में आपका क्या विचार है?	ഇസ് വിഷയ് മേം ആപ്കാ ക്യാ ിചാർ ഹേ ?
6. ഞാൻ ചില അത്യാവശ്യകാര്യങ്ങൾക്കാണ് വന്നത്.	मैं किसी आवश्यक काम से आया हूं।	േ കിസീ അവശ്യക് കാമ് സേ ആയാ ഹൂം.
7. അവൾക്ക് നിങ്ങളോടൊപ്പം ചില ജോലിയുണ്ട്	उसे तुमसे एक काम था।	ഉസേ തുമ്സേ ഏക് കാമ് ഥാ..
8. പിന്നീട് എപ്പോഴെങ്കിലും വരൂ	फिर कभी आना।	ഫിർ കഭീ ആനാ.
9. നിങ്ങൾ രണ്ടുപേരും വരണം.	आप दोनों आना।	ആപ് ദോനോം ആനാ.
10. നിങ്ങൾ വരുമെന്ന് ഉറപ്പു തരൂ.	वचन दो कि अवश्य आओगे।	വചൻ ദോ കി അവശ്യ് ആഓഗേ.
11. ഞാൻ താങ്കളുടെ പേര് മറന്നുപോയി .	मैं आपका नाम भूल गया हूं।	മേം ആപ്കാ നാമ് ഭൂൽ ഗയാ ഹും
12. താങ്കളെ തിരിച്ചറിയുന്നില്ല	आप पहचाने नहीं जाते।	ആപ് പഹ്ചാനേ നഹീം ജാതേ.
13. ഇന്ന് രാവിലെ ഞാൻ നേരത്തെ എഴുന്നേറ്റു .	आज प्रात: मेरी आंख जल्दी खुली।	ആജ് പ്രാത്ഃ മേരി ആംഖ് ജൽദീ ഖുലീ.
14. ഞാൻ താങ്കളെ ഉണർത്തുന്നതിന് ശരിയായ രീതിയിൽ ചിന്തിച്ചില്ല .	मैंने आपको जगाना उचित नहीं समझा।	മേംനേ ആപ്കോ ജഗാനാ ഉചിത് നഹീം സമച്ഛാ .

15. താങ്കൾ ഇപ്പോഴും ഉണർന്നിരിക്കു- കയാണോ?	आप अभी तक जाग रहे हैं क्या?	ആപ് അഭീതക് ജാഗ് രഹേ ഹേം ക്യാ?
16. ഞാൻ ഒരു നിമിഷം വിശ്രമിക്കട്ടെ .	मैं तनिक विश्राम कर लूं।	മേം തനിക് വിശ്രാമ് കർ ലൂം.
17. അവർ വിശ്രമിക്കട്ടെ .	उन्हें आराम करने दीजिए।	ഉൻഹേം ആരാമ് കർനേ ദീജിയേ.
18. ഞാൻ ഇനിയൊരി- ക്കൽ വരാം.	मैं फिर कभी आऊंगा।	മേം ഫിർ കഭീ ആവൂംഗാ.
19. എനിക്ക് ഉറക്കം വരുന്നു.	मुझे नींद आ रही है।	മുഛേ നീംദ് ആ രഹീ ഹേ.
20. പോയി വിശ്രമിക്കൂ	बस अब आराम करो।	ബസ് അബ് ആരാം കരോ .
21. എനിക്ക് ഗാഢമായ ഉറക്കം കിട്ടി .	मुझे गहरी नींद आयी है।	മുച്ഛേ ഗഹരീ നീംദ് ആയീ ഹേ.
22. ദയവായി അവളുടെ ആഗമനം എന്നെ അറിയിക്കൂ.	कृपया मुझे उसके आने की खबर दे दें।	കൃപയാ മുഛേ ഉസ്കേ ആനേ കീ ഖബർ ദേ ദേം.
23. അവൻ വളരെ മുമ്പു തന്നെ പോയി.	वह बहुत पहले चला गया है।	വഹ് ബഹുത് പഹലേ ചലാ ഗയാ ഹേ
24. താങ്കൾ എന്തുകൊണ്ട് പോയില്ല?	आप क्यों नहीं गए?	ആപ് ക്യോം നഹീം ഗയേ ?
25. ചില അത്യാവശ്യ ജോലി കാരണം എനിക്ക് പോകാൻ കഴിയില്ല .	मैं किसी आवश्यक काम के कारण नहीं जा सका।	മേം കിസീ അവശ്യക് കാമ് കേ കാരൺ നഹിം ജാ സകാ.
26. താങ്കൾ എന്തുകൊണ്ട് മിനിഞ്ഞാന്ന് വന്നില്ല?	आप परसों क्यों नहीं आए?	ആപ് പർസോം ക്യോം നഹീം ആയേ ?
27. ഒരു അത്യാവശ്യ ജോലി ഉണ്ടായിരുന്നു.	एक जरूरी काम आ पड़ा था।	ഏക് സരൂരി കാമ് ആ പഡാ ഥാ.
28. ഞാൻ രാവിലെ മുതൽ പുറത്താ- യിരുന്നു.	मैं सुबह का घर से निकला हूं।	മേം സുബഹ് കാ ഘർ സേ നികലാ ഹൂം.
29. അവർ വീട്ടിൽ എന്നെ പ്രതീക്ഷിച്ചു- കൊണ്ടിരിക്കുക- യായിരിക്കും.	वे घर पर मेरी प्रतीक्षा कर रहे होंगे।	വേ ഘർ പർ മേരി പ്രതീക്ഷാ കർ രഹേ ഹോംഗേ.
30. എനിക്ക് ഇതിൽ കൂടുതൽ നിൽക്കാൻ പറ്റില്ല.	मैं अब और नहीं रुक सकती।	മേം അബ് ഔർ നഹീം രുക് സക്തീ.
31. വരട്ടെ, പിന്നെ കാണാം.	अच्छा विदा, फिर मिलेंगे।	അച്ഛാ വിദാ, ഫിർ മിലേംഗേ.

32-ാം പടി बत्तीसवीं सीढ़ी

ഷോപ്പിംഗ്
खरीदारी

1. സെൻട്രൽ മാർക്കറ്റ് എവിടെയാണ്?	सेन्ट्रल मार्केट कहां है?	സെൻട്രൽ മാർക്കറ്റ് കഹാം ഹേ ?
2. ഞാൻ അങ്ങോട്ടാണ് പോകുന്നത്, എന്റെകൂടെ വരൂ.	मेरे साथ चलो, मैं वहीं जा रहा हूं।	മേരേ സാഥ് ചലോ, മേം വഹീം ജാ രഹാ ഹൂം.
3. ഞാൻകുറച്ച് വസ്ത്രങ്ങൾ വാങ്ങാൻ ആഗ്രഹിക്കുന്നു.	मैं कुछ कपड़े खरीदना चाहता हूं।	മേം കുഛ് കപഡേ ഖരീദ്നാ ചാഹ്താ ഹൂം.
4. വില കുറവുള്ളതും നല്ലതുമായ കട ഏതാണ്?	सस्ती और सबसे अच्छी दुकान कौन-सी है?	സസ്തീ ഓർ സബ്സേ അഛീ ദുകാൻ കോൻ-സീ ഹെ ?
5. താങ്കളുടെ കയ്യിൽ എത്ര രൂപയുണ്ട് ?	आपके पास कितने रुपये हैं?	ആപ്കേ പാസ് കിത്നേ രുപയേ ഹേം ?
6. വരവിൽ കൂടുതൽ ചിലവഴിക്കരുത്.	अपनी आय से अधिक खर्च न कीजिए।	അപ്നീ ആയ് സേ അധിക് ഖർച് ന കീജിയേ.
7. ഒരേ വിലയാണോ?	क्या एक दाम है।	ക്യാ എക് ദാമ് ഹേ?
8. താങ്കളുടെ ഏറ്റവും കുറഞ്ഞവില പറയൂ.	कम से कम दाम बताइए।	കം സേ കം ദാം ബതായിയേ.
9. ഇത് എഴുപതുരൂപക്ക് താങ്കൾ തരുമോ ?	क्या आप यह सत्तर रुपये में देंगे?	ക്യാ ആപ് യഹ്സത്തർ രുപയേ മേം ദേംഗേ?
10. പണം എണ്ണിനോക്കൂ.	रुपये गिन लीजिए।	രുപ്പയേ ഗിൻ ലീജിയേ.
11. ബാക്കി പൈസ തരൂ.	बाकी पैसे दे दो।	ബാക്കി പൈസേ ദേദോ.
12. താങ്കൾ കാലുറ വിൽക്കുന്നുണ്ടോ ?	आप जुराबें बेचते हैं क्या?	ആപ് ജുരാബേം ബേച്തേ ഹേം ക്യാ ?
13. ഇത് വാങ്ങൂ.	यह खरीद लीजिए।	യഹ് ഖരീദ് ദീജിയേ.
14. വേറൊരു തരം കാണിക്കൂ.	मुझे और कोई किस्म दिखाओ।	മുഝേ ഔർ കൊയീ കിസ്മ് ദിഖാവോ.
15. എനിക്ക് ഇത് വേണ്ട.	मुझे यह नहीं चाहिए।	മുഝേ യഹ് നഹിം ചാഹിയേ.

16. ഇത്ര വില കൂടിയത് വേണ്ട.	इतना कीमती नहीं।	ഇത്നാ കിമ്തീ നഹീം.
17. എനിക്ക് ഈ നിറം വേണ്ട.	मुझे इस रंग का नहीं चाहिए।	മുഝേ ഇസ് രംഗ് കാ നഹിം ചാഹിയേ.
18. ഇത് മങ്ങിയതാണ്.	इसका रंग उड़ा हुआ है।	ഇസ്കാ രംഗ് ഉഡാ ഹുവാ ഹേ.
19. ഇത് നല്ലതാണ്.	यह अच्छा है।	യഹ് അഛാ ഹേ.
20. ഇത് വളരെ വില കൂടിയതാണ്.	यह बहुत महंगा है।	യഹ് ബഹുത് മഹംഗാ ഹേ.
21. വളരെ വിലക്കുറവ്.	बिल्कुल सस्ता।	ബിൽകുൽ സസ്താ.
22. ഇത് ചുരുങ്ങുമോ?	क्या यह सिकुड़ेगा।	ക്യാ യഹ് സികുഡേഗാ?
23. താങ്കൾക്ക് ഷൂവിന്റെ കട പറഞ്ഞുതരാൻ പറ്റുമോ ?	क्या आप जूतों की दुकान बतला सकते हैं?	ക്യാ ആപ് ജൂതോം കി ദുകാൻ ബതലാ സക്തേ ഹേം ?
24. ബാറ്റാ ഷൂസ് വിശ്വ-സ്തയോഗ്യമാണ്.	बाटा के जूते विश्वास के योग्य हैं।	ബാറ്റാ കേ ജൂതേ വിശ്വാസ് കേ യോഗ്യ് ഹേം.
25. ഞങ്ങൾ താങ്കൾക്ക് വേണ്ടി ഇത് വാങ്ങട്ടെ?	क्या हम आपके लिए मंगवा दें?	ക്യാ ഹം ആപ്കേലിയേ മംഗ്വാ ദേം ?
26. ആ കട ദൂരത്തിലാണോ?	क्या वह दुकान दूर है?	ക്യാ വഹ് ദൂകാൻ ദൂർ ഹെ?
27. ഒരു ജോഡിയ്ക്ക് എത്ര രൂപയാണ്?	एक जोड़े की क्या कीमत है?	എക് ജോടേ കീ ക്യാ കീമത് ഹേ ?
28. എന്റെ ബിൽ എവിടെയാണ് ?	मेरा बिल कहां है?	മേരാ ബിൽ കഹാം ഹേ ?
29. പൈസ അടയ്ക്കേണ്ട കൗണ്ടർ എവിടെയാണ് ?	भुगतान करने का काउंटर कौन सा है?	ഭുഗതാൻ കർനേ കാ കൗണ്ടർ കോൻ സാ ഹെ ?
30. ദയവായി കഴിയുന്നത്ര ഡിസ്ക്കൗണ്ട് തരൂ.	कृपया मुझे अधिकतम कमीशन दीजिए।	കൃപയാ മുഝേ അധികതമ് കമീശൻ ദീജിയേ.
31. തെറ്റുകുറ്റങ്ങൾ അഡ്ജസ്റ്റ് ചെയ്യപ്പെടും.	भूल चूक सुधार ली जायेगी।	ഭൂൽ ചൂക് സുധാർ ലീ ജായേഗീ.

33-ാം പടി तैंतीसवीं सीढ़ी

കൈത്തൊഴിലുകാർ
दस्तकार

(1) ചെരുപ്പുകുത്തി मोची

1.	നിങ്ങൾ എന്റെ ഷൂസ് തയ്ച്ചോ ?	तुमने मेरे जूते मरम्मत कर दिए हैं क्या?	തുമ്നേ മേരേ ജൂതേ മർമത് കർ ദിയേ ഹേം ക്യാ ?
2.	ഞാൻ ഈഷൂവിന്റെ സോൾ ഇടുവാൻ ആഗ്രഹിക്കുന്നു.	मैं अपने जूतों पर सोल लगवाना चाहता हूं।	മേം അപ്നേ ജൂതോം പർ സോൾ ലഗ്വാനാ ചാഹ്താ ഹും.
3.	താങ്കൾ സോൾ ഇടുവാൻ എത്ര വാങ്ങും?	आप सोल लगाने का क्या लेते हैं?	ആപ് സോൾ ലഗാനേ കാ ക്യാ ലേതേ ഹേം?
4.	ആണി ഉപയോഗി-ക്കരുത്, തയ്ക്കണം.	कील मत लगाइए, सिलाई कीजिए।	കീൽ മത് ലഗായിയേ, സിലായി കീജിയേ.
5.	എനിക്ക് വെള്ള ലേസ് വേണം.	मुझे सफेद तस्मे चाहिए।	മുഛേ സഫേദ് തസ്മേ ചാഹിയേ.

(2) ഘടികാരം നന്നാക്കുന്ന ആൾ घड़ीबाज़

6.	താങ്കളുടെ വാച്ചിന് എന്താണ് കുഴപ്പം ?	आपकी घड़ी में क्या खराबी है?	ആപ്കീ ഘടീ മേം ക്യാ ഖരാബി ഹേ ?
7.	ഈ ഘടികാരം എട്ടു നിമിഷം മുന്നോട്ട് പോകുന്നു.	मेरी घड़ी आठ मिनट आगे हो जाती है।	മേരീ ഘടീ ആഠ് മിനറ്റ് ആഗേ ഹോ ജാതി ഹേ .
8.	ആ ഘടികാരം 24 മണിക്കൂറിൽ 6 നിമിഷം പുറകോട്ടാണ്.	वह घड़ी चौबीस घंटों में छह मिनट पीछे हो जाती है।	വഹ് ഘടീ ചൗബീസ് ഘംടോം മേം ഛഹ് മിനറ്റ് പിഛേ ഹോ ജാതിഹേ.
9.	നിങ്ങൾ ഈ ഘടികാരം താഴെ ഇട്ടോ?	क्या यह तुमसे गिर गई थी?	ക്യാ യഹ് തുമ്സേ ഗിർ ഗയീ ഥീ ?
10.	ഈ ഘടികാരത്തിന്റെ സൂചി ഒടിഞ്ഞുപോയി.	इस घड़ी की सुई गिर गयी है।	ഇസ് ഘടീ കീ സുയീ ഗിർ ഗയീ ഹേ.

(3) തയ്യൽക്കാരൻ दर्जी

11.	ഇവിടെ ഏതെങ്കിലും നല്ല തയ്യൽക്കാരന്റെ കടയുണ്ടോ?	क्या यहाँ किसी अच्छे दर्जी की दुकान है।	ക്യാ യഹാം കിസീ അഛേ ദർജീ കി ദൂകാൻ ഹേ ?
12.	ഞാൻ ഒരു സ്യൂട്ട് തയ്പ്പിക്കാൻ ആഗ്രഹിക്കുന്നു.	मैं एक सूट सिलवाना चाहता हूं।	മേം എക് സ്യൂട്ട് സിൽവാനാ ചാഹ്താ ഹും .
13.	താങ്കൾ അയഞ്ഞ ഫിറ്റിംഗ് ഇഷ്ടപ്പെടുന്നുണ്ടോ.	क्या आप ढीली फिटिंग पसंद करते हैं।	ക്യാ ആപ് ഢീലി ഫിറ്റിംഗ് പസന്ത് കർതേ ഹേം.
14.	ഇല്ല ഞാൻ ഇറുക്കമുള്ള ഫിറ്റിംഗ് ഇഷ്ടപ്പെടുന്നു.	नहीं, मैं चुस्त फिटिंग पसंद करता हूँ।	നഹിം, മേം ചുസ്ത് ഫിറ്റിംഗ് പസന്ത് കർതാ ഹും.
15.	ഷർട്ട് തയ്ച്ചു കഴിഞ്ഞോ ?	क्या कमीज़ सिल गयी?	ക്യാ കമീസ് സിൽ ഗയീ?
16.	തയ്ച്ചു ഇസ്തിരി ഇടുന്നതുമാത്രം ബാക്കിയാണ്	हाँ, केवल इस्तरी करना शेष है।	ഹാം കേവൽ ഇസ്തരീ കർനാ ശേഷ് ഹേ.

(4) ക്ഷുരകൻ नाई

17.	ഞാൻ എത്ര നേരം കാത്തിരിക്കേണ്ടിവരും?	मुझे कितनी देर इंतजार करना पड़ेगा?	മുഝേ കിതനീ ദേർ ഇൻതസാർ കർനാ പടേഗാ ?
18.	മുഖം ഷേവ് ചെയ്യുന്നതിന് എത്ര രൂപയാകും?	आप एक सफाचट्ट शेव का क्या लेते हैं?	ആപ് ഏക് സഫാചട്ട് ശേവ് കാ ക്യാ ലേതേ ഹേം ?
19.	ദയവായി കത്തി മൂർച്ച കൂട്ടൂ .	कृपया उस्तरा तेज़ कर लीजिए।	കൃപയാ ഉസ്തരാ തേസ്കർ ലീജിയേ.
20.	നിങ്ങളുടെ കത്തി മൂർച്ചയില്ലാത്തതാണ്.	तुम्हारा उस्तरा कुंद है।	തുമ്ഹാരാ ഉസ്തരാ കുന്ത് ഹേ.
21.	എന്റെ മുടി വെട്ടൂ, പക്ഷേ തീരെ ഇറക്കം കുറയ്ക്കണ്ട.	मेरे बाल काटिए, पर बहुत छोटे नहीं।	മേരേ ബാൽ കാട്ടിയേ, പർ ബഹൂത് ഛോട്ടേ നഹീം.

(5) പലചരക്കു കടക്കാരൻ पंसारी

22.	ഇത് മിത വില കടയാണ്.	यह उचित दर की दुकान है।	യഹ് ഉചിത് ദർ കി ദുകാൻ ഹേ.
23.	'ഒരേ വില' 'കടം തരില്ല' ഇവയാണ് ഞങ്ങളുടെ തത്വം.	'एक दाम' और 'उधार नहीं' ये हमारे उसूल हैं।	'ഏക് ദാമ്' ഔർ 'ഉധാർ നഹീം' —യേ ഹമാരേ ഉസൂൽ ഹേം
24.	ഞങ്ങൾ സാധനങ്ങൾ വീട്ടിൽ എത്തിക്കുന്നു.	हम घर पर सामान पहुंचा देते हैं।	ഹം ഘർ പർ സാമാൻ പഹുംചാ ദേതേ ഹേം.

25.	ദയവായി ഒരു കിലോ ദേശീ നെയ്യ് തരൂ.	कृपया मुझे 1 किलो देसी घी दीजिए।	കൃപയാ മുഝേ ഏക് കിലോ ദേസീ ഘീ ദീജിയേ.
26.	എത്ര രൂപയായി ?	कितने पैसे हुए?	കിതനേ പൈസേ ഹുയേ?

(6) ഡ്രൈക്ലീനർ / അലക്കുകാരൻ ड्राईक्लीनर/धोबी

27.	എനിക്ക് ഈ വസ്ത്രങ്ങൾ ഒരാഴ്ച-ക്കുള്ളിൽ വേണം.	मुझे ये कपड़े एक सप्ताह में चाहिए।	മുഝേ യേ കപഡേ ഏക് സപ്താഹ് മേം ചാഹിയേ.
28.	ഞാൻ ഈ സ്യൂട്ട് ഡ്രൈക്ലീൻ ചെയ്യാൻ ആഗ്രഹിക്കുന്നു.	मैं यह सूट ड्राइक्लीन कराना चाहता हूँ।	മേം യഹ് സൂട്ട് ഡ്രൈക്ലീൻ കരാനാ ചാഹ്താ ഹൂം.
29.	ഈ ഷർട്ട് നന്നായി അലക്കിയിട്ടില്ല.	यह कमीज ठीक से नहीं धुली है।	യഹ് കമീജ് ഠീക് സേ നഹീം ധുലി ഹേ.
30.	ഇതെല്ലാം പട്ടു വസ്ത്രങ്ങളാണ് ശ്രദ്ധിച്ച് അലക്കൂ.	ये रेशमी कपड़े हैं। इन्हें सावधानी से धोना।	യേ രേശ്മീ കപഡേ ഹേം. ഇൻഹേം സാവധാനി സേ ധോനാ.
31.	പാന്റുകൾ ശരിക്ക് ഇസ്തിരി ഇട്ടിട്ടില്ല.	पैंटें ठीक से इस्तरी नहीं हुई हैं।	പേന്റ് ഠീക് സേ ഇസ്തരീ നഹീം ഹുയീ ഹേം.
32.	ഇത് തിരിച്ചു കൊണ്ടുപോകൂ.	इन्हें वापिस ले जाओ।	ഇൻഹേം വാപിസ് ലേ ജാവോ.
33.	നിങ്ങളുടെ ചാർജ് വളരെ അധികമാണ്.	तुम अधिक पैसे लगाते हो।	തും അധിക് പൈസേ ലഗാതേ ഹോ.
34.	തീർച്ചയായും, ഞങ്ങൾ കൃത്യമായി ജോലി ചെയ്തു കൊടുക്കുന്നു.	बेशक, हम काम भी समय पर करते हैं।	ബേശക്, ഹം കാമ് ഭീ സമയ് പർ കർതേ ഹേം.

34-ാം പടി चौंतीसवीं सीढ़ी

ആഹാരങ്ങളും പാനീയങ്ങളും
खाद्य एवं पेय

1.	എനിക്ക് വിശക്കുന്നു.	मुझे भूख लग रही है।	മുഛേ ഭൂഖ് ലഗ് രഹീ ഹേ.
2.	എനിക്ക് നല്ല ഭക്ഷണം എവിടെ കിട്ടും?	मुझे अच्छा खाना कहां मिल सकता है?	മുഛേ അഛാ ഖാനാ കഹാം മിൽ സക്താ ഹേ ?
3.	വരൂ നമുക്ക് ഭക്ഷണം കഴിക്കാം.	चलो खाना खायें।	ചലോ, ഖാനാ ഖായേം.
4.	താങ്കൾക്ക് എന്താണ് വേണ്ടത്?	आप क्या खायेंगे?	ആപ് ക്യാ ഖായേംഗേ?
5.	എനിക്ക് മെനു തരൂ.	मुझे मीनू दीजिए।	മുഛേ മിനൂ ദീജിയേ.
6.	പ്രഭാതഭക്ഷണം റെഡിയാക്കൂ.	नाश्ता तैयार कीजिए।	നാശ്താ തയ്യാർ കീജിയേ.
7.	ഇന്ന് താങ്കൾ ഞങ്ങളുടെ കൂടെ ഭക്ഷണം കഴിക്കൂ.	आज आप हमारे साथ खाना खाइए।	ആജ് ആപ് ഹമാരേ സാഥ് ഖാനാ ഖായിയേ.
8.	താങ്കൾക്ക് പ്രത്യേക ഭക്ഷണരീതിയുണ്ടോ?	क्या आपके पास कोई विशेष आहार है?	ക്യാ ആപ്കേ പാസ് കൊയീ വിശേഷ് ആഹാർ ഹേ?
9.	താങ്കൾക്ക് മധുരമാണോ ഉപ്പുള്ളതാണോ വേണ്ടത്?	आपको मीठी चीज पसंद है या नमकीन?	ആപ്കേ മീഠീ ചീസ് പസന്ദ് ഹേ യാ നമ്കീൻ ?
10.	എനിക്ക് ഗുജറാത്തി ആഹാരം തരൂ.	मुझे गुजराती भोजन दीजिए।	മുഛേ ഗുജറാത്തി ഭോജൻ ദീജിയേ.
11.	എനിക്ക് ഉപ്പും കുരുമുളകും തരൂ.	मुझे नमक और मिर्च दीजिए।	മുഛേ നമക് ഔർ മിർച് ദീജിയേ.
12.	എനിക്ക് ഇഷ്ടപ്പെട്ട പഴം മാമ്പഴമാണ്.	आम मेरा प्रिय फल है।	ആമ് മേരാ പ്രിയ് ഫൽ ഹേ.

13.	താങ്കൾക്ക് ഏത് ഭക്ഷണമാണ് ഇഷ്ടം —ഇന്ത്യൻ അല്ലെങ്കിൽ വിദേശി ?	आप क्या खाना पसंद करेंगे- देशी या विदेशी भोजन?	ആപ് ക്യാ ഖാനാ പസന്ത് കരേംഗേ— ദേശി യാ വിദേശി ഭോജൻ?
14.	താങ്കൾക്ക് ഏത് പാനീയമാണ് കുടിക്കാൻ വേണ്ടത് ക്യാമ്പാ അല്ലെങ്കിൽ ലിമ്കാ?	आप पेय कौन-सा पसंद करेंगे-कैम्पा या लिम्का?	ആപ് പേയ് കോൻ സാ പസന്ത് കരേംഗേ- ക്യായ്പാ യാ ലിമ്കാ?
15.	എനിക്ക് ഒരു കപ്പ് കാപ്പി തരൂ.	मुझे एक कप कॉफी दीजिए।	മുഷേ ഏക് കപ് കാഫി ദീജിയേ.
16.	താങ്കൾ വിസ്കി കുടിക്കാൻ താല്പര്യ-പ്പെടുന്നുണ്ടോ ?	क्या आप शराब लेंगे?	ക്യാ ആപ് ശരാബ് ലേംഗേ?
17.	ഇല്ല സർ, ഞാൻ ബിയർ കുടിക്കാം.	नहीं श्रीमान्, मैं बियर पीऊंगा।	നഹിം ശ്രീമാൻ, മേം ബിയർ പീഉംഗാ.
18.	കുറച്ചുകൂടി വെള്ളം തരൂ.	थोड़ा पानी और दीजिए।	ഥോഡാ പാനീ ഔർ ദീജിയേ.
19.	ഞാൻ സസ്യാഹാരിയാണ്, ഞാൻ മാംസാഹാരം കഴിക്കില്ല.	मैं शाकाहारी हूं, मैं मांसाहारी आहार नहीं खा सकता।	മേം ശാകാഹാരി ഹും, മേം മാംസാഹാരി ആഹാർ നഹിം ഖാ സക്താ .
20.	ആഹാരം വിളമ്പി കഴിഞ്ഞു.	खाना परोस दिया गया है।	ഖാനാ പരോസ് ദിയാ ഗയാ ഹേ.
21.	ആഹാരം വളരെ സ്വാദിഷ്ഠമാണ്.	खाना बहुत स्वादिष्ट बना है।	ഖാനാ ബഹുത് സ്വാദിഷ്ട് ബനാ ഹേ.
22.	താങ്കൾ വളരെകുറച്ചു മാത്രമേ ഭക്ഷിച്ചുള്ളൂ.	आपने तो कुछ खाया ही नहीं।	ആപ്നേ തോ കുഛ് ഖായാ ഹീ നഹീം.
23.	വിശപ്പുണ്ടാക്കുന്ന എന്തെങ്കിലും പാനീയം തരൂ.	कोई क्षुधावर्धक पेय दीजिए।	കൊയീ ഷുധാവർധക് പേയ് ധീജിയേ.
24.	എനിക്ക് ഒരു പാർട്ടിക്ക് പോകണം.	मुझे एक दावत में जाना है।	മുഷേ എക് ദാവത് മേം ജാനാ ഹേ.
25.	എനിക്ക് കുറച്ച് പാൽ കൊണ്ടുവരൂ.	हमारे लिए कुछ दूध लाओ।	ഹമാരേ ലിയേ കുഛ് ദൂത് ലാവോ.
26.	പാലിൽ കുറച്ച് പഞ്ചസാര ചേർക്കൂ.	दूध में चीनी कम डालिए।	ദൂത് മേം ചീനി കമ് ഡാലിയേ.

27.	ദയവായി ശീതള പാനീയം കുടിക്കൂ.	लो, शर्बत पीओ।	ലോ, ശർബത് പീവോ.
28.	കുറച്ച് കൂടി കഴിക്കൂ.	थोड़ा और लीजिए।	ഥോടാ ഔർ ലീജിയേ.
29.	ഒരു ഗ്ലാസ് ചായ കൊണ്ടുവരൂ.	एक कप चाय लीजिए।	എക് കപ് ചായ്. ലീജിയേ.
30.	എനിക്ക് ചായ ഇഷ്ടമല്ല .	मुझे चाय अच्छी नहीं लगती।	മുഝേ ചായ് അച്ഛീ നഹീം ലഗ്തീ.
31.	നന്ദി ഞാൻ വളരെ സംതൃപ്തനാണ്.	धन्यवाद, मैं बड़ा तृप्त हो गया हूं।	ധന്യവാദ്, മേം ബഡാ തൃപ്ത് ഹോ ഗയാ ഹും.
32.	ബിൽ തരൂ.	बिल लाइए।	ബിൽ ലായിയേ.
33.	ഇതിൽ സർവ്വീസ് ചാർജ് ഉൾപ്പെടുത്തി-യിട്ടുണ്ടോ ?	क्या इसमें सेवा-राशि लगा दी गई है?	ക്യാ ഇസ്മേം സേവാ രാശി ലഗാദീ ഗയീ ഹേ ?
34.	ഇല്ല സർ, അത് വേറേ.	नहीं श्रीमान्, वह अलग है।	നഹിം ശ്രീമാൻ, വഹ് അലഗ് ഹേ.
35.	എന്നെ കൈകഴുകാൻ സഹായിക്കൂ.	मुझे हाथ धुलाइये।	മുഝേ ഹാഥി ധുലായിയേ.

35-ാം പടി पैंतीसवीं सीढ़ी

ഹോട്ടൽ & റെസ്റ്റോറന്റ്
होटल एवं रेस्तराँ

1. ഈ നഗരത്തിൽ ഏതാണ് നല്ല ഹോട്ടൽ?	इस शहर का सबसे अच्छा होटल कौन सा है?	ഇസ് ശഹർ കാ സബ്സേ അച്ഛാ ഹോട്ടൽ കോൻ സാ ഹേ?
2. എനിക്ക് കുളിമുറി-യോടു കൂടിയ ഒരു കിടപ്പുമുറി വേണം.	मुझे गुसलखाने के साथ लगा एक बिस्तर वाला कमरा चाहिए।	മുഝേ ഗുസല്ഖാനേ കേ സാഥ് ലഗാ ഏക് ബിസ്തർ വാലാ കമരാ ചാഹിയേ.
3. ഈ മുറി ഇഷ്ടപ്പെട്ടോ?	यह कमरा क्या आपको पसंद है?	യഹ് കമരാ ക്യാ ആപ്കോ പസന്ത് ഹേ?
4. ഈ മുറിക്ക് ഒരു ദിവസത്തേക്ക് എന്താണ് വാടക?	इस कमरे का एक दिन का किराया कितना है?	ഇസ് കമരേ കാ എക് ദിൻ കാ കിരായാ കിതനാ ഹേ?
5. ഞാൻ രണ്ടാഴ്ച താമസിക്കും.	मैं दो सप्ताह तक ठहरूंगा।	മേം ദോ സപ്താഹ് തക് ഠഹരൂംഗാ.
6. ഒരു ദിവസത്തേക്ക് ഈ റൂമിന് മുപ്പതു രൂപയാണ് വാടക.	इस कमरे का किराया तीस रुपये प्रतिदिन है।	ഇസി കമരേ കാ കിരായാ തീസ് രുപയേ പ്രതിദിൻ ഹേ.
7. എനിക്ക് ചൂടുവെള്ള-ത്തിൽ കുളിക്കാൻ പറ്റുമോ ?	क्या मैं गर्म पानी से नहा सकता हूं?	ക്യാ മേം ഗർമ് പാനി സേ നഹാ സക്താ ഹും ?
8. റൂം ബോയിയെ അയയ്ക്കു.	बैरे को मेरे कमरे में भेजिए।	ബൈരേ കോ മേരേ കമരേ മേം ഭേജിയേ.
9. എനിക്ക് എന്തെങ്കിലും എഴുത്ത് ഉണ്ടോ ?	क्या मेरे लिए कोई पत्र है?	ക്യാ മേരേ ലിയേ കൊയീ പത്ര് ഹേ?
10. എനിക്ക് വേറെ കമ്പിളി വേണം.	मुझे दूसरा कम्बल चाहिए।	മുഝേ ദുസരാ കമ്പൾ ചാഹിയേ.

11. കിടക്കവിരി മാറ്റൂ.	चादर बदल दीजिए।	ചാദർ ബദൽ ദീജിയേ.
12. എനിക്ക് ഒരു തലയിണ കൂടി വേണം.	मुझे एक तकिया और चाहिए।	മുഝേ ഏക് തകിയാ ഔർ ചാഹിയേ.
13. എനിക്ക് എന്തെങ്കിലും ഫോൺ വന്നോ ?	क्या मेरे लिए कोई फोन है?	ക്യാ മേരേ ലിയേ കൊയീ ഫോൺ ഹേ?
14. ദയവായി മുറി വൃത്തിയാക്കി തരൂ.	कृपया कमरा साफ करवा दीजिए।	കൃപയാ കമരാ സാഫ് കർവാ ദീജിയേ.
15. ദയവായി പോസ്റ്റ് ഓഫീസിൽ നിന്നും കുറച്ച് സ്റ്റാമ്പ് കൊണ്ടുവരൂ.	कृपया डाकखाने से कुछ डाक-टिकटें ला दीजिए।	കൃപയാ ഡാക്ഖാനേ സേ കുഛ് ഡാക് ടിക്കറ്റേം ലാ ദീജിയേ.
16. എനിക്ക് കുറച്ച് പഴങ്ങൾ കൊണ്ടുവരൂ.	मेरे लिए कुछ फल ले आना।	മേരേ ലിയേ കുഛ് ഫൽ ലേ ആനാ.
17. ദയവായി ഉച്ചഭക്ഷണം ഒരുമണിക്കും രാത്രിഭക്ഷണം ഒൻപതുമണിക്കും തരു.	कृपया दोपहर का भोजन एक बजे और रात का भोजन नौ बजे दीजिए।	കൃപയാ ദോപഹർ കാ ഭോജൻ ഏക് ബജേ ഔർ രാത് കാ ഭോജൻ നൗ ബജേ ദീജിയേ.
18. ഉച്ചഭക്ഷണത്തിനും രാത്രിഭക്ഷണത്തിനും ചേർത്ത് എത്ര രൂപയാകും ?	दोपहर और रात के भोजन के कितने पैसे लगेंगे?	ദോപഹർ ഔർ രാത്കേ ഭോജൻ കേ കിതനേ പൈസേ ലഗേംഗേ ?
19. ഞങ്ങൾ ഓരോ ഭക്ഷണത്തിനും എഴുരൂപ വാങ്ങുന്നു.	हम प्रत्येक खुराक के सात रुपये लेते हैं।	ഹമ് പ്രത്യേക് ഖുരാക് കേ സാത് രൂപ്പയേ ലോതേ ഹേം.
20. ഇവിടെ നീന്തൽ കുളം ഉണ്ടോ?	क्या आपके यहां तैरने के लिए तालाब है?	ക്യാ ആപ്കേ യഹാം തൈർനേ കേലിയേ താലാബ് ഹേ ?
21. നീന്തുന്നതിന് വേറെ പൈസ കൊടുക്കണോ?	क्या तैरने का अलग से लेते हैं?	ക്യാ തൈർനേ കാ അലഗ് സേ ലേതേ ഹേം ?
22. ഹോട്ടൽ 24 മണിക്കൂറും തുറന്നിരിക്കുമോ?	क्या होटल चौबीस घंटे खुला रहता है।	ക്യാ ഹോട്ടൽ ചൗബീസ് ഘംടേ ഖുലാ രഹതാ ഹേ?
23. ഞാൻ നാളെ അതിരാവിലെ പോകും.	मैं कल सुबह जल्दी चला जाऊंगा।	മേം കൽ സുബഹ് ജൽദി ചലാ ജാവുംഗാ.
24. ബിൽ കൊണ്ടുവരു.	बिल लाइए।	ബിൽ ലായിയേ.
25. ബില്ലിൽ തെറ്റുണ്ട്.	इस बिल में गलती है।	ഇസ് ബിൽ മേം ഗൽതീ ഹേ.

26.	ഞാൻ ഒരിക്കലും വൈൻവാങ്ങിയിട്ടില്ല.	मैंने कभी शराब नहीं मंगाई।	മേംനേ കഭീ ശരാബ് നഹീം മംഗായീ.
27.	താങ്കൾ ബില്ലിൽ അബദ്ധത്തിൽ വൈനിന്റെ വില ചേർത്തു.	आपने बिल में गलती से शराब के पैसे लगा दिए हैं।	ആപ്നേ ബിൽ മേം ഗൽതീ സേ ശരാബ് കേ പൈസേ ലഗാ ദിയേ ഹേം.
28.	ചുമട്ടുകാരനെ വിളിക്കൂ.	सामान उठाने वाले को बुलाइए।	സാമാൻ ഉഠാനേ വാലേ കോ ബുലായിയേ.
29.	താങ്കൾ ചെക്ക് സ്വീകരിക്കുമോ?	क्या आप चेक लेते हैं?	ക്യാ ആപ് ചെക് ലേതേ ഹേം ?
30.	ഇല്ല ഞങ്ങൾ പണം മാത്രമേ സ്വീകരിക്കുകയുള്ളൂ.	नहीं, हम केवल नकद लेते है।	നഹിം, ഹം കേവൽ നകദ് ലേതേ ഹേ.
31.	എനിക്ക് ഒരു ടാക്സി ഏർപ്പാടാക്കൂ.	कृपया मेरे लिए टैक्सी मंगाइए।	കൃപയാ മേരേ ലിയേ ടേക്സീ മംഗായിയേ.
32.	ദയവായി വിമാന-ത്താവളത്തിലേക്ക് ഫോൺ ചെയ്ത് ഡൽഹി വിമാനത്തിന്റെ സമയം ചോദിക്കൂ.	कृपया एयरपोर्ट पर फोन करके दिल्ली की फ्लाइट का समय पूछिए।	കൃപയാ എയർപോർട്ട് പർ ഫോൺ കർകേ ദില്ലീ കി പ്ലൈറ്റ് കാ സമയ് പൂഛിയേ.
33.	ഞാൻ അടുത്തമാസം വീണ്ടും വരും.	मैं अगले माह फिर आऊंगा।	മേം അഗലേ മാഹ് ഫിർ ആഉംഗാ.
34.	വളരെ നല്ല സേവനത്തിന് താങ്കൾക്ക് നന്ദി.	बेहतरीन सुविधाओं के लिए आपका धन्यवाद।	ബേഹത്തരീൻ സുവിധാവോം കേ ലിയേ ആപ്കാ ധന്യവാദ് .
35.	താങ്കൾക്ക് സ്വാഗതം, സാർ.	आपका स्वागत है, श्रीमान।	ആപ്കാ സ്വാഗത് ഹേ, ശ്രീമാൻ !

36-ാം പടി छत्तीसवीं सीढ़ी

തപാൽ ഓഫീസ്/ ടെലിഫോൺ/ബാങ്ക്
डाकघर/टेलीफोन/बैंक

തപാൽ ഓഫീസ് डाकघर

1. തപാൽ ഓഫീസ് എവിടെയാണ് ?	डाकघर किधर है?	ഡാക്ഘർ കിധർ ഹേ?
2. ദയവായി ഈ പാഴ്സൽ തൂക്കിനോക്കൂ.	कृपया इस पार्सल का भार तौलिए।	കൃപയാ ഇസ് പാർസൽ കാ ഭാർ തൗലിയേ.
3. ഞാൻ മണിഓർഡർ വഴിയായി കുറച്ചു പൈസ അയക്കുവാൻ ആഗ്രഹിക്കുന്നു.	मैं मनीऑर्डर द्वारा कुछ पैसे भेजना चाहता हूं।	മേം മണി ആർഡർ ദ്വാരാ കുഛ് പൈസേ ഭേജ്നാ ചാഹ്താ ഹും.
4. ഞാൻ ഇരുന്നൂറ് രൂപ അടക്കാൻ ആഗ്രഹിക്കുന്നു.	मैं केवल दो सौ रुपये जमा कराना चाहता हूं।	മേം കേവൽ ദോ സൗ രുപയേ ജമാ കരാനാ ചാഹ്താ ഹും.
5. ഞാൻ മുന്നൂറ് രൂപ എടുക്കാൻ ആഗ്രഹിക്കുന്നു.	मैं केवल तीन सौ रुपये निकलवाना चाहता हूं।	മേം കേവൽ തീൻ സൗ രുപ്പയേ നികൽവാനാ ചാഹ്താ ഹും.
6. ദയവായി എനിക്ക് ഒരു ഇൻലാൻ്റ് ലെറ്റർ തരൂ.	कृपया मुझे एक अंतर्देशीय पत्र दीजिए।	കൃപയാ മുഝേ എക് അന്തർ ദേശീയ് പത്ര് ദീജിയേ.
7. ഒരു കവറിന് എത്ര രൂപയാണ്?	एक लिफाफे की क्या कीमत है?	എക് ലിഫാഫേ കീ ക്യാ കീമത് ഹേ?
8. ഞാൻ ഇത് രജിസ്റ്റേഡ് തപാൽ ആയി അയക്കുവാൻ ആഗ്രഹിക്കുന്നു.	मैं इसे रजिस्टर्ड डाक द्वारा भेजना चाहता हूं।	മേം ഇസേ രജ്സ്റ്റേഡ് ഡാക് ദ്വാരാ ഭേജ്നാ ചാഹ്താ ഹും.
9. ഞാൻ ഒരു പോസ്റ്റ് കാർഡിന് എത്ര രൂപ തരണം?	मैं एक पोस्ट कार्ड के लिए कितने पैसे दूं?	മേം ഏക് പോസ്റ്റ് കാർഡ് കേ ലിയേ കിതനേ പൈസേ ദൂം?
10. ദയവായി എനിക്ക് ഒരു രൂപയുടെ തപാൽ സ്റ്റാമ്പ് തരൂ.	कृपया मुझे एक रुपये की डाक-टिकट दीजिए।	കൃപയാ മുഝേ ഏക് രുപ്പയേ കീ ഡാക്-ടിക്കറ്റ് ദീജിയേ.

11. ഞാൻ ഒരു ടെലിഗ്രാം അയയ്ക്കാൻ ആഗ്രഹിക്കുന്നു.	मैं एक टेलीग्राम देना चाहता हूं।	മേം എക് ടെലിഗ്രാം ദേനാ ചാഹ്താ ഹും.
12. ഞാൻ തപാൽമൂലം കുറച്ച് പൈസ അയക്കുവാൻ ആഗ്രഹിക്കുന്നു.	मैं तार द्वारा पैसे भेजना चाहता हूं।	മേം താർ ദ്വാരാ പൈസേ ഭേജ്നാ ചാഹ്താ ഹും.
13. ദയവായി ഫ്രാൻസിലേക്ക് അയയ്ക്കാൻ ഒരു തപാൽ പത്രം തരു.	कृपया मुझे फ्रांस के लिए डाक-पत्र दीजिए।	കൃപയാ മുഝേ ഫ്രാൻസ് കേ ലിയേ ഡാക്-പത്ര് ദീജിയേ.
14. ദയവായി ടെലിഫോൺ ഡയറക്ടറി തരൂ.	कृपया मुझे टेलीफोन डायरेक्टरी देना।	കൃപയാ മുഝേ ടെലിഫോൺ ഡയറക്ടറി ദേനാ.

ടെലിഫോൺ टेलीफोन (दूरभाष)

15. ഞാൻ എവിടെ ടെലിഫോൺ ചെയ്യാൻ സാധിക്കും?	मैं टेलीफोन कहां से कर सकता हूं?	മേം ടെലിഫോൺ കഹാം സേ കർ സക്താ ഹും?
16. ഈ ടെലിഫോൺ തകരാറിലാണ്.	यह टेलीफोन खराब है।	യഹ് ടെലിഫോൺ ഖരാബ് ഹേ.
17. എനിക്ക് ഭുവനേശ്വറിലേക്ക് ഒരു ട്രങ്ക്കോൾ ബുക്ക് ചെയ്യണം.	मैं एक ट्रंक काल भुवनेश्वर करना चाहती हूं।	മേം ഏക് ട്രങ്ക് കാൾ ഭുവനേശ്വർ കർനാ ചാഹ്തീ ഹും.
18. ഹലോ, ഞാൻ ആഭയാണ് സംസാരിക്കുന്നത്.	हेलो! मैं आभा बोल रही हूं।	ഹലോ, മേം ആഭാ ബോൽ രഹീ ഹും.
19. ഞാൻ മീനാക്ഷിയോട് സംസാരിക്കാമോ ?	मीनाक्षी को बुला दीजिए।	മീനാക്ഷി കോ ബുലാ ദീജിയേ.
20. ഹലോ, മീനാക്ഷി സംസാരിക്കുന്നു.	हेलो, मीनाक्षी बोल रही हूं।	ഹലോ, മീനാക്ഷി ബോൽ രഹീ ഹും.
21. ദയവായി എന്നെ 8 മണിക്ക് വിളിക്കു.	कृपया आठ बजे फोन कीजिए।	കൃപയാ ആഠ് ബജേ ഫോൺ കീജിയേ.

ബാങ്ക് बैंक

22. ഇന്ത്യൻ ഓവർസീസ് ബാങ്ക് എവിടെയാണ് ?	इंडियन ओवरसीज़ बैंक कहां है?	ഇന്ത്യൻ ഓവർസീസ് ബേങ്ക് കഹാം ഹേ?
23. എനിക്ക് മാനേജരെ കാണാമോ?	क्या मैं मैनेजर से मिल सकता हूं?	ക്യാ മേം മാനേജർ സേ മിൽ സക്താ ഹും?

24. ഞാൻ ഒരു സേവിംങ് ബാങ്ക് അക്കൗണ്ട് തുറക്കാൻ ആഗ്രഹിക്കുന്നു.	मैं एक बचत खाता खोलना चाहता हूं।	മേം ഏക് ബചത് ഖാതാ ഖോൽനാ ചാഹ്താ ഹും.
25. ദയവായി എന്റെ സ്ഥാപനത്തിന്റെ പേരിൽ ഒരു കറണ്ട് അക്കൗണ്ട് തുറക്കൂ.	कृपया मेरी फर्म के नाम एक चालू खाता खोलिए।	കൃപയാ മേരി ഫർമ് കേ നാമ് ഏക് ചാലൂ ഖാതാ ഖോലിയേ.
26. ഞാൻ പൈസ അടക്കാൻ ആഗ്രഹിക്കുന്നു.	मैं पैसे जमा कराना चाहता हूं।	മേം പൈസേ ജമാ കരാനാ ചാഹ്താ ഹും.
27. ഞാൻ പൈസ എടുക്കാൻ ആഗ്രഹിക്കുന്നു.	मैं पैसे निकालना चाहता हूं।	മേം പൈസേ നികാൽനാ ചാഹ്താ ഹും.
28. ദയവായി ഒരു ചെക്കു തരൂ .	कृपया एक खुला चैक दीजिए।	കൃപയാ ഏകേ ഖുലാ ചെക്ക് ദീജിയേ.
29. ദയവായി എനിക്ക് പത്തു ചെക്കുകൾ അടങ്ങിയ ഒരു ചെക്കുബുക്ക് തരൂ.	कृपया मुझे दस चैक वाली एक चैक बुक जारी कीजिए।	കൃപയാ മുഝേ ദസ് ചെക്ക് വാലി ഏക് ചെക്ക് ബുക്ക് ജാരി ദീജിയേ.
30. ദയവായി എന്റെ അക്കൗണ്ടിലെ മിച്ച പണം എത്രയാണെന്ന് പറയൂ.	कृपया मेरे खाते की जमा राशि बताइए।	കൃപയാ മേരേ ഖാതേ കീ ജമാ രാശി ബതായിയേ.
31. ദയവായി എന്റെ പാസ്ബുക്ക് പൂർത്തിയാക്കി തരൂ.	कृपया मेरी पास बुक पूरी करके दें।	കൃപയാ മേരി പാസ്ബുക്ക് പൂരി കർകേ ദേം.
32. എനിക്ക് ഒരു കളർ ടെലിവിഷൻ വാങ്ങാൻ കടം വേണം.	मुझे एक रंगीन टेलीविजन खरीदने के लिए ऋण चाहिए।	മുഝേ ഏക് രംഗീൻ ടെലിവിഷൻ ഖരീദ്നേ കേ ലിയേ ഋണ് ചാഹിയേ.
33. ഞാൻ ഏജന്റിനെ കാണാൻ ആഗ്രഹിക്കുന്നു.	मैं एजेंट से मिलना चाहता हूं।	മേം ഏജെന്റ് സേ മിൽനാ ചാഹ്താ ഹും.
34. എന്റെ ഏതെങ്കിലും ചെക്ക് മടങ്ങിയോ?	क्या मेरा कोई चैक वापिस आया है?	ക്യാ മേരാ കൊയീ ചെക്ക് വാപിസ് ആയാ ഹേ?
35. ഈ ബാങ്കിന്റെ സേവനം വളരെ നല്ലതാണ്.	इस बैंक की सेवा बड़ी अच्छी है।	ഇസ് ബാങ്ക് കീ സേവാ ബടീ അഛീ ഹേ.

37-ാം പടി सैंतीसवीं सीढ़ी

യാത്ര ചെയ്യുമ്പോൾ
यात्रा करते समय

1.	ഞാൻ ഒരു സവാരിക്ക് പുറത്തേക്ക്പോകുന്നു.	मैं घुड़सवारी करने जा रहा हूं।	മേം ഘുട് സവാരി കർനേ ജാ രഹാ ഹും.
2.	കുതിരലായം എവിടെയാണ് ?	अस्तबल कहां है?	അസ്തബൽ കഹാം ഹേ?
3.	എനിക്ക് ഒരു നിമിഷത്തേക്ക് താഴെ ഇറങ്ങണം.	मुझे थोड़ी देर के लिए उतरना है।	മുഝേ ഥോടി ദേർ കേലിയേ ഉതർനാ ഹേ.
4.	അതിനെ ചാട്ടകൊണ്ട് അടിക്കല്ലേ.	उसे चाबुक मत मारो।	ഉസേ ചാബുക് മത് മാരോ.
5.	അതിന് കുറച്ച് പുല്ല് കൊടുക്കൂ.	उसे थोड़ी घास दो।	ഉസേ ഥോടി ഘാസ് ദോ.
6.	കാലുറ അഴിക്കൂ.	कांटे निकालो।	കാംടേ നികാലോ.
7.	ഞാൻ കാറിൽ പോകാൻ ആഗ്രഹിക്കുന്നു.	मैं कार से जाना चाहता हूं।	മേം കാർ സേ ജാനാ ചാഹ്താ ഹും.
8.	ഇതിന്റെ ചക്രം നല്ലതല്ല .	इसका पहिया अच्छा नहीं है।	ഇസികാ പഹിയാ അഛാ നഹീ ഹേ.
9.	ആ വഴി എങ്ങോട്ടാണ് പോകുന്നത് ?	यह रास्ता किधर को जाता है?	യഹ് രാസ്താ കിധർ കോ ജാതാ ഹേ.
10.	കാർ ഇവിടെ വിടു.	गाड़ी इधर रखो।	ഗാഡി ഇധർ രഘോ.
11.	വാഹനം നിർത്തുന്നത് നിരോധിച്ചിരിക്കുന്നു.	वाहन खड़ा करना मना है।	വാഹൻ ഘഡാ കർനാ മനാ ഹേ.
12.	ഈ ട്രാം വഴി തീവണ്ടി സ്റ്റേഷന്റെ അടുത്തുകൂടിയാണോ പോകുന്നത് ?	क्या इस ट्राम की पटरी रेलवे स्टेशन से होकर जाती है?	ക്യാ ഇസ് ട്രാം കീ പടരീ റേൽവേ സ്റ്റേശൻ സേ ഹോകർ ജാതി ഹേ?
13.	ഈ ബസ് എപ്പോഴാണ് പോകുന്നത് ?	यह बस कब चलेगी?	യഹ് ബസ് കബ് ചലേഗീ ?

14.	നമ്മൾ കാശ്മീരിൽ എപ്പോഴാണ് എത്തിച്ചേരുന്നതെന്നു പറയാമോ ?	मुझे बताइए, हम कश्मीर कब पहुंचेंगे?	മുഝേ ബതായിയേ, ഹം കാശ്മീർ കബ് പഹൂംചേംഗേ ?
15.	ഞാൻ ഷികാരയിൽ ചുറ്റിക്കറങ്ങാൻ ആഗ്രഹിക്കുന്നു.	मैं शिकारा में सैर करना चाहता हूं।	മേം ശികാരാ മേം സൈർ കർനാ ചാഹ്താ ഹും.
16.	ബുക്കിംങ് ഓഫീസ് എവിടെയാണ് ?	टिकट मिलने की जगह कहां है?	ടിക്കറ്റ് മിൽനേ കീ ജഗഹ് കഹാം ഹേ?
17.	അവിടെ ഏതെങ്കിലും കാണാൻ പറ്റിയ സ്ഥലമുണ്ടോ ?	क्या वहां कोई दर्शनीय स्थल है?	ക്യാ വഹാം കൊയീ ദർ ശനീയ് സ്ഥൽ ഹേ ?
18.	ദയവായി കുറച്ച് നീങ്ങി നിൽക്കൂ.	कृपा करके थोड़ा हट जाइए।	കൃപാ കർകേ ഥോടാ ഹട് ജായിയേ.
19.	ഞാൻ ഇന്ന് ബോംബെയ്ക്ക് പോവുകയാണ്.	आज मैं बम्बई जा रहा हूं।	ആജ് മേം ബംബയീ ജാ രഹാ ഹും.
20.	അടുത്ത തീവണ്ടി എത്ര മണിക്കാണ് പോകുന്നത് ?	अगली गाड़ी कितने बजे छूटती है।	അഗലീ ഗാഡീ കിതനേ ബജേ ഛൂട്തീ ഹേ ?
21.	സാധനങ്ങൾ ബുക്ക് ചെയ്യാനുള്ള ഓഫീസ് എവിടെയാണ് ?	सामान बुक करवाने का दफ्तर कहां है?	സാമാൻ ബുക് കർവാനേ കാ ദഫ്തർ കഹാം ഹേ ?
22.	ലഗേജിന് എത്ര രൂപ കൊടുക്കണം ?	सामान के लिए कितने पैसे देने हैं?	സാമാൻ കേ ലിയേ കിതനേ പൈസേ ദേനേ ഹേം ?
23.	എന്റെ സീറ്റ് റിസർവ് ചെയ്തു തരൂ.	मेरा स्थान आरक्षित कर दीजिए।	മേരാ സ്ഥാൻ ആരക്ഷിത് കർ ദീജിയേ.
24.	പ്ലാറ്റ്ഫോം നമ്പർ 6 എവിടെയാണ് ?	प्लेटफार्म नं. 6 कहाँ है?	പ്ലേറ്റ്ഫാം നം. 6 കഹാം ഹേ ?
25.	ബ്രിഡ്ജിനപ്പുറം.	पुल के उस पार।	പുൽ കേ ഉസ് പാർ.
26.	ദയവായി ഭൂഗർഭ-പാതയിലൂടെ പോകൂ.	जमीन के नीचे के रास्ते से जाइए।	ജമീൻ കേ നീചേ കേ രാസ്തേ സേ ജായിയേ.
27.	തീവണ്ടിയിൽ ഭക്ഷണശാലയുണ്ട്.	गाड़ी में खाने का डिब्बा है।	ഗാഡി മേം ഖാനേ കാ ഡിബ്ബാ ഹേ.
28.	ഒരു സീറ്റും ഒഴിവില്ല.	कोई सीट खाली नहीं है।	കൊയീ സീറ്റ് ഖാലി നഹീം ഹേ.
29.	ബസിൽ ഭയങ്കര തിരക്കാണ്.	बस में बहुत भीड़ है।	ബസ് മേം ബഹുത് ഭീഡ് ഹേ.

30.	ഓടിക്കൊണ്ടിരിക്കുന്ന ബസിൽ നിന്നും താഴെ ഇറങ്ങരുത്.	चलती बस से मत उतरिए।	ചൽതീ ബസ് മേം മത് ഉതരിയേ.
31.	നമ്മുടെ ബസ് ഓടിക്കൊണ്ടിരിക്കു-കയാണ്.	हमारी बस चल रही है।	ഹമാരി ബസ് ചൽ രഹീ ഹേ.
32.	ഒരു കുട്ടിക്ക് എത്ര രൂപയാണ് ചാർജ് ചെയ്യുക ?	बच्चे का कितना किराया लेते हैं?	ബച്ചേ കാ കിതനാ കിരായാ ലേതേ ഹേം?
33.	എന്നെ വിമാനത്താ-വളത്തിലേക്ക് കൊണ്ടുപോകൂ.	मुझे हवाई अड्डे पर ले चलिए।	മുഛേ ഹവായി അഡ്ഡേ പർ ലേ ചലിയേ.
34.	ദയവായി സിംഗപ്പൂരിലേക്ക് പോവാനും വരാനും ഉള്ള ടിക്കറ്റ് തരൂ.	कृपया सिंगापुर जाने और वापिस आने का टिकट दीजिए।	കൃപയാ സിംഗപ്പൂർ ജാനേ ഔർ വാപസ് ആനേ കാ ടിക്കറ്റ് ദീജിയേ.
35.	ഞങ്ങളുടെ വിമാനം കൃത്യസമയത്ത് സിംഗപ്പൂരിൽ എത്തിച്ചേർന്നു.	हमारा जहाज ठीक समय पर सिंगापुर पहुंच गया।	ഹമാരാ ജഹാജ് ഠീക് സമയ് പർ സിംഗപ്പൂർ പഹൂംച് ഗയാ.

38-ാം പടി अड़तीसवीं सीढ़ी

ആരോഗ്യം & ആരോഗ്യസുരക്ഷ
स्वास्थ्य एवं स्वास्थ्य रक्षा

1.	ആരോഗ്യം സമ്പത്താണ്.	स्वास्थ्य धन है।	സ്വാസ്ഥ്യ് ധൻ ഹേ.
2.	രോഗം വന്ന് ചികിത്സിക്കുന്നതിനേക്കാൾ വരുന്നതിനു മുമ്പ് തടയുന്നതാണ് ഉത്തമം.	इलाज से परहेज बेहतर है।	ഇലാജ് സേ പരഹേജ് ബെഹത്തർ ഹേ.
3.	അവൾ വളരെ ക്ഷീണിതയാണ്.	वह बहुत थकी हुई है।	വഹ് ബഹൂത് ഥകീ ഹുയീ ഹേ.
4.	എന്റെ ആരോഗ്യം നഷ്ടപ്പെട്ടു.	मेरा स्वास्थ्य गिर गया है।	മേരാ സ്വാസ്ഥ്യ് ഗിർ ഗയാ ഹേ.
5.	അവൻ രോഗവിമുക്തനായി.	वह स्वस्थ हो गया है।	വഹ് സ്വസ്ഥ് ഹോ ഗയാ ഹേ.
6.	എനിക്ക് ഉറക്കം വരുന്നു.	मुझे नींद आ रही है।	മുഛേ നീംദ് ആ രഹീ ഹേ.
7.	നമ്മൾ പകൽ ഉറങ്ങരുത്.	हमें दिन में नहीं सोना चाहिए।	ഹമേം ദിൻ മേം നഹിം സോനാ ചാഹിയേ.
8.	താങ്കൾ നടക്കാൻ വരുന്നുണ്ടോ ?	आप टहलने चलेंगे न?	ആപ് ടഹൽനേ ചലേംഗേ ന ?
9.	അവൻ ഇന്നലത്തേക്കാളും ഭേദമാണ്.	वह कल से आज अच्छा है।	വഹ് കൽ സേ ആജ് അഛാ ഹേ.
10.	ഇന്നെനിക്ക് സുഖമില്ല.	आज मेरी तबियत ठीक नहीं।	ആജ് മേരി തബിയത് ഠീക് നഹീം.
11.	നിങ്ങൾ മരുന്ന് കഴിക്കില്ലേ ?	क्या तुम दवा नहीं लोगी?	ക്യാ തും ദവാ നഹിം ലോഗീ ?
12.	താങ്കളുടെ പിതാവിന് എങ്ങനെയുണ്ട് ?	आपके पिता जी कैसे हैं?	ആപ്കേ പിതാജി കൈസേ ഹേം ?

ഡോക്ടർ & രോഗി डॉक्टर और रोगी

13.	നിങ്ങളുടെ പൾസ് നോക്കട്ടെ.	मुझे अपनी नब्ज देखने दो।	മുഛേ അപ്നീ നബ്ജ് ദേഖ്നേ ദോ.
14.	എന്റെ ആരോഗ്യം ഇന്ന് മോശമാണ് .	मेरी तबियत खराब है।	മരി തബിയത് ഖരാബ് ഹേ.
15.	രോഗിയുടെ അവസ്ഥ അപകടനിലയിലാണ്.	बीमार का दिल कमजोर हो रहा है।	ബീമാർ കാ ദിൽ കമ്ജോർ ഹോ രഹാ ഹേ.

16.	എനിക്ക് ദഹനമില്ലായ്മയാണ്.	मेरा हाजमा बिगड़ा हुआ है।	മേരാ ഹാജ്മാ ബിഗഡാ ഹുവാ ഹേ.
17.	അവൾക്ക് ഛർദ്ദിക്കാൻ തോന്നുന്നു.	उसका जी मतला रहा है।	ഉസ്കാ ജീ മത്‌ലാ രഹാ ഹേ.
18.	നിങ്ങൾക്ക് തല കറങ്ങുന്നുണ്ടോ ?	क्या तुम्हारा सिर चकरा रहा है?	ക്യാ തുമ്ഹാരാ സിർ ചക്‌രാ രഹാ ഹേ?
19.	അവൾ ഇപ്പോൾ അപകടനില തരണം ചെയ്തു.	उसे अब कोई खतरा नहीं।	ഉസേ അബ് കൊയീ ഖത്‌രാ നഹീം.
20.	കുട്ടിയുടെ പല്ല് പുറത്തുവരുന്നു.	बच्चे का दांत निकल रहा है।	ബച്ചേ കാ ദാന്ത് നികൽ രഹാ ഹേ.
21.	നിങ്ങൾ എത്ര ഡോസ് കഴിച്ചു ?	तुमने कितनी खुराकें ली हैं?	തുമ്നേ കിതനീ ഖുരാകേം ലീ ഹേം ?
22.	ഞാൻ തീവ്രമായ മലബന്ധത്താൽ കഷ്ടപ്പെടുന്നു.	मुझे सख्त कब्ज की शिकायत है।	മുഛേ സഖ്ത് കബ്ജ് കീ ശികായത് ഹേ.
23.	നിങ്ങൾക്ക് പഴകിയ പനിയായിരുന്നു.	तुम्हें पुराना बुखार था।	തുമ്ഹേം പുരാനാ ബുഖാർ ഥാ.
24.	എനിക്ക് തൊണ്ടവരൾച്ചയാണ്.	मुझे गले की शिकायत है।	മുഛേ ഗലേ കി ശികായത് ഹേ.
25.	അവൾക്ക് തലവേദന- യായിരുന്നോ ?	क्या उसे सिरदर्द था?	ക്യാ ഉസേ സിർ ദർദ് ഥാ ?
26.	അവൾക്ക് വയറുവേദനയാണ്.	उसके पेट में दर्द है।	ഉസ്കേ പേട് മേം ദർദ് ഹേ.
27.	അവന് ജലദോഷമാണോ ?	उसे जुकाम हुआ है क्या?	ഉസേ ജൂകാമ് ഹുവാ ഹേ ക്യാ ?
28.	നിങ്ങളുടെ നാക്ക് കാണിക്കൂ.	मुझे अपनी जबान दिखाओ।	മുഛേ അപ്നീ ജബാൻ ദിഖാവോ.
29.	അവൾക്ക് വിശപ്പ് നഷ്ടപ്പെട്ടു .	उसकी भूख मारी गई है।	ഉസ്കീ ഭുഖ് മാരി ഗയീ ഹേ.
30.	എനിക്ക് കൊപ്പളമുണ്ട്.	मुझे फोड़ा हुआ है।	മുഛേ ഫോഡാ ഹുവാ ഹേ.
31.	അവളുടെ മോണയിൽ നിന്ന് രക്തം വരുന്നു.	उसके मसूड़ों से खून निकलता है।	ഉസ്കേ മസൂഡോം സേ ഖുൻ നികൽതാ ഹേ.
32.	ഡോക്ടറെ വിളിക്കൂ. ബുലാവോ	डॉक्टर को बुलाओ।	ഡാക്ടർ കോ
33.	അവൾക്ക് കരളിൽ വേദനയുണ്ട്.	उसके कलेजे में पीड़ा है।	ഉസ്കേ കലേജേ മേം പീഡാ ഹേ.
34.	നിങ്ങൾക്ക് കുറച്ച് വയറിളക്കമുണ്ടാവും.	तुम्हें कुछ दस्त होंगे।	തുമ്ഹേം കുഛ് ദസ്ത് ഹോംഗേ.
35.	ഡോക്ടർ അടുത്ത ദിവസം രാവിലെ വരും.	चिकित्सक अगली सुबह आएँगे।	ചികിത്സക് അഗലീ സുബഹ് ആയോംഗേ.

39-ാം പടി उनतालीसवीं सीढ़ी

കാലാവസ്ഥ

मौसम

1.	ഇത് വസന്ത കാലമാണ്.	वसंत ऋतु है।	വസന്ത് ഋതു ഹേ.
2.	ഇത് വേനൽ കാലമാണ്.	ग्रीष्म ऋतु है।	ഗ്രീഷ്മ് ഋതു ഹേ.
3.	ഇത് ശരത്കാലമാണ്.	पतझड़ ऋतु है।	പത്ഝഡ് ഋതു ഹേ.
4.	ഇത് മഞ്ഞുകാലമാണ്.	शीत ऋतु है।	ശീത് ഋതു ഹേ.
5.	ഇന്ന് വളരെ ചൂടാണ്.	आज बड़ी गर्मी है।	ആജ് ബഡീ ഗർമീ ഹേ.
6.	ഇത് വളരെ തണുപ്പുള്ള ദിവസമാണ്.	बहुत ठण्डा दिन है।	ബഹൂത് ഠൺഡാ ദിൻ ഹേ.
7.	വളരെ നല്ല കാലാവസ്ഥയാണ് .	सुहावना दिन है।	സുഹാവനാ ദിൻ ഹേ.
8.	ഇന്ന് വളരെ ചീത്ത ദിവസമാണ്.	आज कितना खराब दिन है।	ആജ് കിതനാ ഖരാബ് ദിൻ ഹേ.
9.	മഴ പെയ്യുന്നു.	वर्षा हो रही है।	വർഷാ ഹോ രഹീ ഹേ.
10.	മഴ ചാറുന്നു.	बूंदाबांदी हो रही है।	ബൂംദാ ബാംദീ ഹോ രഹീ ഹേ.
11.	ചന്ദ്രൻ ഉദിച്ചോ ?	चांद निकला है क्या?	ചാംദ് നികലാ ഹേ ക്യാ ?
12.	മഴ നിന്നു.	वर्षा बंद हो गई है।	വർഷാ ബംദ് ഹോ ഗയീ ഹേ.
13.	അവൾക്ക് ജലദോഷം വരും.	उसे सर्दी लग जायेगी।	ഉസേ സർദീ ലഗ് ജായേഗീ.
14.	ഇപ്പോഴും മഴ പെയ്യുന്നുണ്ടോ ?	अब तक पानी बरस रहा है क्या?	അബ്തക് പാനി ബർസ് രഹാ ഹേ ക്യാ?
15.	മഴക്കാലത്ത് നമ്മൾ മഴക്കോട്ട് അണിയുന്നു.	बरसात के मौसम में हम बरसाती पहनते हैं।	ബർസാത് കേ മൗസമ് മേം ഹം ബർസാതി പഹൻതേ ഹേം.
16.	എനിക്ക് വിറക്കുന്നു.	मैं कांप रहा हूं।	മാം കാംപ് രഹാ ഹും.
17.	ഞാൻ വിറക്കുന്നു.	मुझे पसीना आ रहा है।	മുഛേ പസീനാ ആ രഹാ ഹേ.

18.	ഞാൻ നനഞ്ഞു.	मैं भीग गया हूं।	മേം ഭീഗ് ഗയാ ഹൂം.
19.	തണുത്ത കാറ്റ് വീശുന്നു.	शीतल वायु बह रही है।	ശീതൾ വായു ബഹ് രഹീ ഹേ.
20.	എത്ര തീവ്രമായ കാറ്റ് !	कितनी तेज हवा है!	കിതനീ തേജ് ഹവാഹേ!
21.	കാലാവസ്ഥ മാറുന്നു.	मौसम बदल रहा है।	മൗസമ് ബദൽ രഹാ ഹേ .
22.	ആകാശം മേഘാവൃതമാണ്.	आकाश बादलों से ढका है।	ആകാശ് ബാദലോം സേ ഢകാ ഹേ.
23.	ആകാശം പ്രകാശമാനമാണ്.	आसमान साफ है।	ആസ്മാൻ സാഫ് ഹേ.
24.	മിന്നൽ അടിക്കുന്നു.	बिजली चमकती है।	ബിജലീ ചമ്ക്തീ ഹേ.
25.	ഇടി വെട്ടുന്നു.	बादल गरजते हैं।	ബാദൽ ഗർജ്തേ ഹേം.
26.	സൂര്യൻ പ്രത്യക്ഷമല്ല.	सूरज दिखाई नहीं देता है।	സൂരജ് ദിഖായി നഹീം ദേതാ ഹേ.
27.	ഇത് വസന്തകാലത്തിലെ ഒരു ദിവസം പോലെയാണ്.	बसंत का सा दिन है।	ബസന്ത് കാ സാ ദിൻ ഹേ.
28.	ചൂട് അസഹനീയമാണ്.	गर्मी असहनीय है।	ഗർമീ അസഹനീയ് ഹേ.
29.	ഇത് രാത്രിയുടെ അവസാനഭാഗമാണ്.	आधी रात के बाद का समय है।	ആധി രാത് കേ ബാദ് കാ സമയ് ഹേ.
30.	മഴവില്ല് എത്ര സുന്ദരമാണ് !	इन्द्रधनुष कितना सुंदर है!	ഇന്ദ്രധനുഷ് കിതനാ സുന്ദർ ഹേ !
31.	മഴ വളരെ വേഗതയേറിയ ഒഴുക്കിൽ പെയ്യുന്നു.	मूसलाधार वर्षा हो रही है।	മൂസലാധാർ വർഷാ ഹോ രഹീ ഹെ.
32.	വളരെ മോശമായി ആലിപ്പഴം പെയ്യുന്നു.	बुरी तरह से ओले पड़ रहे हैं।	ബുരീ തരഹ് സേ ഓലേ പഡ് രഹേ ഹേം.
33.	താങ്കൾക്ക് കുട വേണോ ?	क्या आप छाता लेंगे।	ക്യാ ആപ് ഛാതാ ലേംഗേ ?
34.	കാലാവസ്ഥ എത്ര നല്ലതാണ് !	जलवायु कितना मोहक है!	ജൽവായു കിതനാ മോഹക് കേ!

40-ാം പടി चालीसवीं सीढ़ी

സമയം

समय

1.	ഘടികാരം നോക്കൂ	घड़ी देखो।	ഘടീ ദേഘോ.
2.	സമയം എത്രയാണ് ?	क्या बजा है?	ക്യാ ബജേ ഹേ?
3.	താങ്കളുടെ ഘടികാരത്തിൽ എത്ര മണിയായി ?	आपकी घड़ी में क्या बजा है?	ആപ്കി ഘടി മേം ക്യാ ബജാ ഹേ ?
4.	എത്ര മണിയായി ?	कितने बजे हैं?	കിതനേ ബജേ ഹേം?
5.	കൃത്യമായി 7മണിയായി.	ठीक सात बजे हैं।	ഠീക് സാത് ബജേ ഹേം.
6.	ഇപ്പോൾ ഒൻപതര മണിയായി .	साढ़े नौ बजे हैं।	സാഢേ നൗ ബജേ ഹേം.
7.	ഇപ്പോൾ മൂന്നേകാൽ മണിയായി.	सवा तीन बजे हैं।	സവാ തീൻ ബജേ ഹേം.
8.	ഇപ്പോൾ മൂന്നേ മുക്കാൽ മണിയായി .	पौने चार बजे हैं।	പൗനേ ചാർ ബജേ ഹേം.
9.	ഇപ്പോൾ 5 മണി 5 നിമിഷമായി .	पांच बजकर पांच मिनट हुए हैं।	പാഞ്ച് ബജ്കർ പാഞ്ച് മിനിറ്റ് ഹുയേ ഹേം.
10.	ആറു മണിയാകാൻ 10 നിമിഷമുണ്ട് .	छह बजने में दस मिनट है।	ഛഹ് ബജനേ മേം ദസ് മിനറ്റ് ഹേ.
11.	ഇപ്പോൾ നാലരമണി ആയിക്കഴിഞ്ഞു.	साढ़े चार बजे चुके हैं।	സാഢേ ചാർ ബജേ ചുകേ ഹേം.
12.	അവൾ ഒന്നേകാൽ മണിക്ക്എത്തിച്ചേരും.	वह सवा एक बजे पहुंचेगी।	വഹ് സവാ ഏക് ബജേ പഹുംചേഗീ.
13.	ഞങ്ങൾ പത്ത് ഇരുപത്തഞ്ചിന് ഓഫീസിൽ എത്തിച്ചേർന്നു.	हम दस बजकर पचीस मिनट पर कार्यालय पहुंचे।	ഹം ദസ് ബജ്കർ പചീസ് മിനിറ്റ് പർ കാര്യാലയ് പഹുംചേ.
14.	പട്ടാപ്പകൽ ബാങ്ക് കൊള്ളയടിക്കപ്പെട്ടു.	बैंक दिन-दहाड़े लूट लिया गया।	ബേങ്ക് ദിൻ-ദഹാടേ ലുട് ലിയാ ഗയാ.

15.	ചന്ത തിങ്കളാഴ്ച ദിവസം അവധിയാണ്.	बाजार सोमवार को बंद रहता है।	ബാസാർ സോമവാർ കോ ബന്ത് രഹ്താ ഹേ.
16.	ഞങ്ങൾ ഒന്നരമണിക്ക് ഉച്ചഭക്ഷണം കഴിക്കുന്നു.	हम डेढ़ बजे दोपहर का भोजन करते हैं।	ഹം ഡേഢ് ബജേ ദോപഹർ കാ ഭോജൻ കർതേ ഹേം.
17.	ഈ കട രണ്ടര മണിക്ക് വീണ്ടും തുറക്കും.	यह दुकान ढाई बजे दुवारा खुलती है।	യഹ് ദുകാൻ ഡായി ബജേ ദുബാരാ ഖുൽതീ ഹേ.
18.	ഇപ്പോൾ രാവിലെ പത്തു മണിയായി.	सवेरे के दस बजे हैं।	സവേരേ കേ ദസ് ബേജേ ഹേം.
19.	ഞങ്ങൾ ഓഫീസിൽ നിന്നും കൃത്യം വൈകുന്നേരം അഞ്ച് മണിക്ക് ഇറങ്ങുന്നു.	हमें दफ्तर से ठीक पांच बजे छुट्टी मिलती है।	ഹമേം ദഫ്തർ സേ ഠീക് പാച് ബജേ ഛുട്ടീ മിൽതി ഹേ.
20.	താങ്കളുടെ ഘടികാരം പിന്നോട്ടാണോ?	क्या तुम्हारी कलाई-घड़ी सुस्त है?	ക്യാ തുമ്ഹാരി കലായീ ഘടീ സുസ്ത് ഹേ ?
21.	ഈ മേശ ഘടികാരം മുന്നോട്ടാണോ ?	क्या यह मेज-घड़ी तेज है?	ക്യാ യഹ് മേസ് ഘടീ തേസ് ഹേ ?
22.	ഓഫീസ് ഘടികാരം കൃത്യമല്ലേ ?	क्या कार्यालय की दीवार घड़ी ठीक नहीं है?	ക്യാ കാര്യാലയ് കീ ദീവാർ ഘടീ ഠീക് നഹീം ഹേ ?
23.	എന്റെ പെൻ ഘടികാരം നിന്നുപോയി.	मेरी पेन-घड़ी बंद हो गई है।	മേരീ പെൻ-ഘടീ ബംദ് ഹോ ഗയീ ഹേ.
24.	എഴുന്നേൽക്കാനുള്ള സമയമായി .	जागने का समय हो गया।	ജാഗ്നേ കാ സമയ് ഹോ ഗയാ.
25.	താങ്കൾ അരമണിക്കൂർ താമസിച്ചുപോയി.	आपको आधा घंटा देर हो गई।	ആപ്കോ ആധാ ഘംടാ ദേർ ഹോ ഗയീ.
26.	അവൾ പത്ത് നിമിഷം നേരത്തെയാണ്.	वह दस मिनट जल्दी आई है।	വഹ് ദസ് മിനറ്റ് ജൽദി ആയീ ഹേ.
27.	ഇപ്പോൾ അർദ്ധരാത്രിയാണ്.	आधी रात का समय है।	ആധി രാത് കാ സമയ് ഹേ.
28.	എന്റെ അമ്മ അതിരാവിലെ എഴുന്നേൽക്കും.	मेरी माताजी प्रात: बहुत जल्दी उठती हैं।	മേരി മാതാജി പ്രാതഃ ബഹുത് ജൽദീ ഉഠ്തി ഹേം.
29.	കഴിഞ്ഞ മാസം ഞങ്ങൾ ഇവിടെ ഉണ്ടായിരുന്നില്ല.	पिछले महीने हम यहां नहीं थे।	പിഛലേ മഹീനേ ഹമ് യഹാം നഹീം ഥേ.

30.	ഈ മാസം ഞങ്ങൾ ഇവിടെ ഉണ്ടാകും.	इस महीने हम यहां रहेंगे।	ഇസ് മഹീനേ ഹം യഹാം രഹേംഗേ.
31.	അടുത്തമാസം ഞാൻ സിംലക്ക് പോകും.	मैं अगले महीने शिमला जाऊंगा।	മേം അഗലേ മഹീനേ ശിമ്ലാ ജാവുംഗാ.
32.	ഞങ്ങൾ ആഗസ്റ്റ് 15 മുതൽ പ്രശ്നത്തിലാണ്.	हम 15 अगस्त से संकट में हैं।	ഹം 15 ആഗസ്ത് സേ സങ്കട് മേം ഹേം.
33.	ഇന്ന് തിയ്യതി എത്രയാണ് ?	आज क्या तारीख है?	ആജ് ക്യാ താരീഖ് ഹേ ?
34.	നിങ്ങൾ ഇന്നലെ എന്തുകൊണ്ടാണ് വന്നത് ?	कल तुम क्यों आए थे?	കൽതും ക്യോം ആയേ ഥേ ?
35.	നാളെ ഏഴുമണിക്ക് വരു.	कल सात बजे आना।	കൽ സാത് ബജേ ആനാ.

ഭാഗം 5 സംഭാഷണം

41-ാം പടി इकतालीसवां सीढ़ी

വരൂ, സംസാരിക്കാം
आओ, बातचीत करें

ആമുഖം परिचय

താങ്കൾക്ക് സുഖമാണോ?	आपका क्या हाल-चाल है?	ആപ്കാ ക്യാ ഹാൽചാൽ ഹേ ?
ദയവായി പറയൂ, താങ്കൾ വിദ്യാർത്ഥിയാണോ ?	कहिए, (क्या) आप छात्र हैं?	കഹിയേ, (ക്യാ) ആപ് ഛാത്ര് ഹേം ?
അതേ, ഞാൻ വിദ്യാർത്ഥിയാണ്	जी हाँ, मैं छात्र हूँ।	ജീഹാം, മേം ഛാത്ര് ഹൂം.
താങ്കളുടെ പേരെന്താണ്?	आपका क्या नाम है?	ആപ്കാ ക്യാ നാം ഹേ?
എന്റെ പേര് പ്രണവ് ചക്രവർത്തി എന്നാണ്.	मेरा नाम प्रणव चक्रवर्ती है।	മേരാനാം പ്രണവ് ചക്രവർത്തി ഹേ.
താങ്കൾ ആസ്സാമിയാണോ ബംഗാളിയാണോ ?	आप असमी है या बंगाली?	ആപ് അസമീ ഹേ യാ ബംഗാളി ?
അല്ല, ഞാൻ മറാത്തിയാണ്.	नहीं, मैं मराठी हूं।	നഹീം, മേം മറാഠി ഹും.
ദയവായി പറയു, അവൾ ആരാണ് ?	बताइए, वह कौन है?	ബതായിയേ, വഹ് കോൻ ഹേ ?
അവൾ എന്റെ കൂട്ടുകാരി ആഭയാണ്	वह मेरी मित्र आभा है।	വഹ് മേരി മിത്ര് ആഭാ ഹേ.
അവൾ വിദ്യാർത്ഥിയാണോ?	(क्या) वह छात्रा है?	(ക്യാ) വഹ് ഛാത്രാ ഹേ ?
അല്ല അവൾ ഒരു വിവർത്തകയും സർക്കാർ ഓഫീസിൽ ജോലി ചെയ്യുകയും ആണ്.	नहीं, वह अनुवादक है और सरकारी कार्यालय में काम करती है।	നഹീം, വഹ് അനുവാദക് ഹേ ഔർ സർക്കാരി കാര്യാലയ് മേം കാമ് കർതീ ഹേ.
നന്ദി, വിടതരൂ.	धन्यवाद, विदा!	ധന്യവാദ്, വിദാ !
ഭാഷ പഠിക്കുന്നതിനെക്കുറിച്ച്	**भाषा सीखने के बारे में**	
ഹലോ താങ്കൾ ഹിന്ദി സംസാരിക്കുമോ ?	महोदय, (क्या) आप हिंदी बोलते हैं?	മഹോദയ്, (ക്യാ) ആപ് ഹിന്ദി ബോൽതേ ഹേം ?

അതേ, ഞാൻ ഹിന്ദി കുറച്ച് കുറച്ച് സംസാരിക്കും.	हां, मैं थोड़ी-थोड़ी हिंदी बोलता हूं।	ഹാം, മേം ഥോഡി-ഥോഡി ഹിന്ദി ബോൽതാ ഹും.
താങ്കൾ ഹിന്ദി നന്നായി സംസാരിക്കുന്നു.	आप हिंदी बड़ी अच्छी बोलते हैं।	ആപ് ഹിന്ദി ബടീ അച്ഛീ ബോൽതേ ഹേം.
താങ്കളുടെ ജാതി ഏതാണ് ?	आपकी जाति क्या है?	ആപ്കീ ജാതി ക്യാ ഹേ ?
എന്റെ ജാതി കേൽകർ ആണ്. ഞാൻ അശോക് കേൽക്കർ.	मेरी जाति केलकर है। मैं अशोक केलकर हूं।	മേരി ജാതി കേൽകർ ഹേ. മേം അശോക് കേൽകർ ഹും.
താങ്കൾ അങ്ങനെ വിചാരിക്കുന്നോ ?	आप ऐसा सोचते है?	ആപ് ഐസാ സോച്തേ ഹേ ?
ഞാൻ കോളേജിൽ ഹിന്ദി പഠിക്കുന്നു.	कालेज में हिंदी पढ़ रहा हूं।	കാളേജ് മേം ഹിന്ദി പഢ് രഹാ ഹും.
എനിക്ക് ഹിന്ദി നന്നായി സംസാരിക്കണം.	मैं हिन्दी अच्छी तरह बोलना चाहता हूं।	മേം ഹിന്ദി അച്ഛീ തരഹ് ബോൽനാ ചാഹ്താ ഹും.
താങ്കളുടെ ഹിന്ദി അധ്യാപകൻ ക്ലാസ്സിൽ ഹിന്ദി സംസാരിക്കുമോ?	क्या आपके हिंदी शिक्षक कक्षा में बोलते हैं?	ക്യാ ആപ്കേ ഹിന്ദി ശിക്ഷക് കക്ഷാ മേം ഹിന്ദി ബോൽതേ ഹേം ?
തീർച്ചയായും അദ്ദേഹം ഹിന്ദി നന്നായി സംസാരിക്കും.	नि:संदेह! वह धाराप्रवाह हिंदी में बोलते हैं।	നിഃസന്ദേഹ്, വഹ് ധാരാപ്രവാഹ് ഹിന്ദി മേം ബോൽതേ ഹേം.
റ്റീച്ചർ ഹിന്ദി സംസാരിക്കുമ്പോൾ നിങ്ങൾക്ക് മനസ്സിലാകുന്നുണ്ടോ?	जब शिक्षक हिंदी में बोलते हैं तो क्या आप उसे समझते हैं?	ജബ് ശിക്ഷക് ഹിന്ദി മേം ബോൽതേ ഹേം തോ ക്യാ ആപ് ഉസേ സമഝ്തേ ഹേം?
അതേ അദ്ദേഹം വേഗത്തിൽ സംസാരിക്കുമ്പോൾ ഞങ്ങൾ മനസ്സിലാകുന്നുണ്ട്.	जी हां, जब वह तेज बोलते हैं तो हम समझ लेते हैं।	ജീഹാം, ജബ് വഹ് തേജ് ബോൽതേ ഹേം തോ ഹം സമഝ് ലേതേ ഹേം.
നിങ്ങൾ വീട്ടിൽ ഹിന്ദി സംസാരിക്കുമോ ?	(क्या) आप घर पर हिंदी में बोलते हैं?	(ക്യാ) ആപ് ഘർപർ ഹിന്ദി മേം ബോൽതേ ഹേം?
തീർച്ചയായും ഇല്ല! എന്റെ കുടുംബാംഗങ്ങൾ ഹിന്ദി സംസാരിക്കില്ല. അവർ മറാത്തി മാത്രമേ സംസാരിക്കുകയുള്ളൂ. അതുകൊണ്ട് വീട്ടിൽ ഞങ്ങൾ മറാഠി മാത്രമേ	बेशक नहीं! मेरे परिवार के सदस्य हिंदी में नहीं बोलते। वे केवल मराठी में बोलते हैं। इसलिए हम लोग घर में केवल मराठी में	ബേശക് നഹീം ! മേരേ പരിവാർ കേ സദസ്യ് ഹിന്ദി മേം നഹീം ബോൽതേ. വേ കേവൽ മറാഠി മേം ബോൽതേ ഹേം. ഇസ്ലിയേ ഹം ലോഗ് ഘർ മേം

സംസാരിക്കുകയുള്ളു	बोलते हैं।	കേവൽ മറാഠി മേം ബോൽതേ ഹേം
പക്ഷേ താങ്കൾ നന്നായി ഹിന്ദി സംസാരിക്കുന്നു!	परंतु आप हिंदी बहुत अच्छी बोलते हैं।	പരന്തു ആപ് ഹിന്ദി ബഹുത് അച്ഛീ ബോൽതേ ഹേം !
വളരെയധികം നന്ദി.	आपका बहुत-बहुत धन्यवाद!	ആപ്കാ ബഹൂത് ബഹുത് ധന്യവാദ് !

ഗ്രാമവും നഗരവും गाँव बनाम शहर

താങ്കൾ ഗ്രാമത്തിൽ വസിക്കുന്നു. പക്ഷേ ജോലിക്ക് നഗരത്തിലേക്ക് പോകുന്നു. താങ്കൾ ഗ്രാമത്തിൽ വസിക്കാൻ ഇഷ്ടപ്പെടുന്നുണ്ടോ ?	आप गाँव में रहते हैं, पर शहर में काम करने जाते हैं। (क्या) आप गांव में रहना अधिक पसंद करते हैं?	ആപ് ഗാവ് മേം രഹതേ ഹേം, പർ ശഹർ മേം കാമ് കർനേ ജാതേ ഹേം. (ക്യാ) ആപ് ഗാവ് മേം രഹനാ അധിക് പസന്ത് കർതേ ഹേം ?
ശരി ! ഞാൻ അവിടെ താമസിക്കാൻ അധികം ഇഷ്ടപ്പെടുന്നു. പക്ഷേ ഞാൻ നഗരവും ഇഷ്ടപ്പെടുന്നു.	जी हां! मैं वहां रहना अधिक पसंद करता हू। पर मैं शहर को भी चाहता हूं।	ജീഹാം, മേം വഹാം രഹനാ അധിക് പസന്ത് കർതാ ഹും. പർ മേം ശഹർ കോ ഭീ ചാഹ്താ ഹും.
താങ്കൾ എന്തുകൊണ്ട് നഗരം ഇഷ്ടപ്പെടുന്നു?	आप शहर को क्यों चाहते हैं?	ആപ് ശഹർ കോ ക്യോം ചാഹ്തേ ഹേം?
നഗരത്തിൽ സിനിമാശാല, മ്യൂസിയം, വായനശാല, സർവ്വകലാശാല മുതലായവ എല്ലാം ഉണ്ട്.	शहर में सिनेमा-नाटक है, संग्रहालय, पुस्तकालय और विश्वविद्यालय आदि सभी कुछ हैं।	ശഹർ മേം സിനേമാ-നാടക് ഹേ, സംഗ്രഹാലയ്, പുസ്തകാലയ് ഔർ വിശ്വവിദ്യാലയ് ആദി സഭീ കുഛ് ഹേം.
പക്ഷേ അവിടെ ഫാക്ടറികൾ, ബസുകൾ, ട്രക്കുകൾ, കാറുകൾ. തുടങ്ങിയവയും ഉണ്ട്. എല്ലായിടത്തും തിരക്കും ശബ്ദവും.	परन्तु वहां कारखाने बसें, ट्रक, कारें भी हैं। हर जगह शोर-गुल होता है।	പരന്തു വഹാം കാർഖാനേ ബസേം ട്രക്ക്, കാറേം ഭീ ഹേം. ഹർ ജഗഹ് ശോർ-ഗുൽ ഹോതാ ഹേ.
ഇത് ശരിയാണ്. അതുകൊണ്ടാണ് ഞാൻ ഗ്രാമത്തിൽ വസിക്കാൻ ഇഷ്ടപ്പെടുന്നത്. നഗരത്തിലാണ് ജോലി ചെയ്യുന്നതെങ്കിലും ഗ്രാമത്തിൽ ശുദ്ധവായു	यह ठीक है। यही कारण है कि मैं गांव में रहना अधिक अच्छा समझता हूं, यद्यपि मैं शहर में काम करता हूं। गांव में शांति होती	യഹ് ഠീക് ഹേ, യഹീ കാരൺ ഹേ കി മേം ഗാവ് മേം രഹനാ അദിക് അച്ഛാ സമഝ്താ ഹും, യദ്യപി മേം ശഹർ മേം കാം കർതാ ഹും.

ഉണ്ട്, വളരെ ശാന്തവും.	है। हवा स्वच्छ होती है।	ഗാവ് മേം ശാന്തി ഹോതീ ഹേ. ഹവാ സ്വച്ഛ് ഹോതി ഹേ.
താങ്കളുടെ ഭാര്യ ഗ്രാമത്തിലെ ജീവിതം ഇഷ്ടപ്പെടുന്നുണ്ടോ?	और (क्या) आपकी पत्नी भी गांव की जिंदगी पसंद करती हैं?	ഔർ (ക്യാ) ആപ്കീ പത്നീ ഭീ ഗാവ്കീ സിന്ദഗീ പസന്ത് കർതീ ഹേം?
അവൾ വളരെയധികം ഇഷ്ടപ്പെടുന്നു. എങ്കിലും, എപ്പോഴെങ്കിലും അവൾ വസ്ത്രങ്ങളും മറ്റു സാധനങ്ങളും വാങ്ങാൻ നഗരത്തിലേക്ക് പോകുന്നു.	वह इसे बहुत पसंद करती है। वैसे जब-तब वह कपड़े तथा दूसरी चीजें खरीदने शहर जाती है।	വഹ് ഇസേ ബഹൂത് പസന്ത് കർതീ ഹേ. വൈസേ ജബ്-തബ് വഹ് കപഡേ തഥാ ദൂസരീ ചീസേം ഖരീദ്നേ ശഹർ ജാതി ഹേ.
എന്തായാലും ഞങ്ങളുടെ കുടുംബാംഗങ്ങൾ ഗ്രാമത്തിൽ വളരെ സന്തുഷ്ടരാണ്.	इस पर भी, हमारे परिवार के सदस्य गांव में प्रसन्न हैं।	ഇസ് പർ ഭീ, ഹമാരേ പരിവാർ കേ സദസ്യ് ഗാവ്മേം പ്രസന്ന് ഹേം.

ഭാഷ പഠിക്കൽ भाषा सीखना

ഹലോ നമ്പ്യാർ, താങ്കൾക്ക് സുഖമല്ലേ?	श्री नंबियार महोदय आप कैसे हैं?	ശ്രീ നമ്പിയാർ മഹോദയ് ആപ് കൈസേ ഹേം?
നന്നായിരിക്കുന്നു, നന്ദി.	बिलकुल ठीक-ठाक हूं। धन्यवाद।	ബിൽകുൽ ഠീക്-ഠാക് ഹും, ധന്യവാദ് !
താങ്കളുടെ കുടുംബത്തിന് സുഖമല്ലേ?	और आपका परिवार कैसा है?	ഔർ ആപ്കാ പരിവാർ കൈസാ ഹേ?
നന്ദി, എല്ലാവരും സുഖമായിരിക്കുന്നു.	आपकी मेहरबानी से सब ठीक-ठाक है।	ആപ്കീ മെഹർബാനി സേ സബ് ഠീക്-ഠാക് ഹേ.
അതുപോലെതന്നെ താങ്കൾ കുറച്ചുനാളുകളായി ഹിന്ദി പഠിക്കുകയാണെന്ന് ഞാൻ കേട്ടു.	वैसे, मैंने सुना है कि कुछ समय से आप हिंदी सीख रहे हैं।	വൈസേ മേംനേ സുനാ ഹേ കി കുഛ് സമയ് സേ ആപ് ഹിന്ദി സീഖ് രഹേ ഹേം.
അത് ശരിയാണ് ഞാൻ ഹിന്ദി വായിക്കാനും എഴുതാനും ആഗ്രഹിക്കുന്നു.	यह सच है, मैं हिंदी पढ़ना, बोलना और लिखना चाहता हूं।	യഹ് സച് ഹേ, മേം ഹിന്ദി പഢ്നാ, ബോൽനാ, ഔർ ലിഖ്നാ ചാഹ്താ ഹും
ഹിന്ദിഭാഷ കഠിനമാണെന്ന് താങ്കൾക്ക് തോന്നുന്നുണ്ടോ ?	(क्या) आपको लगता है कि हिंदी भाषा कठिन है?	(ക്യാ) ആപ്കോ ലഗ്താ ഹേ കി ഹിന്ദി ഭാഷ കഠിൻ ഹേ?

ഇത് വിദേശികൾക്ക് കഠിനമാണ്, പക്ഷേ ഞാൻ പഠിച്ചുവരുന്നു.	विदेशियों को वह कठिन लगती है, पर मैं प्रगति कर रहा हूं।	വിദേശിയോം കോ വഹ് കഠിൻ ലഗ്തി ഹേ, പർ മേം പ്രഗതി കർ രഹാ ഹും.
വളരെ നല്ലത് ! താങ്കൾ മുമ്പുതന്നെ ഹിന്ദി നന്നായി സംസാരിക്കുന്നു.	बहुत अच्छे! आप तो पहले ही हिंदी अच्छी बोलते हैं।	ബഹുത് അഛേ! ആപ് തോ പഹലേ ഹീ ഹിന്ദി അച്ഛീ ബോൽതേ ഹേം.
നന്ദി ! ഞാൻ ഇനിയും നന്നായി സംസാരിക്കാൻ ആഗ്രഹിക്കുന്നു.	धन्यवाद! मैं और भी अच्छा बोलना चाहता हूं।	ധന്യവാദ്, മേം ഔർ ഭീ അച്ഛാ ബോൽനാ ചാഹ്താ ഹും.
താങ്കളുടെ ഉത്സാഹം പ്രശംസനീയമാണ്.	आपका उत्साह प्रशंसा योग्य है।	ആപ്കാ ഉത്സാഹ് പ്രശംസാ യോഗ്യ് ഹേ.

42-ാം പടി बयालीसवीं सीढ़ी

സുഹൃത്തുക്കൾക്കിടയിൽ
दो मित्रों के बीच

മീനാക്ഷി —ഹലോ മാഡം താങ്കൾക്ക് സുഖമാണോ ?	मीनाश्री-आप कैसी है श्रीमती?	— ആപ് കൈസീ ഹേ ശ്രീമതി ?
ഗരിമാ —സുഖം തന്നെ, നന്ദി, താങ്കൾക്ക് സുഖമാണോ ?	गरिमा–ठीक-ठाक हूं आपकी कृपा है। और आप?	— ഠീക് - ഠാക് ഹും ആപ്കീ കൃപാ ഹേ. ഔർ ആപ്?
മീനാക്ഷി —എനിക്ക് സുഖമാണ്, നന്ദി.	मीनाक्षी–मैं ठीक से हूं। धन्यवाद!	— മേം ഠീക് സേ ഹും. ധന്യവാദ്.
ഗരിമാ —നന്ന് വീണ്ടും കാണാം.	गरिमा-अच्छा, फिर मिलेंगे।	— അച്ഛാ, ഫിർ മിലേംഗേ.

● ● ●

ആഭാ—നിങ്ങൾ ടെലിവിഷൻ അടിക്കടി കാണാറുണ്ടോ ?	आभा-क्या तुम प्राय: दूरदर्शन देखते हो?	— ക്യാ തും പ്രായഃ ദൂരദർശൻ ദേഖ്തേ ഹോ ?
അമിത് —ആ, ഞാൻ ചില സമയം വൈകുന്നേരം കാണാറുണ്ട്.	अमित-हां, मैं कभी-कभी इसे शाम को देखता हूं।	— ഹാം, മേം കഭീ-കഭീ ഇസേ ശാമ് കോ ദേഖ്താ ഹും.
ആഭാ—നിങ്ങൾ കഴിഞ്ഞ രാത്രിയിൽ ടെലിവിഷൻ കണ്ടോ?	आभा-क्या तुमने पिछली रात दूरदर्शन देखा था?	— ക്യാ തുമ്നേ പിഛലീ രാത് ദൂരദർശൻ ദേഖാ ഥാ ?
അമിത് —ആ, ഞാൻ കണ്ടു. ഞാൻ കുറച്ച് നല്ല പരിപാടികൾ കണ്ടു.	अमित-हां, देखा था। मैंने कुछ अच्छे कार्यक्रम देखे।	— ഹാം, ദേഖാ ഥാ. മേം നേ കുഛ് അച്ഛേ കാര്യക്രമ് ദേഖേ.

● ● ●

അമിത് —നിങ്ങൾ എപ്പോഴെങ്കിലും റേഡിയോ കേൾക്കാറുണ്ടോ ?	अमित-क्या तुम कभी आकाशवाणी सुनती हो?	— ക്യാ തും കഭീ ആകാശവാണി സുൻതീ ഹോ ?
ആഭാ—തീർച്ചയായും, ഞാൻ എല്ലാ രാത്രിയിലും കേൾക്കാറുണ്ട്.	आभा-हां, अवश्य। मैं हर रात असल में आकाशवाणी सुनती हूं।	— ഹാം, അവശ്യ് മേം ഹർ രാത് അസൽ മേം ആകാശവാണീ സുൻതീ ഹും.
അമിത് —നിങ്ങൾക്ക് ഇഷ്ടപരിപാടി ഏതാണ് ?	अमित-तुम्हारा मनपसंद कार्यक्रम कौन-सा है?	— തുമ്ഹാരാ മൻ പസന്ത് കാര്യക്രമ് കോൻ സാ ഹേ?
ആഭാ—എനിക്ക് വന്ദനവാർ എല്ലാ-ത്തിലും നന്നായിട്ട് തോന്നുന്നു.	आभा-मुझे वन्दनवार सबसे अच्छा लगता है।	— മുഛേ വന്ദൻവാർ സബ്സേ അച്ഛാ ലഗ്താ ഹേ.
●	●	●
ഷെഹ്നാസ് —നിങ്ങൾ എവിടെയാണ് പോയത് ?	शहनाज-तुम कहां गई थीं?	— തും കഹാം ഗയീ ഥി ?
മിനാസ് —ഞങ്ങൾ മനോഹരമായ കടൽ തീരത്തേക്ക് പോയി.	मीनाज-हम सुंदर समुद्र तट पर गई थीं।	— ഹം സുന്ദർ സമുദ്ര് തട് പർ ഗയീ ഥീം.
ഷെഹ്നാസ് —നിങ്ങൾ സമുദ്രത്തിൽ നീന്തിയോ ?	शहनाज-क्या तुम समुद्र में तैरी थीं?	— ക്യാ തും സമുദ്ര് മേം തൈരീ ഥീം ?
മിനാസ്—അതേ, പക്ഷേ ഞാൻ തീരത്തോട് അടുത്താണ് നീന്തിയത് !	मीनाज-हां, पर मैं किनारे के पास-पास तैरी थी।	— ഹാം, പർ മേം കിനാരേ കേ പാസ്-പാസ് തൈരീ ഥീ.
●	●	●
മഞ്ചുള —ഇന്ന് രാത്രി താങ്കളുടെ പരിപാടി എന്താണ് ?	मंजुला-आज रात का, आप का क्या कार्यक्रम हैं?	— ആജ് രാത് കാ, ആപ്കാ ക്യാ കാര്യക്രമ് ഹേ ?
ഗൗരവ്—ഇതുവരെ നിശ്ചയിച്ചിട്ടില്ല.	गौरव-अभी मैंने निश्चय नहीं किया?	— അഭീ മേംനേ നിശ്ചയ് നഹിം കിയാ.

മഞ്ജുള—താങ്കൾ സിനിമയ്ക്ക് പോകാൻ ആഗ്രഹിക്കുന്നുണ്ടോ?	मंजुला-क्या आप सिनेमा जाना चाहेंगे?	— ക്യാ ആപ് സിനേമാ ജാനാ ചാഹേംഗേ ?
ഗൗരവ്—ഇല്ല. ഞാൻ നാടകത്തിന് പോകാൻ ആഗ്രഹിക്കുന്നു.	गौरव-नहीं, मैं नाटक देखना चाहूंगा।	— നഹിം, മേം നാടക് ദേഖ്നാ ചാഹൂംഗാ.
●	●	●
മനോജ്—എനിക്ക് റയിൽവേ സ്റ്റേഷൻ പോകണം.	मनोज-मुझे रेलवे स्टेशन जाना है।	— മുഝേ റേൽവേ സ്റ്റേശൻ ജാനാ ഹേ.
വികാസ്—എന്തിനാണ് അവിടെ പോകുന്നത് ?	विकास-तुम्हें वहां किसलिए जाना है?	— തുമ്ഹേം വഹാം കിസ്‌ലിയേ ജാനാ ഹേ ?
മനോജ്—ബോംബെയിൽ നിന്നും വരുന്ന സഹോദരിയെ സ്വീകരിക്കാൻ.	मनोज-मेरी बहन बंबई से आ रही है, उसे लेने जाना है।	— മേരി ബഹൻ ബംബയി സേ ആ രഹീ ഹേ, ഇസേ ലേനേ ജാനാഹേ.
വികാസ്—വരൂ എന്റെ സ്കൂട്ടറിൽ പോകാം.	विकास-आओ मेरे स्कूटर पर बैठ चलो।	— ആവേ മേരേ സ്കൂട്ടർ പർ ബൈഠ് ചലോ.
●	●	●
പ്രദീപ് —താങ്കൾ ഡോ.ഭാരതേന്ദു ആണോ ?	प्रदीप-क्या आप डॉ. भारतेंदु हैं?	— ക്യാ ആപ് ഡാ.ഭാരതേന്ദു ഹേം ?
മനോഹർ —അല്ല. ആ ഉയരം കൂടിയ, കണ്ണട വച്ച ആളാണ് ഡോ.ഭാരതേന്ദു.	मनोहर-नहीं, वह लंबे महाशय डॉ. भारतेंदु हैं।	— നഹിം, വഹ് ലംബേ മഹാശയ് ഡാ.ഭാരതേന്ദു ഹേം.
പ്രദീപ് —താങ്കൾ ഉദ്ദേശിച്ചത് ആ കണ്ണടവച്ച ആളെയാണോ?	प्रदीप-(क्या) आपका मतलब है, वह जो ऐनक पहने हैं?	— (ക്യാ) ആപ്കാ മത്‌ലബ് ഹേ, വഹ് ജോ ഐനക് പഹനേ ഹേം?
മനോഹർ —അതേ. ഇരുണ്ടമുടി ഉള്ളയാൾ.	मनोहर-हां, वह जो काले बालों वाले हैं।	— ഹാം, വഹ് ജോ കാലേ ബാലോം വാലേ ഹേം.
●	●	●

ഇനാംദാർ —താങ്കൾ എത്രനാളായി ഇവിടെ താമസിക്കുന്നു?	ईनामदार-आप यहां कब से हैं?	—	ആപ് യഹാം കബ്സേ ഹേം?
ഗോപാൽ —ഞാൻ രണ്ടാഴ്ചയായി ഇവിടെയാണ്.	गोपाल-मैं दो सप्ताह से यहां हूं।	—	മേം ദോ സപ്താഹ് സേ യഹാം ഹും.
ഇനാംദാർ —താങ്കൾ എപ്പോഴെല്ലാം ഇവിടെ വരുന്നു?	ईनामदार-आप कब-कब यहां आते हैं?	—	ആപ് കബ് കബ് യഹാം ആതേ ഹേം?
ഗോപാൽ—ഞാൻ ഈ നഗരത്തിൽ വർഷത്തിൽ രണ്ടു പ്രാവശ്യം വരാറുണ്ട്.	गोपाल-मैं लगभग वर्ष में दो बार इस शहर में आता हूं।	—	മേം ലഗ്ഭഗ് വർഷ് മേം ദോ ബാർ ഇസ് ശഹർ മേം ആതാ ഹും.
അനു —നിങ്ങളുടെ അവധിക്കാലം നന്നായി ചിലവഴിച്ചോ ?	अनु-क्या तुम्हारी छुट्टियाँ अच्छी बीतीं?	—	ക്യാ തുമ്ഹാരി ഛുട്ടിയാം അച്ഛീ ബീതീം ?
സത്യ —ആ, നന്നായിരുന്നു, വളരെ ആനന്ദ–പൂർണ്ണമായിരുന്നു.	सत्य-हां, अच्छी बीतीं। वह समय बड़ा मजे का रहा।	—	ഹാം, അച്ഛീ ബീതീം. വഹ് സമയ് ബഡാ മസേ കാ രഹാ.
അനു —നിങ്ങൾ എന്തു ചെയ്തു ?	अनु-तुम ने क्या किया?	—	തും നേ ക്യാ കിയാ?
സത്യ —ഞാൻ ഡൽഹിയിലുള്ള പഴയ കുറച്ച് സുഹൃത്തുക്കളെ സന്ദർശിച്ചു.	सत्य-मैंने नई दिल्ली के कुछ पुराने मित्रों से भेंट की।	—	മേംനേ നയീ ദില്ലീ കേ കുഛ് പുരാനേ മിത്രോം സേ ഭേംട് കീ.

•••

43-ാം പടി तैंतालीसवां सीढ़ी

പണത്തെക്കുറിച്ച്
पैसे के बारे में

	മലയാളം	हिन्दी		ഉച്ചാരണം
1.	താങ്കളുടെ കയ്യിൽ എത്ര രൂപയുണ്ട് ?	तुम्हारे पास कितने रुपये हैं?		തുമ്ഹാരേ പാസ് കിതനേ റുപ്പയേ ഹേം?
—	അധികമില്ല.	-बहुत अधिक नहीं।	—	ബഹുത് അധിക് നഹീം.
	×	×		×
2.	അവൾ ഏതോ കാരണത്താൽ ദുഃഖിതയായി കാണപ്പെടുന്നു.	वह किसी बात पर परेशान दीखती हैं?		വഹി കിസീ ബാത് പർ പരേശാൻ ദീഖ്തീ ഹേം.
—	ഞാൻ വിചാരിക്കുന്നു, അവളുടെ പൈസ നഷ്ടപ്പെട്ടുവെന്ന്.	–मुझे लगता है, उसके पैसे खो गए हैं।	–	മുഝേ ലഗ്താഹേ, ഉസ്കേ പൈസേ ഖോ ഗയേ ഹേം.
—	പൈസ നഷ്ടപ്പെട്ടു-വെന്ന് ഉറപ്പാണോ ?	-क्या आपको पक्का मालूम है कि उसके पैसे खो गए हैं?	—	ക്യാ ആപ്കാ പക്കാ മാലൂമ് ഹേകീ ഉസ്കേ പൈസേ ഖോ ഗയേ ഹേം ?
—	എനിക്ക് തീർച്ച-യാണ്, നഷ്ടപ്പെട്ടു	-हां, मुझे विश्वास हैं।	—	ഹാം മുഝേ വിശ്വാസ് ഹേം.
	×	×		×
3.	താങ്കളുടെ ബാങ്ക് അക്കൗണ്ടിൽ എത്ര പണമുണ്ടായിരുന്നു?	अपने बैंक खाते में आपके कितने रुपये थे?		അപ്നേ ബേംക് ഖാതേ മേം ആപ്കേ കിതനേ റുപ്പയേ ഥേ ?
—	കൃത്യം മുന്നൂറ് രൂപയുണ്ട്.	-मेरे पास ठीक तीन सौ रुपये थे।	—	മേരേ പാസ് ഠീക് തീൻസൗ റുപ്പയേ ഥേ.
	×	×		×

4.	നിങ്ങൾ മോട്ടോർ സൈക്കിൾ വിറ്റോ ?	क्या तुमने अपनी मोटरसाइकिल बेच दी?	ക്യാ തുമ്നേ അപ്നീ മോട്ടോർ സൈക്കിൾ ബേച് ദീ?
—	അതേ, ഞാൻ എന്റെ സുഹൃത്ത് അനുപമിന് വിറ്റു.	-हां, मैंने अपने मित्र अनुपम को बेच दी।	— ഹാം, മേംനേ അപ്നേ മിത്ര് അനുപമ് കോ ബേച് ദീ.
	×	×	×
5.	താങ്കൾക്ക് ഒരു നൂറു രൂപ കടം തരാൻ സാധിക്കുമോ ? നാളെ തരാം.	क्या आप कल तक के लिए एक सौ रुपये उधार दे सकेंगे?	ക്യാ ആപ് കൽ തക് കേ ലിയേ ഏക് സൗ റുപ്പയേ ഉധാർ ദേ സകേംഗേ?
—	ഇല്ല തരാൻ പറ്റില്ല .	-नहीं, मैं नहीं दे सकता।	— നഹിം, മേം നഹിം ദേ സക്താ.
	×	×	×
6.	അറുന്നൂറ് രൂപ എനിക്കുവേണ്ടി തരാൻ പറ്റുമോ ?	क्या आप (मेरे लिए) छह सौ रुपये निकाल सकेंगे?	ക്യാ ആപ് (മേരേ ലിയേ) ഛഹ് സൗ റുപ്പയേ നികാൽ സകേംഗേ ?
—	ശരി പക്ഷേ അടുത്തയാഴ്ചക്കു മുമ്പ് തിരിച്ചുവേണം.	-हां, पर मुझे वह पैसा अगले सप्ताह के पहले चाहिए।	— ഹാം, പർ മുഝേ വഹ് പൈസാ അഗലേ സപ്താഹ് കേ പഹലേ ചാഹിയേ.
7.	നിങ്ങൾക്ക് പൈസ കിട്ടിയോ ?	क्या तुम्हें पैसा मिल गया?	ക്യാ തുമ്ഹേം പൈസാ മിൽ ഗയാ?
—	കിട്ടി, ഞാൻ എന്റെ സഹപ്രവർത്തകനിൽ നിന്നും കടം വാങ്ങി.	-हां, मैंने अपने साथी से उधार ले लिया।	— ഹാം, മേനേ അപ്നേ സാഥീ സേ ഉധാർ ലേ ലിയാ.
	×	×	×
8.	താങ്കളുടെ കയ്യിൽ ചില്ലറ ഉണ്ടോ?	(क्या) आपके पास रेजगारी है?	(ക്യാ) ആപ്കേ പാസ് റേസ്ഗാരി ഹേ?
—	എന്റെ കയ്യിൽ ഏഴു പത്തുപൈസ നാണയങ്ങളും ആറ് അഞ്ചുപൈസ നാണയങ്ങളും ഉണ്ട്.	-मेरे पास सात सिक्के दस पैसे वाले और छ: सिक्के पांच पैसे वाले हैं।	— മേരേ പാസ് സാത് സിക്കേ ദസ് പൈസേ വാലേ ഔർ ഛഃ സിക്കേ പാഞ്ച് പൈസേ വാലേ ഹേം.
	×	×	×

9.	താങ്കൾക്ക് ഈ പത്തുരൂപ മാറാൻ സാധിക്കുമോ ?	(क्या) आप यह दस रुपये वाला नोट बदल सकते हैं?	(ക്യാ) ആപ് യഹ് ദസ് റുപ്പയേ വാലാ നോട്ട് ബദൽ സക്തേ ഹേം?
—	ക്ഷമിക്കണം എന്റെ കയ്യിൽ നോട്ടില്ല.	-खेद है, मेरे पास कोई नोट नहीं है।	— ഖേദ് ഹേ, മേരേ പാസ് കൊയീ നോട്ട് നഹീം ഹേ.
	×	×	×
10.	താങ്കളുടെ കയ്യിൽ നൂറുരൂപയ്ക്ക് ചില്ലറയുണ്ടോ ?	(क्या) आपके पास एक सौ रुपये के छोटे नोट हैं?	(ക്യാ) ആപ്കേ പാസ് ഏക്സൗ റുപ്പയേ കേ ഛോട്ടേ നോട്ട് ഹേം ?
—	ഒരു നിമിഷം, നോക്കട്ടെ.	एक मिनट रुको, जरा देख लूं।	— ഏക് മിനിറ്റ് രുക്കോ, സരാ ദേഖ് ലൂം.
11.	താങ്കൾ വിദേശ-നാണയങ്ങൾ മാറ്റിത്തരുമോ ?	(क्या) तुम विदेशी मुद्रा विनिमय करोगे?	(ക്യാ) തും വിദേശീ മുദ്രാ വിനിമയ് കരോഗേ?
—	ആം, തീർച്ചയായും	-हां, अवश्य।	— ഹാം അവശ്യ്.
	×	×	×
12.	താങ്കൾ എത്രമാത്രം വിനിമയം ചെയ്യും ?	आप कितनी राशि विनिमय करोगे?	ആപ് കിതനീ രാശി വിനിമയ് കരോഗേ?
	ഒരു വിദ്യാർത്ഥിക്ക് ഒരു വർഷത്തിൽ 5000 ഡോളർ വിദേശവിനിമയം സാധാരണയായി കിട്ടുന്നു.	-एक छात्र को प्राय: पांच हजार डालर प्रतिवर्ष विदेशी मुद्रा विनिमय प्राप्त होती है।	— ഏക് ഛാത്ര് കോ പ്രായഃ പാംച് ഹസാർ ഡാളർ പ്രതിവർഷ് വിദേശീമുദ്രാ വിനിമയ് പ്രാപ്ത് ഹോതീ ഹേ .
	×	×	×
13.	താങ്കളുടെ ശമ്പളം എത്ര രൂപയാണ് ?	तुम्हारा वेतन कितना है?	തുമ്ഹാരാ വേതൻ കിതനാ ഹേ ?
—	ഞാൻ ഒരു മാസം 400 രൂപ ശമ്പളം വാങ്ങുന്നു.	-मुझे चार सौ रुपये प्रतिमाह वेतन मिलता है।	— മുഝേ ചാർസൗ രുപയേ പ്രതിമാസ് വേതൻ മിൽതാ ഹേ.
	×	×	×
14.	താങ്കൾ എത്ര പ്രതീക്ഷിക്കുന്നു ?	आप कितनी राशि चाहते हैं?	ആപ് കിതനീ രാശി ചാഹ്തേ ഹേം?

	Malayalam	Hindi		Pronunciation
—	ഞാൻ അൻപതു രൂപയിൽ കൂടുതൽ ആഗ്രഹിക്കുന്നില്ല.	-मैं पचास रुपये से अधिक नहीं पाना चाहता।	—	മേം പചാസ് റുപ്പയേ സേ അധിക് നഹിം പാനാ ചാഹ്താ.
	×	×		×
15.	താങ്കൾ ഡിസ്ക്കൗണ്ട് തരുമോ ?	आप कुछ कमीशन देंगे?		ആപ് കുഛ് കമീശൻ ദേംഗേ ?
I	ഒരിക്കലുമില്ല.	-कुछ भी नहीं।	—	കുഛ് ഭീ നഹീം?
	×	×		×
16.	ഇത് ഇരുപത് രൂപയ്ക്ക് ഉണ്ടോ ?	क्या यह वस्तु बीस रुपये की होगी?		ക്യാ യഹ് വസ്തു ബീസ് റുപ്പയേ കീ ഹോഗീ?
—	എന്തുകൊണ്ടില്ല ? ഇത് അതിലും വിലയേറിയതാണ്.	-क्यों नहीं? बल्कि यह तो और भी महंगी है।	—	ക്യോം നഹീം ? ബൽകി യഹ് തോ ഔർ ഭീ മഹംഗീ ഹേ.

44-ാം പടി चौवालीसवां सीढ़ी

ബസിൽ
बस में

1.	ടിക്കറ്റ് എടുക്കൂ.	टिकटें ले लो।	ടിക്കറ്റേം ലേ ലോ.
2.	ഇല്ല, കഴിഞ്ഞ പ്രാവശ്യം ഞാൻ കൊടുത്തു. ഇന്ന് നിങ്ങളുടെ അവസരമാണ്.	नहीं, पिछली बार मैंने टिकटें ली थीं। आज तुम्हारी बारी है।	നഹിം, പിഛലീ ബാർ മേംനേ ടിക്കറ്റേം ലീ ഥീം. ആജ് തുമ്ഹാരി ബാരി ഹേ.
3.	ശരി നമ്മൾ റിംഗ് റോഡ്, ലജ്പത് നഗറിൽ ഇറങ്ങാമോ ?	अच्छा। क्या हम रिंग रोड, लाजपतनगर उतरें?	അച്ഛാ, ക്യാ ഹം റിംഗ് റോഡ്, ലാജ്പത്നഗർ ഉതരേം ?
4.	എനിക്കു തോന്നുന്നു, സെൻട്രൽ മാർക്കറ്റ് സിനിമായുടെ കുറച്ച് അടുത്താണെന്ന്. എന്തായാലും ചാർജ് ഒന്നാണ്.	मैं तो समझता हूं, सेंट्रल मार्केट सिनेमा से थोड़ा पास पड़ता है। कुछ भी हो, किराया तो एक-सा है।	മേം തോ സമഝ്താ ഹും, സെൻട്രൽ മാർക്കറ്റ് സിനേമാ സേ ഥോടാ പാസ് പട്താ ഹേ. കുഛ് ഭീ ഹോ, കിരായാ തോ ഏക് സാ ഹേ.
5.	അതേ ഞാൻ സാധാരണയായി റിംഗ് റോഡിൽ ഇറങ്ങും. പക്ഷേ യാതൊരു വ്യത്യാസവുമില്ല.	हां, ठीक है। मैं प्राय: रिंग रोड पर उतरता हूं। पर इससे कोई अंतर नहीं पड़ता।	ഹാം ഠീക് ഹേ. മേം പ്രായഃ റിംഗ് റോഡ് പർ ഉതർതാ ഹും. പർ ഇസ്സേ കൊയീ അന്തർ നഹീം പഡ്താ.
6.	ഇപ്പോൾ ടിക്കറ്റ് വാങ്ങൂ.	अब टिकटें ले लो।	അബ് ടിക്കറ്റേം ലേ ലോ.
7.	ബസിൽ ഭയങ്കര തിരക്കാണ്. എനിക്കു തോന്നുന്നു കണ്ടക്ടർ വളരെ തിരക്കിലാണ് എന്ന്.	बस में भारी भीड़ है। सो मेरा विचार है, संवाहक बहुत व्यस्त हैं।	ബസ് മേം ഭാരി ഭീഡ് ഹേ. സോ മേരാ വിചാർ ഹേ, സംവാഹക് ബഹുത് വ്യസ്ത് ഹേം.

8.	പക്ഷേ നിങ്ങൾ പൈസ റെഡിയാക്കി വച്ചിട്ടുണ്ടോ ?	पर क्या तुमने पैसे निकाल लिए हैं?	പർ ക്യാ തുമ്നേ പൈസേ നികാൽ ലിയേ ഹേം ?
9.	അതേ എന്റെ കയ്യിൽ കൃത്യമായ പൈസയുണ്ട്.	हां, मेरे पास किराये के लिए खुले पैसे हैं।	ഹാം മേരേ പാസ് കിരായേ കേലിയേ ഖുലേ പൈസേ ഹേം.

പൊതുവായനശാലയിൽ सार्वजनिक पुस्तकालय में

1.	എനിക്ക് വായനശാലയുടെ സ്ഥിര അംഗമാകാൻ സാധിക്കുമോ?	क्या मैं पुस्तकालय का नियमित सदस्य बन सकता हूं?	ക്യാ മേം പുസ്തകാലയ് കാ നിയമിത് സദസ്യ് ബൻ സക്താ ഹും ?
2.	തീർച്ചയായും. ഈ ഫോറം പൂരിപ്പിച്ച് ഏതെങ്കിലും ഗസറ്റഡ് ഓഫീസറുടെ കൈയ്യൊപ്പ് വാങ്ങൂ.	नि:संदेह। यह फार्म भरिए और किसी राजपत्रित अधिकारी से हस्ताक्षर करवाइए।	നിഃസന്ദേഹ്. യഹ് ഫാർമ് ഭരിയേ ഔർ കിസീ രാജപത്രിത് അദികാരി സേ ഹസ്താക്ഷർ കർവായിയേ.
3.	അംഗത്വ ഫീസ് എത്രയാണ് ?	सदस्यता शुल्क कितना है?	സദസ്യതാ ശുല്ക് കിതനാ ഹേ ?
4.	ഒരിക്കലുമില്ല. പൊതു-വായനശാലയുടെ സേവനം മൊത്ത-ത്തിൽ ഫ്രീയാണ്.	कुछ भी नहीं। सार्वजनिक पुस्तकालय सेवा सर्वथा नि:शुल्क है।	കുഛ് ഭീ നഹീം. സാർവ്വജനിക് പുസ്തകാലയ് സേവാ സർവ്വഥാ നിഃശുൽക് ഹേ.
5.	ഒരേ സമയം എത്ര പുസ്തകം നിങ്ങൾ കൊടുക്കും ?	एक समय में आप कितनी पुस्तकें देते हैं?	എക് സമയ് മേം ആപ് കിതനീ പുസ്തകേം ദേതേ ഹേം. ?
6.	വായനശാല പതിനാലു ദിവസത്തേക്ക് മൂന്ന് പുസ്തകം തരും.	पुस्तकालय तीन पुस्तकें चौदह दिनों के लिए देता है।	പുസ്തകാലയ് തീൻ പുസ്തകേം ചൗദഹ് ദിനോം കേ ലിയേ ദേതാ ഹേ.
7.	ശരി ഒരു ദിവസത്തിന് ലെയിറ്റ് ഫീസ് എത്രയാണ് ?	अच्छा! प्रतिदिन का विलम्ब शुल्क कितना है?	അച്ഛാ, പ്രതിദിൻ കാ വിളംബ് ശുൽക് കിതനാ ഹേ ?
8.	ഞങ്ങൾ ഒരു ബുക്കിന് ഒരു ദിവസത്തേക്ക് പത്ത് പൈസ വാങ്ങും.	हम प्रतिदिन प्रत्येक पुस्तक के दस पैसे लेते हैं।	ഹമ് പ്രതിദിൻ പ്രത്യേക് പുസ്തക് കേ ദസ് പൈസേ ലേതേ ഹേം.

9.	വായനശാല എത്ര മണിമുതൽ എത്രമണി വരെ തുറന്നിരിക്കും?	पुस्तकालय कितने बजे से कितने बजे तक खुला रहता है?	പുസ്തകാലയ് കിതനേ ബജേ സേ കിതനേ ബജേ തക് ഖുലാ രഹ്താ ഹേ ?
10.	വായനശാല രാവിലെ 9 മണിമുതൽ വൈകുന്നേരം 7.30 മണിവരെ തുറന്നിരിക്കും.	पुस्तकालय प्रात: नौ बजे से सायं साढ़े सात बजे तक खुला रहता है।	പുസ്തകാലയ് പ്രതഃ നൗ ബജേ സേ സായം സാഢേ സാത് ബജേ തക് ഖുലാ രഹ്താ ഹേ.

സിനിമാശാലയിൽ सिनेमा घर में

1.	ഇപ്പോൾ ഇടവേളയാണ്. നമ്മൾ ലഘുഭക്ഷണശാലയിൽ പോയി ഒരു കപ്പ് ചായ കുടിക്കാം.	मध्यावकाश हो गया। अल्पाहार गृह चलकर एक-एक प्याला चाय ले लें?	മധ്യവകാശ് ഹോ ഗയാ. അല്പാഹാർ ഗൃഹ് ചൽകർ ഏക്-ഏക് പ്യാലാ ചായ് ലേ ലേം?
2.	എനിക്കൊന്നും വേണ്ട. ഒന്ന് കാല് നീട്ടിവക്കട്ടെ.	मुझे कुछ नहीं चाहिए। जरा अपनी टांगे सीधी कर लें।	മുഝേ കുഛ് നഹീം ചാഹിയേ.സരാ അപ്നീ ടാംഗേ സീധി കർലേം.
3.	പോകാം നായിക എങ്ങിനെയിരിക്കുന്നു?	चलो चलें। नायिका के बारे में तुम्हारा क्या विचार है?	ചലോ ചലേം. നായികാ കേ ബാരേ മേം തുമ്ഹാരാ ക്യാ വിചാർ ഹേ ?
4.	അവളുടെ പ്രകടനം വളരെ നന്നായിട്ടുണ്ട്.	उसका प्रदर्शन बहुत अच्छा था।	ഉസ്കാ പ്രദർശൻ ബഹൂത് അച്ഛാ ഥാ.
5.	ശരിക്കും അവളുടെ ഭാവി ഉജ്വലമാണ്.	वस्तुत: उसका भविष्य बहुत उज्ज्वल है।	വസ്തുതഃ ഉസ്കാ ഭവിഷ്യ് ബഹൂത് ഉജ്വൽ ഹേ.
6.	അവൾ തീർച്ചയായും മറ്റ് അഭിനേതാക്കളെ കടത്തിവെട്ടി.	वह निश्चय ही सब अभिनेताओं से आगे बढ़ गई।	വഹ് നിശ്ചയ് ഹീ സബ് അഭിനേതാവോം സേ ആഗേ ബഢ് ഗയീ.
7.	അവളെ മാതിരി മറ്റാരും ഇത്ര നന്നല്ല.	जितनी अच्छी वह रही उतना कोई दूसरा नहीं रहा।	ജിതനീ അച്ഛീ വഹ് രഹീ ഉതനാ കൊയീ ദുസരാ നഹീം രഹാ.
8.	ചെറിയ കുട്ടി മീര മാത്രം എല്ലാവരേയും ചിരിപ്പിച്ചു.	केवल नन्हीं बच्ची मीरा को छोड़कर जिसने हम सबका मनोरंजन किया।	കേവൽ നൻഹീം ബച്ചീ മീരാ കോ ഛോഡ്കർ ജിസ്നേ ഹം സബ്കാ മനോരഞ്ജൻ കിയാ.
9.	മണി അടിക്കുന്നു തിരിച്ചുപോകേണ്ട സമയമായി .	घंटी बज रही है। यह लौटने का समय है।	ഘംടീ ബജ് രഹീ ഹേ. യഹ് ലൗട്നേ കാ സമയ് ഹേ.

45-൦൦ പടി पैंतालीसवीं सीढ़ी

വഴി ചോദിക്കുമ്പോൾ
रास्ता पूछते हुए

1.	താങ്കൾക്ക് ബുദ്ധിമുട്ടില്ലെങ്കിൽ അമ്പലം എവിടെയാണെന്ന് പറയാമോ ?	आपको कष्ट न हो क्या आप बता सकते हैं कि मंदिर कहां है?	ആപ്കോ കഷ്ട് ന ഹോ ക്യാ ആപ് ബതാ സക്തേ ഹേം കി മന്ദിർ കഹാം ഹേ?
2.	ഏത് അമ്പലമാണ് ?	कौन सा मंदिर?	കോൻ സാ മന്ദിർ ?
3.	അതായത് ലക്ഷ്മീ-നാരായണ അമ്പലം.	मेरा मतलब है, लक्ष्मी नारायण मंदिर।	മേരാ മത്‌ലബ് ഹേ, ലക്ഷ്മീ നാരായണ മന്ദിർ.
4.	ഓ, ബിർളാ അമ്പലം. ആദ്യം ട്രാഫിക് - വരെ നേരെ പോവുക. എന്നിട്ട് ഇടത്തോട്ട് തിരിയുക.	अच्छा, बिरला मंदिर। पहली ट्रैफिक बत्ती तक सीधे जाइए और फिर दायें घूमिए।	അച്ഛാ, ബിർളാ മന്ദിർ, പഹലി ട്രാഫിക് ബത്തി തക് സീധേ ജായിയേ ഔർ ഫിർ ദായേം ഘൂമിയേ.
5.	ഓ അത് ദൂരത്തിലാണോ?	अच्छा! क्या यह दूर है?	അച്ഛാ, ക്യാ യഹ് ദൂർ ഹേ?
6.	അധികദൂരമില്ല, വെറും ഒരു കിലോമീറ്റർ.	नहीं, अधिक दूर नहीं। केवल एक किलोमीटर।	നഹീം, അധിക്ദൂർ നഹീം, കേവൽ ഏക് കിലോമീറ്റർ.
7.	ആദ്യ ട്രാഫിക് വെളിച്ചത്തിൽ നിന്നും ഇടത്തോട്ട് തിരിയുക?	पहली ट्रैफिक बत्ती पर बायीं ओर घूमना है?	പഹലി ട്രാഫിക് ബത്തീ പർ ബായിം ഓർ ഘൂമ്നാ ഹേ ?
8.	താങ്കൾ ഇടത്തോട്ട് തിരിയുമ്പോൾ അമ്പലം കാണാം.	जब आप बायीं ओर घूमेंगे, तो मंदिर आपको दिखाई देगा।	ജബ് ആപ് ബായീം ഓർ ഘൂമേംഗേ, തോ മന്ദിർ ആപ്കോ ദിഖായി ദേഗാ.
9.	താങ്കൾക്ക് നന്ദി.	आपका धन्यवाद!	ആപ്കാ ധന്യവാദ്!
10.	അങ്ങിനെയൊന്നുമില്ല. പുതിയൊരാളെ സഹായിക്കുന്നത്	ऐसी कोई बात नहीं। अजनबी की सहायता करना	ഐസീ കൊയീ ബാത് നഹീം. അജ്നബീ കീ സഹായതാ കർനാ

	Malayalam	Hindi	Pronunciation
	സന്തോഷമുള്ള കാര്യമാണ്.	प्रसन्नता की बात है।	പ്രസന്നതാ കീ ബാത് ഹേ.

മരുന്നുകടയിൽ   कैमिस्ट की दूकान पर

1.	താങ്കൾക്ക് ഈ മരുന്നുചീട്ടിലുള്ള മരുന്ന് തരാൻ സാധിക്കുമോ ?	क्या आप मेरी पर्ची की दवाई दे सकेंगे?	ക്യാ ആപ് മേരി പർചീ കീ ദവായീ ദേ സകേംഗേ ?
2.	തീർച്ചയായും, താങ്കൾ പിന്നീട് വരൂ.	अवश्य, महोदय। क्या आप थोड़ी देर बाद फिर आ सकेंगे?	അവശ്യ്, മഹോദയ്. ക്യാ ആപ് ഥോടി ദേർ ബാദ് ഫിർ ആ സകേംഗേ?
3.	എത്ര നേരമാകും ?	कितना समय लगेगा।	കിതനാ സമയ് ലഗേഗാ ?
4.	വെറും പത്തുനിമിഷം.	केवल दस मिनट।	കേവൽ ദസ് മിനട്ട്.
5.	താങ്കൾ തലവേദനയ്ക്ക് എന്തെങ്കിലും മരുന്ന് നിർദ്ദേശിക്കാമോ ?	क्या आप सिरदर्द के लिए कोई दवा बताएंगे?	ക്യാ ആപ് സിർ ദർദ് കേ ലിയേ കൊയീ ദവാ ബതായേംഗേ?
6.	ശരി ഈ ഗുളികകൾ വളരെ പ്രയോജന-പ്രദമാണ്. ഇപ്പോൾ ഡോക്ടർമാർ ഇതാണ് നൽകുന്നത്.	हां, ये टिकिया बड़ी प्रभावपूर्ण हैं। आजकल बहुधा डॉक्टर इनको देते हैं।	ഹാം, യേ ടികിയാ ബഡീ പ്രഭാവപൂർണ്ണ് ഹേം. ആജ്കൽ ബഹുധാ ടാക്ടർ ഇൻകോ ദേതേ ഹേം.
7.	ശരി ഞാൻ പത്ത് ഗുളികകൾ വാങ്ങാം.	बहुत अच्छा! मैं दस टिकिया लूंगा।	ബഹൂത് അച്ഛാ, മേം ദസ് ടികിയാ ലൂംഗാ.
8.	ഇത്ര മാത്രം സാർ ?	इतना ही है न महोदय?	ഇതനാ ഹീ ഹേ നാ, മഹോദയ് ?
9.	അതേ, എന്റെ മരുന്നുകൾ മാത്രം ഇപ്പോൾ തയ്യാറാണോ ?	जी हां, केवल मेरी पर्ची की दवाई। क्या वह अभी तैयार हो जाएगी?	ജീഹാം, കേവൽ മേരീ പർചീ കീ ദവായി. ക്യാ വഹ് അഭീ തൈയാർ ഹോ ജായേഗീ?
10.	ഇതുവരെയില്ല, കുറച്ചുനേരം ക്ഷമിക്കൂ. ദയവായി ഇരിക്കൂ.	नहीं, अभी नहीं। थोड़ी देर प्रतीक्षा कीजिए। कृपया बैठ जाइए।	നഹീം, അഭീ നഹീം. ഥോഡി ദേർ പ്രതീക്ഷാ കീജിയേ. കൃപയാ ബൈഠ് ജായിയേ.

ടെലിഫോണിൽ   दूरभाष पर

1.	ഇത് ഡയമണ്ട് പോക്കറ്റ് ബുക്ക്സ് ആണോ?	डायमंड पॉकेट बुक्स?	ഡയമണ്ട് പോക്കറ്റ് ബുക്ക്സ് ?

2.	അതേ, ഡയമണ്ട് നമസ്ക്കാരം.	जी हां, डायमंड। नमस्कार।	ജീഹാം, ഡയമണ്ട്, നമസ്ക്കാർ.
3.	ശ്രീ നരേന്ദ്രകുമാർ ഉണ്ടോ ?	क्या श्री नरेंद्र कुमार हैं।	ക്യാ ശ്രീ നരേന്ദ്ര കുമാർ ഹേം ?
4.	ക്ഷമിക്കൂ, അദ്ദേഹം ഇതുവരെ എത്തിയിട്ടില്ല.	खेद है, वह अभी आये नहीं हैं।	ഖേദ് ഹേ, വഹ് അഭീ ആയേ നഹീം ഹേം.
5.	അദ്ദേഹം എപ്പോൾ വരുമെന്ന് പറയാമോ?	क्या आप बता सकते हैं, वे कब आएंगे?	ക്യാ ആപ് ബതാ സക്തേ ഹേം, വേ കബ് ആയേംഗേ ?
6.	എനിക്കറിയില്ല. താങ്കൾ സന്ദേശം എന്തെങ്കിലുമുണ്ടെങ്കിൽ തരാം.	मैं नहीं जानता। आप अपना संदेश दे सकते हैं।	മേം നഹീം ജാൻതാ. ആപ് അപ്നാ സന്ദേശ് ദേ സക്തേ ഹേം.
7.	ശ്രീ ലാംബ വിളിച്ചിരുന്നു എന്നും അദ്ദേഹത്തോട് പെട്ടെന്ന് തിരിച്ചു വിളിക്കാനും പറയാമോ ?	क्या आप उन्हें कह देंगे कि श्री लांबा का फोन आया था, और वे मुझे आकर जल्दी से जल्दी फोन कर लें?	ക്യാ ആപ് ഉൻഹേം കഹ് ദേംഗേ കി ശ്രീ ലംബാ കാ ഫോൺ ആയാ ഥാ, ഔർ വേ മുഝേ ആകർ ജൽദീ സേ ജൽദീ ഫോൺ കർ ലേം?
8.	ശരി, താങ്കളുടെ ഫോൺ നമ്പർ എത്രയാണ് ?	कह दूंगा। आपका फोन नंबर क्या है?	കഹ്ദൂംഗാ. ആപ്കാ ഫോൺ നമ്പർ ക്യാ ഹേ ?
9.	എന്റെ നമ്പർ 654527*. ശ്രീ. നരേന്ദ്രകുമാറിന് നേരത്തെ തന്നെ അറിയാം.	मेरा नंबर 654527* है-श्री नरेंद्र कुमार इसे जानते हैं।	മേരാ നമ്പർ 654527* ഹേ. ശ്രീ നരേന്ദ്രകുമാർ ഇസേ ജാൻതേ ഹേം.
10.	വളരെ നല്ലത്, അദ്ദേഹം വന്നയുടൻ പറയാം.	बहुत अच्छा, श्रीमान्! जैसे ही वह आयेंगे, मैं उन्हें बता दूँगा।	ബഹുത് അച്ഛാ, ശ്രീമാൻ! ജൈസേ ഹീ വഹ് ആയേംഗേ, മേം ഉൻഹേം ബതാ ദുംഗാ.
11.	നന്ദി, മറക്കല്ലേ വളരെ അത്യാവശ്യമാണ്. വരട്ടെ.	धन्यवाद। कृपया ध्यान रखिए यह अत्यावश्यक है। अलविदा!	ധന്യവാദ് ! കൃപയാ ധ്യാൻ രഖിയേ യഹ് അത്യാവശ്യക് ഹേ. അൽവിദാ.
	*ആറ് അഞ്ച് നാല് അഞ്ച്. രണ്ട് എഴ്.	*छः पांच चार पांच दो सात।	*ഛഃ പാഞ്ച് ചാർ പാഞ്ച് ദോ സാത്.

46-ാം പടി छियालीसवीं सीढ़ी

ട്രങ്ക് കോൾ ചെയ്യുമ്പോൾ
ट्रंक कॉल करते समय

ഉപഭോക്താവ്— ഹലോ എക്സ്ചേഞ്ച് !	ग्राहक-हेलो एक्सचेंज।	ഗ്രാഹക്— ഹെലോ എക്സ്ചേംഞ്ച്!
ഓപ്പറേറ്റർ — അതേ, എക്സ്ചേഞ്ചിൽ നിന്നും സംസാരിക്കുന്നു.	चालक-जी हां, एक्सचेंज से बोल रहा हूं।	ചാലക്— ജീഹാം, എക്സ്ചേഞ്ച് സേ ബോൽ രഹാ ഹും.
ഉപ— ദയവായി അത്യാവശ്യമായി ഒരു ട്രങ്ക് കോൾ ബുക്ക് ചെയ്യൂ.	ग्राहक-कृपया एक आवश्यक ट्रंक कॉल बुक कीजिए।	ഗ്രാഹക് —കൃപയാ ഏക് ആവശ്യക് ട്രങ്ക് കാൾ ബുക് കീജിയേ.
ഓപ്പ—ഏത് നഗരത്തിലേക്ക് ?	चालक-किस शहर के लिए?	ചാലക് —കിസ് ശഹർ കേ ലിയേ?
ഉപ —പൂനെയ്ക്ക്.	ग्राहक-जी, पुणे के लिए।	ഗ്രാഹക് —പൂനെ കേ ലിയേ.
ഓപ്പ— നമ്പർ ഏതാണ് ?	चालक-कौन-सा नंबर?	ചാലക് —കോൻ-സാ നമ്പർ ?
ഉപ —6543*	ग्राहक-6543*	ഗ്രാഹക് — ഛഹ് പാംച് ചാർ തിൻ
ഓപ്പ —ഒരു വ്യക്തിയുടെ പേരിലാണോ ?	चालक-क्या कॉल व्यक्तिगत है?	ചാലക് —ക്യാ കോൾ വ്യക്തിഗത് ഹേ ?
ഉപ —അതേ, യശ്ഷായുടെ പേരിൽ.	ग्राहक-हां श्रीमान् यह यश शाह के नाम से है।	ഗ്രാഹക് — ഹാം ശ്രീമാൻ, യഹ് യശ്ശാഹ് കേ നാമ് സേ ഹേ.
ഓപ്പ —ദയവായി സ്പെല്ലിംഗ് പറയു.	चालक-कृपया नाम के हिज्जे बोलिए।	ചാലക് —കൃപയാ നാമ് കേ ഹിജ്ജേ ബോലിയേ.
ഉപ —യമുനയുടെ യ, ശയനത്തിന്റെ ശ, യശ്ഷാ, ഡക്കാൻ കോളേജ്	ग्राहक-य से यमुनानगर श से शिवपुरी, य श यश शाह दक्कन कॉलेज, पुणे।	യ സേ യമുനാ നഗർ, ശ സേ ശിവപുരി, യ ശ യശ് ശാഹ്

പൂനെ		ദക്കൻ കാലേജ്, പൂനെ.
ഓപ്പ — ശരി നിങ്ങളുടെ ഫോൺ നമ്പർ ?	चालक-ठीक है, आपका फोन नंबर?	ചാലക് —ഠീക് ഹേ, ആപ്കാ ഫോൺ നമ്പർ ?
ഉപ —203606+	ग्राहक-203606+	ഗ്രാഹക് — ദോ ശൂന്യ് തീൻ ഛഹ് ശൂന്യ് ഛഹ്.
ഓപ്പ —ശരി അഞ്ചു നിമിഷം ക്ഷമിക്കൂ.	चालक-ठीक है। पांचेक मिनट प्रतीक्षा कीजिए।	ചാലക് —ഠീക് ഹേ. പാഞ്ചേക് മിനിറ്റ് പ്രതീക്ഷാ കീജിയേ.
ഉപ —എന്റെ രജിസ്ട്രേഷൻ നമ്പർ എന്താണ് ?	ग्राहक-मेरा पंजीकरण नंबर क्या है?	ഗ്രാഹക് — മേരാ പഞ്ചീകരൺ നമ്പർ ക്യാഹേ ?
ഓപ്പ —ബോംബെയിലെ ബ 1002×	चालक-ब से बंबई 1002×	ചാലക് — ബ സേ ബംബയീ ഏക് ശൂന്യ് ശൂന്യ് ദോ.
ഉപ —നന്ദി, സർ	ग्राहक-धन्यवाद श्रीमान्!	ഗ്രാഹക് — ധന്യവാദ് ശ്രീമാൻ !
[ഏഴു നിമിഷങ്ങൾക്കു ശേഷം]	[सात मिनट बाद]	[സാത് മിനിറ്റ് ബാദ്]
ഓപ്പ —ഹലോ ഇത് 203606?+	चालक-हेलो! नंबर 203606?+	ചാലക്—ഹെലോ ! നമ്പർ ദോ ശൂന്യ് തീൻ ഛഹ് ശൂന്യ് ഛഹ് ഹെ ?
ഉപ —അതേ ഞാനാണ്.	ग्राहक-हां, बोल रहा हूं।	ഗ്രാഹക് —ഹാം, ബോൽ രഹാ ഹും.
ഓപ്പ —പൂനെയ്ക്കുള്ള താങ്കളുടെ ട്രങ്ക് കോൾ. താങ്കളുടെ വ്യക്തിയോട് സംസാരിക്കൂ.	चालक-पुणे के लिए आपका ट्रंक कॉल ...अपने व्यक्ति से बात कीजिए।	ചാലക് —പൂനെ കേ ലിയേ ആപ്കാ ട്രങ്ക് കോൾ... അപ്നേ വ്യക്തി സേ ബാത് കീജിയേ.
ഉപഃ —വളരെ നന്ദി.	ग्राहक-आपका बहुत धन्यवाद।	ഗ്രാഹക് —ആപ്കാ ബഹുത് ധന്യവാദ്.
ഉപ —ഹലോ യശ്ഷാ?	ग्राहक-हेलो, यश शाह?	ഗ്രാഹക് —ഹെലോ, യശ് ശാഹ് ?
യശ് —സംസാരിക്കുന്നു.	यश-बोल रही हूं।	യശ് —ബോൽ രഹീ ഹും.
ഉപ —ഡൽഹിയിൽ	ग्राहक-दिल्ली से,	ഗ്രാഹക് —ദില്ലീ സേ,

നിന്നും അമിത് ആണ്.	अमित बोल रहा हूं।	അമിത് ബോൽ രഹാ ഹൂം.
യശ് —ഓ താങ്കളുടെ പിതാവ് നിങ്ങളെക്കുറിച്ച് വളരെയധികം ചിന്തിതനാണ്.	यश-अच्छा! तुम्हारे पिता जी तुम्हारे बारे में बहुत चिंतित थे।	യശ് —അച്ഛാ ! തുമ്ഹാരെ പിതാജി തുമ്ഹാരെ ബാരേ മേം ബഹൂത് ചിന്തിത് ഥേ.
അമിത് —ഞാൻ ഇന്നലെയാണ് ഇവിടെ എത്തിച്ചേർന്നത്.	अमित-मैं यहां कल ही पहुंचा।	അമിത് —മേം യഹാം കൽഹീ പഹൂംചാ.
യശ് —കുടുംബത്തിൽ എല്ലാവർക്കും സുഖമല്ലേ ? എന്റെ ചേടത്തി, നിങ്ങളുടെ അമ്മ, എങ്ങിനെയുണ്ട് ?	यश-परिवार में सभी कैसे हैं? मेरी भाभी तुम्हारी माँ जी कैसी हैं।	യശ് —പരിവാർ മേം സഭീ കൈസേ ഹേ? മേരി ഭാഭീ തുമ്ഹാരി മാംജി കൈസീ ഹേം ?
അമിത് —എല്ലാവർക്കും സുഖമാണ്. എന്റെ അച്ഛൻ എവിടെ-യാണ് ?	अमित-सभी ठीक-ठाक हैं मेरे पिता जी कहां हैं?	അമിത് —സഭീ ഠീക് ഠാക് ഹേം മേരേ പിതാജി കഹാം ഹേ ?
യശ് —അദ്ദേഹം ഒരു സാഹിത്യസഭയിൽ പങ്കെടുക്കാൻ പോയി.	यश-वह एक साहित्य-गोष्ठी में गए हैं।	യശ് —വഹ് ഏക് സാഹിത്യ് - ഗോഷ്ഠീ മേം ഗയേ ഹേം.
അമിത് —അദ്ദേഹത്തിന് സുഖമാണോ ?	अमित-वह कैसे हैं?	അമിത്—വഹ് കൈസേ ഹേം?
യശ് —എന്റെ സഹോദരൻ ? അവൻ സുഖമായി രിക്കുന്നു. അദ്ദേഹം വർഗ്ഗീകൃത നിഘണ്ടു നിർമ്മിക്കുന്നതിന്റെ തിരക്കിലാണ്.	यश- मेरे भाई जी? वह स्वस्थ-प्रसन्न हैं। वह एक वर्गीकृत शब्दकोश संपादित करने में व्यस्त हैं।	യശ് —മേരേ ഭായി ജീ ? വഹ് സ്വസ്ഥ് പ്രസന്ന് ഹേം. വഹ് ഏക് വർഗ്ഗീകൃത് ശബ്ദകോശ് സമ്പാദിത് കർനേ മേം വ്യസ്ത് ഹേം.
അമിത് —അമ്മാവൻ എങ്ങിനെയിരിക്കുന്നു.?	अमित-फूफाजी कैसे हैं?	അമിത്—ഫൂഫാജി കൈസേ ഹേം ?
യശ് —വളരെ നന്നായിരിക്കുന്നു. ഇന്ന് അദ്ദേഹം ബോംബെയ്ക്ക് പോയി.	यश-वह ठीक-ठाक हैं! आज बम्बई गए हैं।	യശ് — വഹ് ഠീക്-ഠാക് ഹേം. ആജ് ബംബയീ ഗയേ ഹേം.
അമിത് —ഇനി എത്ര	अमित-अभी काम	അമിത് —അഭി കാ൦

ജോലി ബാക്കിയുണ്ട് ?	कितना बाकी है?	കിതനാ ബാകി ഹേ?
യശ് —ജോലി ഏതാണ്ട് തീർന്നു. ഒരു പുനരവലോകനം വേണം.	यश-काम तो लगभग हो चुका है। केवल पुनरावलोकन होना है।	യശ് —കാമ്തോ ലഗ്ഭഗ് ഹോ ചുകാഹേ. കേവൽ പുനരവലോകൻ ഹോനാ ഹേ.
അമിത്—നാളെ എന്റെ അച്ഛനോട് ആറര മണിക്ക് ഫോൺ ചെയ്യാൻ പറയൂ.	अमित-मेरे पिताजी से कहना कि वह मुझे कल साढ़े छः बजे फोन करें।	അമിത്—മേരേ പിതാജി സേ കഹനാ കി വഹ് മുഛേ കൽ സാഢേ ഛഃ ബജേ ഫോൺ കരേം.
യശ് —ശരി ഞാൻ പറയാം.	यश-ठीक है, मैं कह दूंगी।	യശ് —ഠീക് ഹേ, മേം കഹ് ദൂംഗീ.
[സംസാരം അവസാനിപ്പിച്ച ശേഷം]	(वार्ता समाप्त करते हुए)	[വാർത്താ സമാപ്ത് കർതേ ഹുയേ]
ഉപ—ഹലോ, സാർ, ഞാൻ സംസാരിച്ചു-കഴിഞ്ഞു. ദയവായി എത്ര രൂപയായി എന്ന് പറയൂ ?	ग्राहक-हेलो श्रीमान्! मेरी वार्ता समाप्त हो गयी है। कृपया पैसे बताइए।	ഗ്രാഹക് —ഹലോ ശ്രീമാൻ ! മേരി വാർത്താ സമാപ്ത് ഹോ ഗയീ ഹേ. കൃപയാ പൈസേ ബതായിയേ.
ഓപ്പ —അമ്പതുരൂപ, സാർ.	चालक-साठ रुपये श्रीमान्।	ചാലക് —സാഠ് റുപ്പയേ ശ്രീമാൻ!
ഉപ —നന്ദി.	ग्राहक-आपका धन्यवाद।	ഗ്രാഹക് —ആപ്കാ ധന്യവാദ് !

*ആറ് അഞ്ച് നാല് മൂന്ന്, —छः पांच चार तीन।

+രണ്ട് പൂജ്യം മൂന്ന് ആറ് പൂജ്യം ആറ് —दो शून्य तीन छः शून्य छः

×ഒന്ന് പൂജ്യം പൂജ്യം രണ്ട്—एक शून्य शून्य दो।

47-ാം പടി सैंतालीसवीं सीढ़ी

യാത്രയെക്കുറിച്ച്
भ्रमण के बारे में

ആഭാ —പൂജാ, നീ എപ്പോഴെങ്കിലും മഹാബലിപുരം പോയിട്ടുണ്ടോ?	आभा-पूजा, क्या तुम कभी महाबलीपुरम् गई हो?	ആഭാ —പൂജാ, ക്യാ തും കഭീ മഹാബലിപുരം ഗയീ ഹോ ?
പൂജ —ഇല്ല, എനിക്ക് ഇതുവരെ സമയം കിട്ടിയില്ല	पूजा-नहीं, मैं इसके लिए कभी समय नहीं निकाल पाई।	പൂജ —നഹീം, മേം ഇസ്കേ ലിയേ കഭീ സമയ് നഹിം നികാൽ പായീ.
ആഭാ —ഒരു ചെറിയ യാത്ര പോകാം. ഇത് താങ്കൾക്ക് മനോഹര-മായ ദൃശ്യങ്ങൾ കാണുവാൻ അവസരം ഉണ്ടാക്കും.	आभा-थोड़ा-सा घूम-घाम आओ। तुम्हें बहुत अच्छे दृश्य देखने को मिलेंगे।	ആഭാ —ഥോഡാ-സാ ഘൂമ് - ഘാമ് ആവോ. തുമ്ഹേം ബഹുത് അച്ഛേ ദൃശ്യ് ദേഖ്നേ കോ മിലേംഗേ.
പൂജ —ശരി നാളെ പിതാവിന്റെ കൂടെ ഒരു ചെറിയ യാത്രക്ക് പോകും.	पूजा-ठीक है, कल मैं अपने पिताजी के साथ इस लघु भ्रमण पर जाऊंगी।	പൂജ —ഠീക് ഹേ, കൽ മേം അപ്നേ പിതാജി കേ സാഥ് ഇസ് ലഘു ഭ്രമൺ പർ ജാവുംഗീ.
[അടുത്ത ദിവസം ആഭ പൂജയോട് ചോദിക്കുന്നു]	(दूसरे ही दिन आभा पूजा से पूछती है)	[ദൂസരേ ഹി ദിൻ ആഭാ പൂജാ സേ പൂഛ്തി ഹേ]
ആഭ—മഹാബലിപുരം എങ്ങിനെയു-ണ്ടായിരുന്നു ?	आभा-तुम्हें महाबली-पुरम् कैसा लगा?	ആഭ —തുമ്ഹേം മഹാബലിപുരം കൈസാ ലഗാ ?
പൂജ —വളരെ നന്നായിരുന്നു.	पूजा-दरअसल यह बड़ा अद्भूत था।	പൂജ —ദർഅസൽ യഹ് ബഡാ അദ്ഭുത് ഥാ.
ആഭ —സമുദ്ര തീരത്തുള്ള	आभा-समुद्रतट पर स्थित मूर्तिशिल्प	ആഭ —സ[illegible]ർത്തട് പർ സ്ഥിത്

കൊത്തുപണികൾ ശില്പങ്ങൾ മുതലായവ നിങ്ങൾ കണ്ടില്ലേ?	को तुमने नहीं देखा क्या?	മൂർത്തിശില്പ് കോ തുമ്നേ നഹീം ദേഖാ ക്യാ?
പൂജ —തീർച്ചയായും കണ്ടു. പക്ഷേ ചില ധാർമ്മിക വിശ്വാസങ്ങൾ കാരണം അതിൽ ആകൃഷ്ടയായില്ല.	पूजा-सचमुच देखा है। पर मैं इसकी ओर किसी धार्मिक भावना के कारण आकृष्ट नहीं हुई।	പൂജ —സച്മുച് ദേഖാ ഹേ. പർ മേം ഇസ്കീ ഓർ കിസീ ധാർമ്മിക് ഭാവനാ കേ കാരൺ ആകൃഷ്ട് നഹീം ഹുയീ.
ആഭ —എന്റെ അഭിപ്രായം മനസ്സിലാക്കൂ. നിങ്ങൾ ഒരു കവയിത്രിയാണ്. മഹാബലിപുരത്തിന് ചുറ്റുപാടും ചിതറിക്കിടക്കുന്ന ശില്പങ്ങളുടെ കലാഭംഗി നിങ്ങൾ കണ്ടില്ലേ ?	आभा-मेरा दृष्टिकोण समझो। तुम एक कवयित्री हो। क्या तुम महाबलीपुरम् के आस-पास फैले मूर्तिशिल्प में कला कर्म नहीं देखतीं?	ആഭ — മേരാ ദൃഷ്ടികോൺ സമഝോ. തും ഏക് കവയിത്രി ഹോ. ക്യാ തും മഹാബലിപുരം കേ ആസ്-പാസ് ഫൈലേ മൂർത്തി ശില്പ് മേം കലാ കർമ് നഹിം ദേഖ്തീം?
പൂജ —തീർച്ചയായും അതിൽ കലാ- ഭംഗിയുണ്ട്. ഞാൻ അതിനെ പ്രശംസിക്കുകയും ചെയ്യുന്നു. ഞാൻ യഥാർത്ഥത്തിൽ അതിൽ ആകൃഷ്ടയായി.	पूजा-सचमुच उनमें कला कर्म है और उसकी प्रशंसक हूं। मैं सचमुच प्रभावित भी हुई।	പൂജ —സച്മുച് ഉൻമേം കലാ കർമ് ഹേ ഔർ ഉസ്കീ പ്രശംസക് ഹും. മേം സച്മുച് പ്രഭാവിത് ഭീ ഹുയീ.
ആഭ —അതുകൂടാതെ സമുദ്രത്തിന്റെ ദൃശ്യം താങ്കൾ എത്രമാത്രം ആസ്വദിച്ചു ?	आभा-इसको छोड़ो। वैसे समुद्र के दृश्य से तुमने कितना आनंद लिया?	ആഭ —ഇസ്കോ ഛോഡോ. വൈസേ സമുദ്ര് കേ ദൃശ്യ് സേ തുമ്നേ കിതനാ ആനന്ദ് ലിയാ ?
പൂജ —അത് വാക്കുകളിൽ വിവരിക്കാൻ പറ്റുന്നതല്ല. വാസ്തവത്തിൽ അത്ഭുതകരമാണ്.	पूजा-मैं शब्दों में अभिव्यक्त नहीं कर सकती। वास्तव में यह अद्भुत था।	പൂജ —മേം ശബ്ദോം മേം അഭിവ്യക്ത് നഹിം കർ സക്തി. വാസ്തവ് മേം യഹ് അദ്ഭുത് ഥാ.

യാത്രയെക്കുറിച്ച്

यात्रा के बारे में

ഉമാ —അച്ഛാ, താങ്കൾ രണ്ടുമാസത്തിന് ശേഷമാണ് തിരിച്ചുവരുന്നത്. ഏതെല്ലാം സ്ഥലങ്ങൾ സന്ദർശിച്ചു എന്ന് പറയൂ.	उमा-पिताजी, आप दो मास बाद लौटे हैं। बताइए न, आपने कौन-से स्थान देखे।	ഉമാ —പിതാജി, ആപ് ദോ മാസ് ബാദ് ലൗടേ ഹേം. ബതായിയേ ന, ആപ്നേ കോൻ-സേ സ്ഥാൻ ദേഖേ.
അച്ഛൻ — ഇന്ത്യ മുഴുവനും യാത്ര ചെയ്തതിനു ശേഷമാണ് ഞാൻ തിരിച്ചു വരുന്നത് .	पिता- मैं भारत-भर भ्रमण करके लौटा हूं।	പിതാ —മേം ഭാരത്-ഭർ ഭ്രമൺ കർകേ ലൗടാ ഹും.
ഉമാ —അച്ഛാ, ആദ്യം എവിടെയാണ് പോയത് ?	उमा-पिताजी, पहले आप कहां गए?	ഉമാ—പിതാജി, പഹലേ ആപ് കഹാം ഗയേ ?
അച്ഛൻ—ആദ്യം, ഡൽഹിക്കു പോയി. ഡൽഹി ഇന്ത്യയുടെ തലസ്ഥാനമാണ്.	पिता-सबसे पहले मैं दिल्ली गया। दिल्ली भारत की राजधानी है।	പിതാ —സബ്സേ പഹലേ മേം ദില്ലീ ഗയാ. ദില്ലീ ഭാരത് കീ രാജധാനി ഹേ.
ഉമാ —ഡൽഹിയിൽ എന്താണ് കണ്ടത് ?	उमा-आपने दिल्ली में क्या देखा?	ഉമാ — ആപ്നേ ദില്ലി മേം ക്യാ ദേഖാ ?
അച്ഛൻ — പഴയ ഡൽഹിയിൽ ചെങ്കോട്ട കണ്ടു. ഞാൻ അവിടെ കേന്ദ്രീയ സെക്രട്ടറിയേറ്റ്, ബിർളാ മന്ദിർ, കുത്തബ് മീനാർ, തുടങ്ങിയവ കണ്ടു.	पिता-मैंने पुरानी दिल्ली में लाल-किला देखा। नई दिल्ली में केंद्रीय सचिवालय, बिरला मंदिर और कुतुब मीनार देखे।	പിതാ —മേംനേ പുരാനി ദില്ലിമേം ലാൽകിലാ ദേഖാ. നയീ ദില്ലീ മേം കേന്ദ്രീയ് സചിവാലയ്, ബിർളാ മന്ദിർ , ഔർ കുതുബ് മീനാർ ദേഖേ.
ഉമാ —അതിനുശേഷം എവിടെ പോയീ ?	उमा-उसके बाद आप कहां गए?	ഉമാ —ഉസ്കേ ബാദ് ആപ് കഹാം ഗയേ ?
അച്ഛൻ —അതിനു ശേഷം ഞാൻ ബോംബെയ്ക്കു പോയി. ബോംബെ ഇന്ത്യയിലെ ഏറ്റവും വലിയ തുറമുഖമാണ്.	पिता-फिर मैं बम्बई गया। बम्बई भारत की सबसे बड़ी बंदरगाह है।	പിതാ —ഫിർ മേം ബംബയീ ഗയാ. ബംബയീ ഭാരത് കീ സബ്സേ ബഡീ ബംദർഗാഹ് ഹേ.

ഉമാ --- എങ്കിൽ താങ്കൾ സമുദ്രവും വലിയ കപ്പലുകളും കണ്ടിട്ടുണ്ടാകും.	उमा-तब तो आपने समुद्र और बड़े- बड़े जहाज देखे होंगे।	ഉമാ — തബ് തോ ആപ്നേ സമുദ്ര് ഔർ ബഡേ- ബഡേ ജഹാസ് ദേഖേ ഹോംഗേ.
അച്ഛൻ —ആം, ഞാൻ ധാരാളം കപ്പലുകൾ കണ്ടു.	पिता-हां, मैंने बहुत जलयान देखे।	പിതാ —ഹാം, മേം നേ ബഹൂത് ജലയാൻ ദേഖേ.
ഉമാ —അച്ഛാ ആഗ്രയിൽ പോയില്ലേ ?	उमा-पिताजी, आप आगरा नहीं गए क्या?	ഉമാ —പിതാജി, ആപ് ആഗ്ര നഹിം ഗയേ ക്യാ ?
അച്ഛൻ —തീർച്ചയായും ഞാൻ ആഗ്രയിൽ പോയി. താജ്മഹൽ കണ്ടു. കൂടാതെ ഒരു ദിവസത്തേക്ക് മഥുരയിലേക്കും പോയി.	पिता-अरे हाँ, मैं आगरा भी गया ताज देखा और एक दिन के लिए मथुरा भी रुका?	പിതാ —അരേ ഹാം, മേം ആഗ്‌രാ ഭീ ഗയാ താജ് ദേഖാ ഔർ എക്‌ദിൻ കേ ലിയേ മഥുരാ ഭീ രുകാ.
ഉമാ —അച്ഛൻ സന്ദർശിച്ച സ്ഥലങ്ങൾ ഭൂപടത്തിൽ കാണിച്ചു തരാമോ?	उमा-पिताजी, क्या आप मानचित्र पर उन स्थानों को दिखा सकते हैं जो अपने देखे हैं?	ഉമാ —പിതാജി, ക്യാ ആപ് മാനചിത്ര് പർ ഉൻ സ്ഥാനോം കോ ദിഖാ സക്തേ ഹേം ജോ അപ്നേ ദേഖേ ഹേം.
അച്ഛൻ —എന്തു കൊണ്ടില്ല, ഭൂപടം കൊണ്ടുവരൂ, ഞാൻ എല്ലാം കാണിച്ചുതരാം.	पिता-क्यों नहीं मेरी बेटी अपना मानचित्र लाओ। मैं तुम्हें सब कुछ दिखाऊंगा।	പിതാ —ക്യോം നഹിം മേരി ബേട്ടി. അപ്നാ മാനചിത്ര് ലാവോ. മേം തുമ്ഹേം സബ് കുഛ് ദിഖാവുംഗാ.
ഉമാ —നന്ദി അച്ഛാ.	उमा-धन्यवाद पिताजी।	ഉമാ —ധന്യവാദ് പിതാജി.
അച്ഛൻ —ശരി മോളെ.	पिता-ठीक है, मेरी बिटिया।	പിതാ —ഠീക് ഹേ, മേരി ബിടിയാ.

•••

48-ാം പടി अड़तालीसवीं सीढ़ी

ഗ്രാമീണനും നഗരവാസിയും
ग्रामीण और शहरी

നഗരവാസി—താങ്കൾക്ക് സുഖമാണോ, വളരെ നാളുകൾക്കു ശേഷമാണ് താങ്കളെ കണ്ടുമുട്ടുന്നത്.	शहरी-आप कैसे हैं! मैं आपको बहुत दिनों बाद देख रहा हूं।	ശഹരീ — ആപ് കൈസേ ഹേം, മേം ആപ്കോ ബഹുത് ദിനോം ബാദ് ദേഖ് രഹാ ഹൂം
ഗ്രാമീണൻ—അതേ സുഹൃത്തേ, ഞാൻ ഒരു പ്രത്യേക ജോലിക്കാണ് ഇവിടെ വന്നത്, ഇന്നു രാത്രി തന്നെ തിരിച്ചു പോകും.	ग्रामीण-हां मित्र, मैं यहां एक विशेष काम से आया हूं और इसी रात को वापस लौट जाऊंगा।	ഗ്രാമീണ —ഹാം മിത്ര്, മേം യഹാം എക് വിശേഷ് കാമ് സേ ആയാ ഹൂം ഔർ ഇസീ രാത് കോ വാപസ് ലൗട് ജാവൂംഗാ.
നഗരവാസി—എന്താ ഇത്ര പെട്ടെന്ന് ? താങ്കൾക്ക് നഗരത്തിൽ താമസിക്കാൻ മടിയാണോ?	शहरी-इतनी जल्दी क्यों? क्या आप शहरों में रहने से हिचकते हैं?	ശഹരീ — ഇതനീ ജൽദീ ക്യോം ? ആപ് ശഹരോം മേം രഹനേ സേ ഹിചക്തേ ഹേം ?
ഗ്രാമീണൻ—അതേ സാർ, എനിക്ക് നഗരം ഇഷ്ടമല്ല. നഗരത്തിലെ ദുഷിച്ച അന്തരീക്ഷത്തിൽ എനിക്ക് ഒരു സന്തോഷവും കാണാൻ പറ്റുന്നില്ല. ഇവിടുത്തെ തിക്കും-തിരക്കും ഞാൻ വെറുക്കുന്നു.	ग्रामीण-हां महाशय, मुझे कतई पसंद नहीं। मुझे शहर के गंदे वातावरण में कुछ मजा नहीं आता-भीड़भाड़ से मैं बौखला उठता हूं।	ഗ്രാമീൺ —ഹാ മഹാശയ്, മുഝേ കതയീ പസന്ത് നഹീം. മുഝേ ശഹർ കേ ഗന്ദേ വാതാവരൺ മേം കുഛ് മസാ നഹീം ആതാ - ഭീഡ് ഭാഡ് സേ മേം ബൗഖലാ ഉഠ്താ ഹൂം.
നഗരവാസി—ആശ്ചര്യം! തിക്കും തിരക്കു-മില്ലാത്ത ജീവിതം	शहरी-आश्चर्य! आप भीड़-भाड़ के बिना जीवन का आनंद	ശഹരീ —ആശ്ചര്യ് ! ആപ് ഭീഡ് ഭാഡ് കേ ബിനാ ജീവൻ

എങ്ങിനെ സന്തോഷ കരമാകും. ? എനിക്ക് ഗ്രാമത്തിന്റെ ശാന്തതയും മൗനവും സഹിക്കാൻ പറ്റില്ല. അതെന്നെ ഭ്രാന്തനാക്കും.	कैसे लेते हैं? मैं तो गांव की शांति और चुप्पी को बर्दाश्त ही न कर पाऊंगा। उससे मैं पागल हो उठूँगा।	കാ ആനന്ദ് കൈസേ ലേതേ ഹേം ? മേം തോ ഗാവ് കീ ശാന്തി ഔർ ചുപ്പി കോ ബർദാശ്ത് ഹീ ന കർ പാവുംഗാ. ഉസ്സേ മേം പാഗൽ ഹോ ഉഠുംഗാ.
ഗ്രാമീണൻ—ഓരോ വ്യക്തിക്കും അവരുടേതായ കാഴ്ചപ്പാടുണ്ട്. ഞാൻ ഗ്രാമീണ സൗന്ദര്യം അധികം ഇഷ്ടപ്പെടുന്നു.	ग्रामीण-हर व्यक्ति का अपना दृष्टिकोण होता है। पर मैं ग्रामीण सौंदर्य को अधिक प्यार करता हूं।	ഗ്രാമീണ് —ഹർ വ്യക്തി കാ അപ്നാ ദൃഷ്ടി-കോൺ ഹോതാ ഹേ. പർ മേം ഗ്രാമീൺ സൗന്ദര്യ് കോ അധിക് പ്യാർ കർതാഹൂം.
നഗരവാസി—ഗ്രാമത്തിൽ ഈ ആധുനിക യുഗ-ത്തിന്റെ എന്തെങ്കിലും സുഖസൗകര്യം കിട്ടുന്നുണ്ടോ ?	शहरी-क्या आप इस आधुनिक युग का कुछ भी अपने गांव में पाते हैं?	ശഹരീ —ക്യാ ആപ് ഇസ് ആധുനിക് യുഗ്കാ കുഛ് ഭീ അപ്നേ ഗാവ് മേം പാതേ ഹേം?
ഗ്രാമീണൻ—ഗ്രാമത്തിൽ കിട്ടുന്ന വസ്തു ഒരിക്കലും നഗരത്തിൽ കിട്ടില്ല.	ग्रामीण-जो चीज गांव में मिल सकती है वह शहर में कदापि नहीं।	ഗ്രാമീൺ—ജോ ചീസ് ഗാവ് മേം മിൽ സക്തി ഹേ വഹ് ശഹർ മേം കദാപി നഹീം !
നഗരവാസി— ഓ! താങ്കൾ ശാന്തസുന്ദര-മായ അന്തരീക്ഷത്തിൽ തനിയെ താമസിക്കാൻ ഇഷ്ടപ്പെടുന്നുവോ ? സിനിമ, കളി, മറ്റുള്ള സാമൂഹിക കാര്യങ്ങൾ ഇല്ലാതെ താങ്കളുടെ ജീവിതം വിരസമാകില്ലേ ?	शहरी-ओह! क्या आप वातावरण में अकेले रहना चाहते हैं? आप का जीवन सिनेमा, खेलकूद और दूसरी सामाजिक गतिविधियों के बिना नीरस नहीं हो जाएगा?	ശഹരി —ഓഹ്, ക്യാ ആപ് വാതാവരൺ മേം അകേലേ രഹനാ ചാഹ്തേ ഹേം? ആപ് കാ ജീവൻ സിനേമാ, ഖേൽകൂദ് ഔർ ദൂസരി സാമാജിക് ഗതിവിധിയോം കേ ബിനാ നീരസ് നഹീം ഹോ ജായേഗാ?
ഗ്രാമീണൻ—അതാണ് കുടുതൽ നല്ലത് എന്ന് എനിക്ക് തോന്നുന്നു. നഗര-ജീവിതം മനുഷ്യനെ	ग्रामीण-मेरा विचार है, वह अपेक्षाकृत अच्छा रहेगा। नि:संदेह शहर ने मानव जीवन को	ഗ്രാമീണൻ—മേരാ വിചാർ ഹേ, വഹ് അപേക്ഷാകൃത് അച്ഛാ രഹേഗാ. നിഃസന്ദേഹ് ശഹർ

യന്ത്രസമാനമാക്കി എന്നതിൽ സന്ദേഹമില്ല.	मशीन बनाकर रख दिया है।	നേ മാനവ് ജീവൻ കോ മശീൻ ബനാക്കർ രഖ് ദിയാ ഹേ.
നഗരവാസി—പക്ഷേ വലിയ നഗരങ്ങളി- ല്ലാതെ ഒരു രാഷ്ട്ര- ത്തിന് ഉയർച്ച ഉണ്ടാകുമോ ?	शहरी-परंतु क्या कोई राष्ट्र बिना अपने बड़े शहरों के फल-फुल सकता है?	ശഹരീ —പരന്തു ക്യാ കൊയീ രാഷ്ട്ര് ബിനാ അപ്നേ ബടേ ശഹരോം കേ ഫൽ-ഫൂൽ സക്താ ഹേ ?
ഗ്രാമീണൻ—പക്ഷേ ഗ്രാമങ്ങളിലാണ് രാഷ്ട്രത്തിന്റെ അടിത്തറ കിടക്കുന്നത് എന്ന് നമ്മൾ ഒരിക്കലും മറക്കരുത്. ഗ്രാമങ്ങളുടെ വികസനമില്ലാതെ രാഷ്ട്രം ഒരിക്കലും ഉയർച്ച കൈവരിക്കില്ല.	ग्रामीण-पर यह मत भूलिए कि हमारे राष्ट्र की नींव हमारे गांवों पर टिकी है। गांवों की दशा सुधारे बिना राष्ट्र उन्नति नहीं कर सकता।	ഗ്രാമീണൻ—പർ യഹ് മത് ഭൂലിയേ ക്വി ഹമാരേ രാഷ്ട്ര് കി നീംവ് ഹമാരാ ഗാവോം പർ ടികി ഹേ. ഗാവോം കി ദശാ സുധാരേ ബിനാ രാഷ്ട്ര് ഉന്നതി നഹിം കർ സക്താ.
നഗരവാസി—ഞാൻ സമ്മതിക്കുന്നു. പക്ഷേ നഗരം ഉപേക്ഷിക്കുന്ന കാര്യം എനിക്ക് ചിന്തിക്കാൻ പറ്റുന്നില്ല.	शहरी-मैं इसे स्वीकार करता हूं पर मैं शहर को छोड़ने की बात नहीं सोच सकता।	ശഹരി —മേം ഇസേ സ്വീകാർ കർതാ ഹും. പർ മേം ശഹർ കോ ഛോഡ്നേ കീ ബാത് നഹിം സോച് സക്താ.
ഗ്രാമീണൻ—നല്ല സംസാരത്തിന് നന്ദി. ഞാൻ കുറച്ച് ധൃതിയിലാണ്. ഇനി എപ്പോഴെങ്കിലും സമയം കിട്ടുമ്പോൾ സംസാരിക്കാം. വരട്ടെ..	ग्रामीण-अच्छी बातचीत के लिए आपका धन्यवाद! अब मैं थोड़ा जल्दी में हूं। जब भी समय मिलेगा, हम फिर बात करेंगे। अच्छा चलता हूं।	ഗ്രാമീൺ—അഛീ ബാത്ചീത് കേ ലിയേ ആപ്കാ ധന്യവാദ്. അബ്മേം ഥോഡാ ജൽദീ മേം ഹൂം. ജബ ഭീ സമയ് മിലേഗാ, ഹം ഫിർ ബാത് കരേംഗേ. അച്ഛാ . ചൽതാ ഹും.
നഗരവാസി—ശരി. പിന്നെ കാണാം.	शहरी-अच्छा विदा! फिर मिलेंगे।	ശഹരി —അച്ഛാ വിദാ ! ഫിർ മിലേംഗേ.

•••

49 -ാം പടി उनचासवीं सीढ़ी

ഡോക്ടറും രോഗിയും
डॉक्टर और रोगी

രോഗി —നമസ്ക്കാരം ഡോക്ടർ, എനിക്കുവേണ്ടി കുറച്ചുസമയം ചിലവഴിക്കാമോ ?	रोगी-नमस्कार डॉक्टर साहब! क्या आप कुछ मिनट मुझे दे सकेंगे?	രോഗി —നമസ്കാർ ഡാക്ടർ സാഹബ്,! ക്യാ ആപ് കുഛ് മിനട് മുഝേ ദേ സകേംഗേ ?
ഡോക്ടർ —എന്തു-കൊണ്ടില്ല? ഇരിക്കൂ, ഇനി പറയൂ, താങ്കൾക്ക് എന്തുപറ്റി. ?	डॉक्टर-क्यों नहीं? बैठिए...अब बताइए, आपको क्या हुआ है?	ഡാക്ടർ —ക്യോം നഹീം ? ബൈഠിയേ...അബ് ബതായിയേ, ആപ്കോ ക്യാ ഹുവാ ഹേ ?
രോഗി —എനിക്ക് വിശപ്പില്ല. എനിക്കെപ്പോഴും ദഹനക്കേട് ആണ്. ഏറ്റവും വലിയ പ്രശ്നമെന്തെന്നാൽ രാത്രിയിൽ ഉറക്കം വരുന്നില്ല.	रोगी-मेरी भूख मर गई है। मैं हर समय बदहजमी से ग्रस्त रहता हूं। और सबसे खराब बात यह है कि मैं रात को सो नहीं पाता।	രോഗി —മേരീ ഭൂഖ് മർ ഗയീ ഹേ. മേം ഹർ സമയ് ബദഹ്സ്മി സേ ഗ്രസ്ത് രഹ്താ ഹും. ഔർ സബ്സേ ഖരാബ് ബാത് യഹ് ഹേ കി മേം രാത് കോ സോ നഹിം പാതാ.
ഡോക്ടർ—ശരി. താങ്കൾ എന്തു ചെയ്യുന്നു ?	डॉक्टर-ओह, यह बात है। आप करते क्या हैं?	ഡാക്ടർ— ഓ, യഹ് ബാത് ഹേ. ആപ് കർതേ ക്യാ ഹേം.?
രോഗി —ഞാൻ ഒരു പ്രശസ്തമായ അച്ചടിശാലയിൽ പ്രൂഫ് റീഡർ ആയി ജോലി ചെയ്യുന്നു. എനിക്ക് കസേരയിൽ	रोगी-मैं प्रवर प्रूफ संशोधक हूं- एक प्रतिष्ठित छपाई खाने में। मुझे अपनी कुर्सी पर घंटों तक काम	രോഗി —മേം പ്രവർ പ്രൂഫ് സംശോധക് ഹും- ഏക് പ്രതിഷ്ഠിത് ഛപായീ ഖാനേ

മണിക്കൂറുകളോളം ഇരുന്ന് ജോലി ചെയ്യണം.	करना पड़ता है।	മേം മുഛേ അപനീ കുർസീ പർ ഘംടോം തക് കാമ് കർനാ പഡ്താ ഹേ.
ഡോക്ടർ—താങ്കൾ സായാഹ്ന സവാരി ശീലമുള്ള ആളാണോ?	डॉक्टर-क्या आप शाम की सैर के अभ्यस्त हैं?	ഡാക്ടർ— ക്യാ ആപ് ശാമ് കീ സൈർ കേ അഭ്യസ്ത് ഹേം. ?
രോഗി —ഇല്ല ഡോക്ടർ, ഞാൻ സായാഹ്ന സവാരിക്ക് പോകാറില്ല. വീട്ടിലെത്തുമ്പോൾ ഞാൻ വളരെ ക്ഷീണിതനാണ്. ഞാൻ ആഹാരം കഴിച്ച് ഉറങ്ങാൻ പോകും.	रोगी-नहीं डॉक्टर साहब! मैं शाम को सैर नहीं करता। जब मैं घर, पहुंचता हूं तो मैं बड़ा थका महसूस करता हूं। बस, मैं खाना खाता हूं और लेट जाता हूं।	രോഗി —നഹീം ഡാക്ടർ സാഹബ് ! മേം ശാമ് കോ സൈർ നഹീം കർതാ. ജബ് മേം ഘർ പഹൂംചതാ ഹും തോ മേം ബഡാ ഥകാ മഹസൂസ് കർതാ ഹും. ബസ്, മേം ഖാനാ ഖാതാ ഹും ഔർ ലേട് ജാതാ ഹും.
ഡോക്ടർ—എന്റെ അഭിപ്രായത്തിൽ, താങ്കളുടെ പ്രശ്നങ്ങൾക്കെല്ലാം കാരണം ചിട്ടയില്ലാത്ത ജീവിതമാണ്. വിശ്രമിക്കുക, ശരിയായ ശാരീരികാ-ധ്വാനം ചെയ്യുക.	डॉक्टर-मेरे विचार से, तुम्हारी परेशानियों की जड़ तुम्हारा अस्त व्यस्त जीवन ही है। आराम कर और नियमित शारीरिक श्रम करो।	ഡാക്ടർ — മേരേ വിചാർ സേ, തുമ്ഹാരി പരേ-ശാനിയോം കീ ജഡ് തുമ്ഹാരാ അസ്ത് വ്യസ്ത് ജീവൻ ഹീ ഹേ. ആരാമ് കർ ഔർ നിയമിത് ശാരീരിക് ശ്രമ് കരോ.
രോഗി —ഞാൻ യോജിക്കുന്നു. വളരെ കാലമായിട്ട് എനിക്ക് അവധി എടുക്കാൻ സാധിച്ചിട്ടില്ല.	रोगी-मैं आपसे सहमत हूं। मैं लम्बे समय से कोई अवकाश नहीं पा सका।	രോഗി —മേം ആപ്സേ സഹ്മത് ഹൂം. മേം ലംബേ സമയ് സേ കൊയീ അവകാശ് നഹീം പാ സകാ.
ഡോക്ടർ—ശരി കുറച്ചുദിവസത്തേക്ക്	डॉक्टर-अच्छा तो मैं आपको सलाह दूंगा	ഡാക്ടർ —അച്ഛാ തോ മേം

ഏതെങ്കിലും ഗ്രാമപ്രദേശത്തേക്ക് പോകൂ. വാതിലുകൾ തുറന്നുവച്ച് തുറന്ന അന്തരീക്ഷത്തിൽ വിശ്രമിക്കൂ. രാവിലെയും വൈകുന്നേരവും നടക്കൂ. ആഹാരക്രമം നന്നാക്കൂ. വിശ്രമിക്കുന്നതിലും ഉറക്കത്തിലും കൃത്യത പാലിക്കൂ. എനിക്കു തോന്നുന്നു ഈ നിർദ്ദേശങ്ങൾ പാലിച്ചാൽ ചുരുങ്ങിയ കാലത്തിനുള്ളിൽ തന്നെ താങ്കൾ ആരോഗ്യവാനാകും.	कि आप कुछ समय के लिए ग्रार्मीण क्षेत्र में जाएं। दरवाजे खुले रखकर खुली हवा में आराम करें सुबह-शाम सैर करें। अपनी खुराक ठीक करावें। आराम और विश्राम में नियमित बनें। मैं समझता हूं इन निर्देशों को अपनाकर आप थोड़े समय में ही बिल्कुल स्वस्थ हो जाएंगे।	ആപ്കോ സലാഹ് ദൂംഗാ കി ആപ് കുഛ് സമയ് കേ ലിയേ ഗ്രാമീണ് ക്ഷേത്ര് മേം ജായേം. ദർവാസേ ഖുലേ രഖ്കർ ഖുലീ ഹവാ മേം ആരാമ് കരേം. സുബഹ് ശാമ് സൈർ കരേം. അപ്നീ ഖുരാക് ഠീക് കരാ വേം. ആരാമ് ഔർ വിശ്രമ് മേം നിയമിത് ബനേം. മേം സമഝ്താ ഹൂം ഇൻ നിർദ്ദേശോം കോ അപനാകർ ആപ് ഥോടേ സമയ് മേം ഹീ ബിൽകുൽ സ്വസ്ഥ് ഹോ ജായേംഗേ.
രോഗി—നന്ദി ഡോക്ടർ ! ഞാൻ താങ്കളുടെ നിർദ്ദേശങ്ങൾ തീർച്ചയായും പാലിക്കും, നന്ദി!	रोगी-धन्यवाद, डॉक्टर! मैं आपके निर्देशों का अवश्य पालन करूँगा। धन्यवाद!	രോഗി —ധന്യവാദ് ഡാക്ടർ! മേം ആപ്കേ നിർദ്ദേശോം കാ അവശ്യ് പാലൻ കരുംഗാ. ധന്യവാദ്.
ഡോക്ടർ—പത്തു ദിവസത്തിനുശേഷം വീണ്ടും വരൂ. എന്റെ അഭിപ്രായത്തിൽ നിങ്ങൾ മെച്ചപ്പെടും.	डॉक्टर-दस दिनों बाद आइएगा। मेरा विचार है, आपके स्वास्थ्य में सुधार होगा।	ഡാക്ടർ—ദസ് ദിനോം ബാദ് ആയിയേഗാ. മേരാ വിചാർ ഹേ, ആപ്കേ സ്വാസ്ഥ്യ് മേം സുധാർ ഹോഗാ.

•••

50-ാം പടി पचासवीं सीढ़ी

ആത്മ പരിചയം

आत्मपरिचय

1. എന്റെ പേര് ഷഹ്നാസ് എന്നാണ്.	मेरा नाम शहनाज	മേരാ നാമ് ശഹനാസ്.
2. ഞാൻ ഭാരതീയ-നാണ്, പുനെയിൽ വസിക്കുന്നു.	मैं भारतीय हूँ और पुणे में रहती हूँ।	മേം ഭാരതീയ് ഹൂം ഔർ പുനെ മേം രഹ്തീ ഹൂം.
3. എനിക്ക് 17 വയസ്സായി.	मैं सत्रह वर्ष की हूँ।	മേം സത്രഹ് വർഷ് കീ ഹൂം.
4. ഞാൻ കന്യകയാണ്.	मैं कुमारी हूँ।	മേം കുമാരി ഹും.
5. ഞാൻ ഒരു വിദ്യാർത്ഥിനിയാണ്, പത്താം ക്ലാസ്സിൽ പഠിക്കുന്നു.	मैं छात्रा हूँ और दसवीं कक्षा में पढ़ती हूँ।	മേം ഛാത്രാ ഹും ഔർ ദസവീം കക്ഷാ മേം പഢ്തീ ഹൂം.
6. എന്റെ അച്ഛൻ പി.എം.ടി യിൽ ഉന്നത ഉദ്യോഗസ്ഥനാണ്.	मेरे पिताजी पी. एम. टी. में वरिष्ट अधिकारी है।	മേരേ പിതാജി പി.എം.ടി മേം വരിഷ്ഠ് അധികാരി ഹേ.
7. എനിക്ക് രണ്ടു സഹോദരന്മാരും മൂന്ന് സഹോദരിമാരും ഉണ്ട്.	मेरे दो भाई और तीन बहनें हैं।	മേരേ ദോ ഭായി ഔർ തീൻ ബഹനേം ഹേം.
8. എന്റെ മൂത്ത ജ്യേഷ്ഠൻ എഞ്ചിനീയറാണ്.	मेरे भाईसाहब अभियन्ता हैं।	മേരേ ഭായിസാഹബ് അഭിയന്താ ഹേം.
9. എന്റെ ഇളയ അനുജൻ ദയാലുവാണ്.	मेरे छोटा भाई दयालु हृदय है।	മേരേ ഛോട്ടാ ഭായി ദയാലും ഹൃദയ് ഹേ.
10. എന്റെ അനുജത്തിമാർ മീനാസ്, ഗുൽനാർ, ദിൽശാദ് എന്നിവരാണ്.	मीनाज, गुलनार और दिलशाद मेरी छोटी बहनें हैं।	മീസാസ്, ഗുൽനാർ, ഔർ ദിൽശാദ് മേരി ഛോട്ടീ ബഹനേം ഹേം.
11. അവരെല്ലാം എന്നേക്കാളും ബുദ്ധിശാലികളാണ്.	वे मुझसे अधिक अक्लमंद हैं।	വേ മുഝ്സേ അധിക് അകൽമന്ത് ഹേം.

12. ഒരു ശാസ്ത്രജ്ഞനാവുക എന്നുള്ളതാണ് എന്റെ ലക്ഷ്യം.	मेरे जीवन का उद्देश्य वैज्ञानिक बनना है।	മേരാ ജീവൻ കാ ഉദ്ദേശ്യ് വൈജ്ഞാനിക് ബൻനാ ഹേ.
13. ഞാൻ സൈക്കിളിലാണ് വിദ്യാലയത്തിലേക്ക് പോകുന്നത്.	मैं विद्यालय साइकिल पर जाती हूं।	മേം വിദ്യാലയ് സായിക്കിൾ പർ ജാതി ഹൂം.
14. ഞാൻ രാവിലെ കുറച്ച് താമസിച്ചാണ് എഴുന്നേൽക്കുന്നത്.	मैं प्रात: कुछ देर से उठती हूं।	മേം പ്രാതഃകുഛ് ദേർ സേ ഉഠ്തീ ഹൂം.
15. എനിക്കറിയാം ഇത് ചീത്ത സ്വഭാവമാണെന്ന്.	मैं जानती हूँ, यह बुरी आदत है।	മേം ജാൻതീ ഹൂം, യഹ് ബുരീ ആദത് ഹേ.
16. അതുകൊണ്ട് ഞാൻ ലജ്ജിക്കുന്നു.	इसके लिए मैं लज्जित हूं।	ഇസ്കേ ലിയേ മേം ലജ്ജിത് ഹും.
17. വാസ്തവത്തിൽ ഞാൻ നിസ്സഹായനാണ്.	वास्तव में, मैं असहाय हूं।	വാസ്തവ് മേം, മേം അസഹായ് ഹൂം.
18. ഞാൻ എന്റെ സ്വഭാവം മാറ്റാൻ ആഗ്രഹിക്കുന്നു.	मैं अपनी आदत सुधारना चाहती हूं।	മേം അപനീ ആദത് സുധാർനാ ചാഹ്തീ ഹൂം.
19. എനിക്ക് ഉറപ്പുണ്ട് ഞാൻ ഇത് മാറ്റുമെന്ന്.	मुझे आशा है, मैं इसे सुधार लूँगी।	മുഝേ ആശാ ഹേ, മേം ഇസേ സുധാർ ലൂംഗീ.
20. ഈ ചീത്ത സ്വഭാവം മാറുന്നതിന് എന്റെ കുടുംബാംഗങ്ങളുടെ സഹായം ഞാൻ പ്രതീക്ഷിക്കുന്നു.	इस बुरी आदत को दूर करने के लिए मैं अपने परिवार के सदस्यों की सहायता चाहती हूं।	ഇസ് ബുരീ ആദത് കോ ദൂർ കർനേ കേ ലിയേ മേം അപ്നേ പരിവാർ കേ സദസ്യോം കി സഹായതാ ചാഹ്തീ ഹും.
21. ഞാൻ കുളിച്ച് ദൈവത്തോട് ദയവിന് നന്ദി പറയുന്നു.	मैं स्नान करती हूं और खुदा की कृपा के लिए उसका धन्यवाद करती हूं।	മേം സ്നാൻ കർതീ ഹും ഔർ ഖുദാ കീ കൃപാ കേ ലിയേ ഉസ്കാ ധന്യവാദ് കർതീ ഹും.
22. എനിക്ക് കുറച്ച് തൂലികാ മിത്രങ്ങളും ഉണ്ട്.	मेरे कुछ पत्र-मित्र भी हैं।	മേരേ കുഛ് പത്ര്-മിത്ര് ഭീ ഹേ.
23. ഞാൻ ചിലപ്പോഴെല്ലാം അവർക്ക് കത്തെഴുതുന്നു.	मैं उन्हें जब-तब (पत्र) लिखती हूं।	മേം ഉൻഹേം ജബ്-തബ് (പത്ര്) ലിഖ്തീ ഹും .
24. ഞാൻ മുതിർന്നവരെ ബഹുമാനിക്കുകയും ഇളയവരെ സ്നേഹിക്കുകയും ചെയ്യുന്നു.	मैं बड़ों का आदर करती हूं और छोटों से प्यार।	മേം ബഡോം കാ ആദർ കർതീ ഹും ഔർ ഛോട്ടോം സേ പ്യാർ.
25. എന്റെ മാതൃഭാഷ മറാത്തിയാണ്. പക്ഷേ എനിക്ക് ഹിന്ദിയും അറിയാം.	मेरी मातृभाषा मराठी है परंतु मैं हिंदी भी जानती हूं।	മേരി മാതൃഭാഷ മറാഠി ഹേ. പരന്തു മേം ഹിന്ദീ ഭീ ജാൻതീ ഹും.

26. ഞാൻ ഡൽഹിയിൽ രണ്ടു ദിവസംകൂടി താമസിക്കും.	मैं दिल्ली में दो दिन और रुकूंगी।	മേം ദില്ലീ മേം ദോ ദിൻ ഔർ രുക്കൂംഗീ.
27. ഞാൻ ചെങ്കോട്ട, കുത്തബ്മീനാർ, ജമാ മസ്ജിദ് നിസാമുദീൻ ദർഗാ ബിർളാ മന്ദിരം തുടങ്ങിയവ സന്ദർശിക്കും.	मैं लाल किला, कुतुब मीनार, जामा मस्जिद, निजामुद्दीन दरगाह और बिरला मंदिर जाऊंगी।	മേം ലാൽ കിലാ, കുതുബ് മീനാർ, ജാമാ മസ്ജിദ്, നിസാമുദീൻ ദർഗാഹ് ഔർ ബിർളാ മന്ദിർ ജാവൂംഗീ.
28. എല്ലാത്തിലും പ്രഥമം ഞാൻ ഭാരതീയൻ ആണെന്നുള്ളതാണ്. ഞാൻ എന്റെ ദേശവാസികളെ സ്നേഹിക്കുന്നു.	सबसे पहले मैं भारतीय हूं। मैं अपने सभी देश-वासी से प्यार करती हूं।	സബ്സേ പഹലേ മേം ഭാരതീയ് ഹൂം. മേം അപ്നേ സഭീ ദേശ വാസി സേ പ്യാർ കർതീ ഹൂം.
29. ഞാൻ എന്റെ രാജ്യത്തിന് ഉപയോഗപ്രദായ-കനായ ഒരു പൗരൻ ആകാൻ ആഗ്രഹിക്കുന്നു.	मैं अपने देश के लिए एक लाभ-दायक नागरिक बनना चाहती हूं।	മേം അപ്നേ ദേശ് കേ ലിയേ ഏക് ലാഭ് ദായക് നാഗരിക് ബൻനാ ചാഹ്തീ ഹൂം.
30. ഈ വർഷം ഞാൻ ഉപരിപഠനത്തിനായി ഇംഗ്ലണ്ടിലേക്ക് പോകും.	मैं इस वर्ष पढ़ाई के लिए इंग्लैंड जाऊंगी।	മേം ഇസ് വർഷ് പഡായി കേ ലിയേ ഇംഗ്ലണ്ട് ജാവൂംഗി.
31. ഞാൻ അസ്വഭാവികതയിൽ വിശ്വസിക്കുന്നില്ല.	मैं तकल्लुफ में विश्वास नहीं रखती।	മേം തകല്ലൂഫ് മേം വിശ്വാസ് നഹീം രഖതീ.
32. താങ്കളുടെ ആദിത്യമര്യാദയ്ക്ക് ഞാൻ ഹൃദയപൂർവ്വം നന്ദി പറയുന്നു.	आपके आतिथ्य के लिए मैं आपका हृदय से धन्यवाद करती हूं।	ആപ്കേ ആതിഥ്യ് കേ ലിയേ മേം ആപ്കാ ഹൃദയ് സേ ധന്യവാദ് കർതീ ഹൂം.
33. അവസാനമായി താങ്കൾ എന്റെ തെറ്റുകൾ ക്ഷമിക്കു-മെന്ന് വിശ്വസിക്കുന്നു.	अंततः मुझे विश्वास है कि आप मेरी त्रुटियों को क्षमा करेंगे।	അന്തതഃ മുഝേ വിശ്വാസ് ഹേ കീ ആപ് മേരി ത്രുടിയോം കോ ക്ഷമാ കരേംഗേ.
34. ഞാൻ എല്ലാവരു-ടേയും വിശ്വാസ പാത്രമായി ഇരിക്കാൻ ആഗ്രഹിക്കുന്നു.	मैं सदा हरेक के प्रति ईमानदार बनी रहना चाहती हूं।	മേം സദാ ഹരേക് കേ പ്രതി ഈമാൻദാർ ബനീ രഹനാ ചാഹ്തീ ഹൂം.

•••

ഇതരാംശങ്ങൾ
परिशिष्ट

ശൈലികളും പഴഞ്ചൊല്ലുകളും
मुहावरे एवं लोकोक्तियाँ

ശൈലികൾ मुहावरे

1.	अंधे की लाठी	അന്ധേ കീ ലാഠി	ഒരേ ഒരു ആശ്രയം.
	प्रयोग-बूढ़े माता-पिता के लिए उनका लड़का ही अंधे की लाठी है।		
2.	अक्ल का दुश्मन	അക്ല് കാ ദുശ്മൻ	വിഡ്ഢി.
	प्रयोग- वह तो अक्ल का दुश्मन है, उससे कुछ आशा न रखो।		
3.	अक्ल पर पत्थर पड़ना	അക്ല പർ പത്ഥർ പഡ്നാ	വിഡ്ഢിയാക്കപ്പെടുക.
	प्रयोग- सुरेश की अक्ल पर पत्थर पड़ा है तभी तो उसने अपना सब कुछ खो दिया।		
4.	अपने मुंह मियां मिट्ठु बनाना	അപ്നേ മുംഹ് മിയാം മിട്ഠൂ ബനാനാ	ആത്മപ്രശംസ ചെയ്യുക.
	प्रयोग- कुछ करोगे भी या यों ही अपने मुंह मिया मिट्ठू बनते रहोगे।		
5.	आंखें बिछाना	ആംഖേം ബിഛാനാ	ഊഷ്മളമായ സ്വീകരണം നൽകുക.
	प्रयोग-दूल्हे के स्वागत में लोग आंखें बिछाए खड़े थे!		
6.	आंख का तारा	ആംഖ് കാ താരാ	കണ്ണിലുണ്ണി.
	प्रयोग-बच्चे अपने माता-पिता की आंख का तारा होते हैं।		
7.	आंख की किरकिरी	ആംഖ് കീ കിർകിരീ	കണ്ണിലെ കരട്.
8.	आकाश-पाताल एक करना	ആകാശ് - പാതാൾ ഏക് കർനാ	അജഗജാന്തരം.
	प्रयोग-दोनों भाइयों की प्रकृति में आकाश-पाताल का अंतर है।		
9.	आस्तीन का सांप	ആസ്തീൻ കാ സാംപ്	ആട്ടിൻ തോലണിഞ്ഞ കുറുക്കൻ.
	प्रयोग- रवि तो बिल्कुल आस्तीन के सांप की तरह है, उससे दूर ही रहना अच्छा है।		
10.	ईंट से ईंट बजाना	ഈംട് സേ ഈംട് ബജാനാ	ഉന്മൂലനാശനം ചെയ്യുക
	प्रयोग- वीर हनुमान ने लंका की ईंट से ईंट बजा दी।		
11.	ईद का चांद	ഈംദ് കാ ചാംന്ത്	വിരളമായ സന്ദർശനം.
	प्रयोग- देवेन्द्र तुम तो ईद के चांद हो गए हो। कहां रहते हो आजकल?		
12.	उंगली उठाना	ഉംഗലീ ഉഠാനാ	കുറ്റം കണ്ടുപിടിക്കുക.
	प्रयोग- चरित्रहीन व्यक्ति की ओर सभी उंगली उठाते हैं।		

13. उलटी गंगा बहाना | ഉൽടീ ഗംഗാ ബഹാനാ | പുതിയ കൊട്ടാരത്തിലേക്ക് കരി കൊണ്ടുപോവുക

प्रयोग- यदि ऐसे ही उलटी गंगा बहाओगे तो सफलता तुमसे दूर ही रहेगी।

14. उन्नीस-बीस का अंतर | ഉന്നീസ്-ബീസ് കാ അന്തർ | ചെറിയ വ്യത്യാസം.

प्रयोग- दोनों मित्रों के स्वभाव में उन्नीस-बीस का अंतर है।

15. एक ही लाठी से हांकना | ഏക് ഹീ ലാഠീ സേ ഹാംകനാ | ഒരേ ത്രാസിൽ തൂക്കി നോക്കുക.

प्रयोग- सब को एक ही लाठी से हांकने की नीति ठीक नहीं।

16. एड़ी चोटी का जोर लगाना | ഏഡി ചോട്ടി കാ സോർ ലഗാനാ | കഠിനാധ്വാനം ചെയ്യുക.

प्रयोग- रमेश तो चुनाव जीतने के लिए एड़ी चोटी का जोर लगाया, फिर भी असफल रहा।

17. काठ का उल्लू | കാഠ് കാ ഉല്ലൂ | ഒന്നിനും കൊള്ളാത്തവൻ.

प्रयोग- उस पर उचित काम की आशा मत रखो, वह तो काठ का उल्लू है।

18. खालाजी का घर | ഖാലാജീ കാ ഘർ | എളുപ്പമുള്ള ജോലി.

प्रयोग- सैनिक जीवन बिताना खालाजी का घर नहीं है।

19. खेत रहना | ഖേത് രഹ്നാ | വീരമരണം പ്രാപിക്കുക

प्रयोग- अनेक सैनिक मातृभूमि की रक्षा के लिए खेत रहे।

20. गड़े मुर्दे उखाड़ना | ഗഡേ മുർദേ ഉഖാഡ്നാ | പഴയ കാര്യങ്ങൾ അയവിറക്കുക.

प्रयोग- गड़े मुर्दे उखाड़ने से क्या लाभ! बीती बातों को भूल जाना चाहिए।

21. घी के दिये जलाना | ഘീ കേ ദിയേ ജലാനാ | അമിതസന്തോഷം പ്രകടിപ്പിക്കുക.

प्रयोग- कुख्यात डाकू के मारे जाने पर गांववासियों ने घरों में घी के दिये जलाए।

22. घाव पर नमक छिड़कना | ഘാവ് പർ നമക് ഛിഡ്കനാ | എരിതീയിൽ എണ്ണ ഒഴിക്കുക.

प्रयोग- मैं पहले ही बहुत सताया गया हूं और अब तुम मेरे घावों पर नमक छिड़क रहे हो!

23. चम्पत होना | ചമ്പത് ഹോനാ | പമ്പ കടക്കു.

प्रयोग- पुलिस के आते ही चोर वहां से चम्पत हो गया।

24. चल बसना | ചൽ ബസ്നാ | മരിക്കുക.

प्रयोग- राजा दशरथ पुरुषोत्तम राम के वियोग में चल बसे।

25. चिकनी-चुपड़ी बातें करना | ചീക്നീ - ചുപ്ഡീ ബാതേം കർനാ | മിഥ്യാപ്രശംസ ചെയ്യുക.

प्रयोग- चिकनी-चुपड़ी बातें करके अध्यक्ष ने विपक्षी नेताओं को फंसाने की कोशिश की।

26. छक्के छुड़ाना | ഛക്കേ ചുഡാനാ | ബലമായി പുറത്താക്കുക.

प्रयोग- युद्ध में भारतीय सेना ने पाकिस्तानी सेना के छक्के छुड़ा दिए।

27. छाती से लगाना | ഛാതീ സേ ലഗാനാ | ആലിംഗനം ചെയ്യുക.

प्रयोग- मां ने अपने वर्षों से बिछड़े बेटे को छाती से लगा लिया।

28. जाल बिछाना | ജാൽ ബിഛാനാ | വലവിരിക്കുക.

प्रयोग- मोहन ने अमित को फंसाने के लिए अपने कुचक्रों का जाल फैलाया।

29. जी का बोझ हलका होना | ജീ കാ ബോഛ് ഹൽകാ ഹോനാ | മനസ്സ് തണുക്കുക.

प्रयोग- माता-पिता के बेटी की कुशलता का समाचार सुना तो उनके जी का बोझ हलका हो गया।

30. जी-जान लड़ाना ജീ-ജാൻ ലഡാനാ അരയും തലയും മുറുക്കുക.

प्रयोग- सेना को सामना करने के लिए जी जान लड़ाकर तैयारी करनी होगी।

31. जीना दूभर होना ജീനാ ധൂഭർ ഹോനാ കഷ്ടത്തിൽ ജീവിക്കുക.

प्रयोग- इस महंगाई के जमाते में गरीब व्यक्ति का जीना दूभर हो गया है।

32. जूतियां चटखाते फिरना ജൂതിയാം ചട്ഖാതേ ഫിർനാ ലക്ഷ്യമില്ലാതെ ചുറ്റുക

प्रयोग- कोई ढंग का काम करो, इस तरह आखिर कब तक जूतियां चटखाते फिरोगे।

33. जलती आग में घी डालना ജൽതീ ആഗ് മേം ഘീ ഡാൽനാ എരിതീയിൽ എണ്ണ ഒഴിക്കുക.

प्रयोग- वह पहले से गुस्से से भरा पड़ा था, तुम्हारी बातों ने जलती आग में घी डालने का काम किया।

34. टका सा जवाब देना ടകാ സാ ജവാബ് ദേനാ മുഖത്തടിക്കുന്നമാതിരി വർത്തമാനം പറയുക.

प्रयोग- राकेश ने उससे सहायता मांगी लेकिन उसने टका सा जवाब दे दिया।

35. टांग तले से निकलना ടാംഗ് തലേ സേ നികൽനാ തോൽവി സമ്മതിക്കുക.

प्रयोग- आखिर अंग्रेजों को टांग तले से निकलना पड़ा।

36. तारे गिनना താരേ ഗിൻനാ നക്ഷത്രം എണ്ണുക.

प्रयोग- हरीश चिंता और परेशानी के कारण सारी रात तारे गिनता रहा।

37. दम तोड़ना ദം തോഡ്നാ മരിക്കുക.

प्रयोग- डॉक्टर के पहुंचने से पहले ही रोगी ने दम तोड़ दिया।

38. दाल में काला होना ദാൽ മേം കാലാ ഹോനാ അടിത്തട്ടിലെ കുഴപ്പം

प्रयोग- वायदा करके भी वह न पहुंची तो मैं समझ गया दाल में कुछ काला है।

39. दुम दबाकर भागना ദും ദബാകർ ഭാഗ്നാ പൊടിയും തട്ടി ഓടുക

प्रयोग- लड़ाई के मैदान से शत्रु दुम दबाकर भाग निकले।

40. दौड़-धूप करना ദൗഡ്-ധൂപ് കർനാ ഓടി നടക്കുക.

प्रयोग- कृष्ण ने बहन के विवाह के लिए उपयुक्त वर के लिए बहुत दौड़-धूप की।

41. दिन दुनी रात चौगुनी ദിൻ ദുനീ രാത് ചൗഗുനീ അദ്ഭുതകരമായ പുരോഗതിയോടെ.

प्रयोग- मनोज दिन दुनी रात चौगुनी प्रगति कर रहा है।

42. दांत खट्टे करना ദാംന്ത് ഖട്ടേ കർനാ പരാജയപ്പെടുത്തുക.

प्रयोग- चन्द्रशेखर आजाद ने अंग्रेजों के दांत खट्टे कर दिए थे।

43. धूल में मिलाना ധൂൾ മേം മിലാനാ കാറ്റിൽ പറത്തുക.

प्रयोग- सुरेन्द्र ने माता-पिता की आशाओं को धूल में मिला दिया।

44. नौ दो ग्यारह होना നൗ ദോ ഗ്യാരഹ് ഹോനാ ഓടി മറയുക.

प्रयोग- जेब काटकर जेबकतरा नौ दो ग्यारह हो गया।

45. नमक-मिर्च लगाना നമക്-മിർച് ലഗാനാ പൊടിയും തൊങ്ങലും വച്ച് പറയുക.

प्रयोग- कुछ औरतें आपस में दूसरों की बातों को नमक-मिर्च लगाकर कहती हैं।

46. नींद हराम होना — നീംദ് ഹരാമ് ഹോനാ — ഉറക്കം വരാതിരിക്കുക

प्रयोग- बेटी के विवाह की चिंता के कारण माता-पिता की नींद हराम हो गई है।

47. पगड़ी उछालना — പഗഡീ ഉഛാൽനാ — നിന്ദിക്കുക.

प्रयोग- हमें किसी की पगड़ी उछालने का अधिकार नहीं है।

48. परदा उठाना — പർദാ ഉഠാനാ — രഹസ്യം വെളിപ്പെടുത്തുക.

प्रयोग-उस व्यक्ति ने समय रहते परदा उठा दिया, नहीं तो निर्दोष मारा जाता।

49. परदा डालना — പർദാ ഡാൽനാ — മറയ്ക്കുക.

प्रयोग- राम ने वर्षों तक इस पर परदा डाले रखा।

50. पानी-पानी होना — പാനി-പാനി ഹോനാ — നാണം കെടുത്തുക.

प्रयोग-अनिल के दुर्व्यसनों की चर्चा सुनकर उसका पिता पानी-पानी हो गया।

51. पानी फेरना — പാനി ഫേർനാ — നശിപ്പിക്കുക.

प्रयोग- कुसंगति में पड़कर पुत्र ने माता-पिता की आशाओं पर पानी फेर दिया।

52. फूट-फूटकर रोना — ഫൂട്-ഫൂട്കർ രോനാ — അലമുറയിട്ട് കരയുക

प्रयोग-जवान बेटे की आकस्मिक मृत्यु का समाचार सुनकर मां फुट-फूटकर रोने लगी।

53. फूले न समाना — ഫൂലേ ന സമാനാ — അമിതസന്തോഷം.

प्रयोग-बेटे की महान सफलता पर माता-पिता फूले नहीं समा रहे थे।

54. बाल-बाल बचना — ബാൽ-ബാൽ ബച്നാ — മുടിനാരിഴയ്ക്ക് രക്ഷപ്പെടുക

प्रयोग-कार दुर्घटना में वह बाल-बाल बच गया।

55. बाट जोहना — ബാട് ജോഹ്നാ — കണ്ണുംനട്ട് കാത്തിരിക്കുക

प्रयोग-देर रात तक पत्नी अपने पति की बाट जोहती रही।

56. मतलबी यार — മത്ലബീ യാർ — യഥാർത്ഥ സുഹൃത്ത്.

प्रयोग-तुम मतलबी यार को पहचान लो। सच्चे मित्र मिलना कठिन है।

57. मारे-मारे फिरना — മാരേ-മാരേ ഫിർനാ — ചുറ്റിത്തിരിയുക

प्रयोग-रमा नौकरी की तलाश में मारे-मारे फिर रही है।

58. मुंह में पानी भर आना — മുംഹ് മേം പാനി ഭർ ആനാ — വായിൽ വെള്ളമൂറുക.

प्रयोग- अंगूरों के गुच्छे देखकर लोमड़ी के मुंह में पानी भर आया।

59. मक्खियाँ मारना — മക്ഖിയാം മാർനാ — ഈച്ചയെ ആട്ടുക

प्रयोग- नौकरी के अभाव में नवयुवक मक्खियाँ मारते फिरते हैं।

60. मन के लड्डू पकाना — മൻ കേ ലഡ്ഡു പകാനാ — ആകാശക്കോട്ട കെട്ടുക.

प्रयोग- कोई अच्छा काम कर दिखाओ, मन के लड्डू पकाने का क्या लाभ।

61. मुंह में पानी भर आना — മുംഹ് മേം പാനി ഭർ ആനാ — വായിൽ വെള്ളമൂറുക.

प्रयोग-लटकते हुए अंगूरों के गुच्छों को देखकर लोमड़ी के मुंह में पानी भर आया।

62. रफू-चक्कर होना — രഫൂ-ചക്കർ ഹോനാ — ഓടിമറയുക

प्रयोग-जेबकतरा पुलिस को देखते ही रफू-चक्कर हो गया।

63. राई का पहाड़ बनाना — റായീ കാ പഹാഡ് ബനാനാ — കുന്നിനെ പർവ്വതമാക്കുക.

प्रयोग-तुम भी उसकी बातों में आ गई, उसे तो राई का पहाड़ बनाने की आदत है।

64. लोहा मानना — ലോഹാ മാൻനാ — ആധിപത്യം അംഗീകരിക്കുക

प्रयोग- आस-पास के सब राजा सम्राट् का लोहा मानते थे।

65. वचन देना — വചൻ ദേനാ — വാക്കു കൊടുക്കുക
प्रयोग- उसने मुझे वचन दिया था कि वह सदा मेरे साथ रहेगा।

66. शेखी मारना — ശേഖീ മാർനാ — ആത്മപ്രശംസ ചെയ്യുക.
प्रयोग-वह अपने आपको बड़ा समझता है, हर समय शेखी मारता रहता है।

67. सामना करना — സാമ്നാ കർനാ — അഭിമുഖീകരിക്കുക.
प्रयोग- मैं हर मुसीबत का बड़े धैर्य से सामना करता हूं।

68. सर्वे-सर्वा होना — സർവ്വേ-സർവ്വ് ഹോനാ — എല്ലാമാകുക.
प्रयोग-श्री विश्वनाथ इस संस्था के सर्वेसर्वा हैं।

69. सिर पर पांव रखकर भागना — സിർ പർ പാംവ് രഖ്കർ ഭാഗ്നാ — പ്രാണനും കൊണ്ടോടുക.
प्रयोग-सभी जुआरी पुलिस को आते देख सिर पर पांव रखकर भाग गए।

70. हथियार डाल देना — ഹഥിയാർ ഡാൽ ദേനാ — അടിയറ വയ്ക്കുക.
प्रयोग- डाकुओं ने पुलिस के आगे हथियार डाल दिए।

71. हाथ पर हाथ धरे बैठना — ഹാഥ് പർ ഹാഥ് ധരേ ബൈഠ്നാ — വെറുതെയിരിക്കുക.
प्रयोग- इस तरह हाथ पर हाथ धरे कब तक बैठे रहोगे। कुछ काम-धंधा ही कर लो।

72. हाथ-पांव मारना — ഹാഥ്-പാംവ് മാർനാ — ഉദ്യമം ചെയ്യുക.
प्रयोग- हमने तुम्हें पाने के लिए खूब हाथ-पांव मारे।

73. हाथ धो बैठना — ഹാഥ് ധോ ബൈഠ്നാ — കൈവിട്ടുപോവുക
प्रयोग-काम को ठीक तरह से सम्भाल लो नहीं तो इस सबसे हाथ धो बैठोगे।

74. हाथ मलते रह जाना — ഹാഥ് മൽതേ രഹ് ജാനാ — പശ്ചാത്തപിക്കുക
प्रयोग-अभी से संभल जाओ नहीं तो बाद में हाथ मलते रहोगे।

75. हवाई किले बनाना — ഹവായീ കിലേ ബനാനാ — ആകാശകൊട്ടാരം കെട്ടുക.
प्रयोग-हवाई किले बनाने का क्या लाभ, कुछ करके दिखाओ तो जानें।

പഴഞ്ചൊല്ലുകൾ लोकोक्तियाँ

1.	अँधों में काना राजा।	അന്ധോം മേം കാനാ രാജാ	മൂക്കില്ലാ രാജ്യത്ത് മുറിമൂക്കൻ രാജാവ്.
2.	अधजल गगरी छलकत जाये।	അന്ധജൻ ഗഗരീ ഛൽകത് ജായേ.	നിറകുടം തുളുമ്പില്ല.
3.	आप भला तो जग भला।	ആപ് ഭലാ തോ ജഗ് ഭലാ .	വേണമെങ്കിൽ ചക്ക വേരിലും കായ്ക്കും.
4.	इलाज से परहेज बेहतर।	ഇലാജ് സേ പരഹേസ് ബെഹതർ .	അസുഖം വന്ന് ചികിത്സിക്കുന്നതിലും അത് തടയുന്നതാണ് നല്ലത്.
5.	उतावला सो बावला।	ഉതാവലാ സോ ബാവലാ.	പയ്യെ തിന്നാൽ പനയും തിന്നാം.
6.	एक पंथ दो काज।	എക് പംഥ് ദോ കാജ്.	ഒരു കയ്യിൽ രണ്ടു മാങ്ങ.
7.	काम प्यारा कि चाम प्यारा।	കാമ് പ്യാരാ കി ചാമ് പ്യാരാ.	വേഷമല്ല പ്രവൃത്തിയാണ് കാര്യം.
8.	चिराग तले अंधेरा।	ചിരാഗ് തലേ അന്ധേരാ.	പള്ളിക്കടുത്ത് സ്വർഗ്ഗത്തിനകലെ.
9.	जब तक सांस तब तक आस।	ജബ് തക് സാംസ് തബ് തക് ആസ് .	ജീവനുള്ളതുവരെ ആശയുണ്ട്.
10.	जहां फूल वहां कांटा।	ജഹാം ഫൂൽ വഹാം കാംടാ.	മുള്ളില്ലാതെ റോസാപ്പൂവില്ല.
11.	जिसकी लाठी उसकी भैंस।	ജിസ്കീ ലാഠീ ഉസ്കീ ഭൈംസ്.	കൈയ്യൂക്കുള്ളവൻ കാര്യക്കാരൻ.
12.	जिसका दुख वही जाने।	ജിസ്കാ ദുഃഖ് വഹീ ജാനേ.	അനുഭവിക്കുന്നവനു മാത്രമേ കഷ്ടമറിയൂ.
13.	जैसा राजा वैसी प्रजा।	ജൈസാ രാജാ വൈസീ പ്രജാ.	യഥാ രാജാ തഥാ പ്രജാ.
14.	जैसा देश वैसा भेष।	ജൈസാ ദേശ് വൈസാ ഭേഷ് .	പാമ്പിന്റെ നാട്ടിൽ ചെന്നാൽ പാമ്പിന്റെ നടുമുറി തിന്നണം.
15.	जो गरजते हैं वे बरसते नहीं।	ജോ ഗർജ്തേ ഹേം വേ ബർസ്തേ നഹീം.	കുരയ്ക്കുന്ന പട്ടി കടിക്കില്ല.
16.	थोथा चना बाजे घना।	ഥോഥാ ചനാ ബാജേ ഘനാ.	അല്പജ്ഞാനം ആളെ കൊല്ലും.
17.	धन को धन कमाता है।	ധൻ കോ ധൻ കമാതാ ഹേ.	പണം എറിഞ്ഞ് പണം നേടുക.

18. नौ नगद न तेरह उधार।	നൗ നഗദ് ന തേരഹ് ഉധാർ.	കൈയ്യിൽ ഇരിക്കുന്ന-തിനെ വിട്ട് വേലിയിൽ ഇരിക്കുന്നതിനെ ആശപ്പെടരുത്.
19. नाच न जाने आँगन टेढ़ा।	നാച് ന ജാനേ ആംഗൻ ടേഡാ.	കഴിവില്ലാത്തവൻ ആയുധത്തെ പഴിക്കും.
20. नीम हकीम खतरे जान।	നീം ഹകീമ് ഖതരേ ജാൻ.	അല്പജ്ഞാനം ആളെ കൊല്ലും.
21. पानी में रहे मगर से वैर।	പാനി മേം രഹേ മഗർ സേ വൈർ.	ഇരിക്കുന്ന കൊമ്പ് വെട്ടുക.
22. बिना सेवा मेवा नहीं मिलता।	ബിനാ സേവാ മേവാ നഹീം മിൽതാ.	വേദനയില്ലാതെ വിജയമില്ല .
23. मुल्ला की दौड़ मस्जिद तक।	മുല്ലാ കീ ദൗഡ് മസ്ജിദ് തക് .	എലി ഓടിയാൽ എവിടെ വരെ.
24. लोहे को लोहा काटता है।	ലോഹേ കോ ലോഹാ കാട്താ ഹേ.	വാളെടുത്തവൻ വാളാൽ.
25. सबसे भली चुप।	സബ്സേ ഭലീ ചുപ്.	നിശബ്ദത മഹത്തരം.

•••

ഹിന്ദി-മലയാളം നിഘണ്ടു
हिंदी-अंग्रेजी शब्दकोश

വർഗ്ഗാത്മക ശബ്ദസൂചിക
वर्गीकृत शब्द सूची

1. ബന്ധുക്കൾ संबंधी

चाचा	അമ്മാവൻ
चाची	അമ്മായി
जेठानी	ഭർത്താവിന്റെ
(देवरानी)	സഹോദരി
दादा	അപ്പൂപ്പൻ
दादी	അമ്മൂമ്മ
दामाद	ജാമാതാവ്
नाना	അപ്പൂപ്പൻ (അമ്മ വഴി)
नानी	അമ്മൂമ്മ (അമ്മ വഴി)
पति	ഭർത്താവ്
पत्नी	ഭാര്യ
पिता	അച്ഛൻ
पुत्र	മകൻ
पुत्रवधू	മരുമകൾ
पुत्री	മകൾ
बहन	സഹോദരി
भतीजा	മരുമകൻ
भतीजी	മരുമകൻ
भाई	സഹോദരൻ
भांजा	സഹോദരി പുത്രൻ
भांजी	സഹോദരി പുത്രി
माता	അമ്മ
मामा	അമ്മാവൻ
मामी	അമ്മായി
मौसी	അമ്മയുടെ
സഹോദരി	
ससुर	അമ്മായിയച്ഛൻ
सास	അമ്മായിയമ്മ
सौतेली माँ	രണ്ടാനമ്മ

2. വീട്ടുസാധനങ്ങൾ घरेलू चीज़ें

अलमारी	അലമാരി
कुरसी	കസേര
कैंची	കത്രിക
गिलास	ഗ്ലാസ്
चटाई	പായ
चमचा	കരണ്ടി
चाभी	താക്കോൽ
चारपाई	കിടക്ക
चूल्हा	അടുപ്പ്
छाता	കുട
टोकरी	വട്ടി
ताला	പൂട്ട്
थाली	പ്ലേറ്റ്
बक्सा	പെട്ടി
बर्तन	കുടം
बाल्टी	ബക്കറ്റ്
मेज	മേശ
मोमबत्ती	മെഴുകുതിരി
संदूक	പെട്ടി
साबुन	സോപ്പ്
सूई	സൂചി
हथौड़ी	ചുറ്റിക

3. വായിക്കുന്നതിനും എഴുതുന്നതിനുമുള്ള സാധനങ്ങൾ पढ़ाई-लिखाई का सामान

अख़बार	വർത്തമാനപത്രം

आलपिन	പിൻ
कलम	പേന
कागज	കടലാസ്
टिकट (स्टाम्प)	തപാൽ സ്റ്റാമ്പ്
तार	വയർ
दवात	മഷിക്കുപ്പി
नकल करने	കാർബൺ
वाला पेपर	കടലാസ്
नकल करने	പകർത്തെഴുത്ത്
वाली पेंसिल	പെൻസിൽ
नक्शा	മാപ്പ്
परकाल	ഭാഗസൂചി
पेंसिल	പെൻസിൽ
पोस्टकार्ड	തപാൽകാർഡ്
फाइल	ഫയൽ
फीता	ടേപ്പ്
मोहर	സീൽ
रबड़	റബ്ബർ
रबड़ की मोहर	റബ്ബർ സ്റ്റാമ്പ്
रद्दी की टोकरी	ചവറ്റുകുട്ട
लिफ़ाफा	കവർ
स्याही	മഷി
स्याही चूस	ഒപ്പുകടലാസ്

4. ശരീരഭാഗങ്ങൾ
शरीर के अंग

अँगुली (पैर)	കാൽവിരൽ
अँगुली (हाथ)	കൈവിരൽ
अँगूठा (हाथ)	തള്ളവിരൽ
आँख	കണ്ണ്
ओंठ	ചുണ്ട്
एड़ी	ഉപ്പൂറ്റി
कंधा	തോൾ
कमर	അരഭാഗം
कान	ചെവി
खोपड़ी	തലയോട്ടി
गर्दन	കഴുത്ത്
गला	തൊണ്ട
गाल	കവിൾ
घुटना	മുട്ട്
चमड़ा	ത്വക്ക്
चेहरा	മുഖം
छाती (पुरुष)	നെഞ്ച്
छाती (स्त्री)	സ്തനം
जांघ	തുട
जीभ	നാക്ക്
ठोड़ी	താടി
दाढ़ी	താടി
दाँत	പല്ല്
दिमाग	തലച്ചോറ്
नस	ഞരമ്പ്
नाक	മൂക്ക്
पीठ	നടുവ്
पेट	വയറ്
पेशी	പേശി
पैर	കാൽപ്പാദം
फेफड़ा	ശ്വാസകോശം
बाल	മുടി
मसूड़ा	മോണ
मुँह	വായ
रीढ़	നട്ടെല്ല്
हड्डी	എല്ല്
हथेली	കൈത്തലം
हृदय	ഹൃദയം

5. രോഗങ്ങൾ रोग

कोढ़	കുഷ്ഠം
कोष्ठबद्धता (कब्ज़)	മലബന്ധം
खांसी	ചുമ
गठिया	വാതം
गाँठ	തടിപ്പ്
गूँगा	മൂകൻ
चक्कर	തലകറക്കം
छींक	തുമ്മൽ
ज्वर	പനി
दमा	ആസ്ത്മ
दाद	വിര
पथरी	കല്ല്
पसीना	വിയർപ്പ്
पागलपन	ബുദ്ധിസ്ഥിരത-യില്ലായ്മ
पीब	ചലം
पीलिया	മഞ്ഞപ്പിത്തം

पेचिश	വയറിളക്കം
प्रदर	സ്ത്രീകൾക്കുണ്ടാ- കുന്ന ഒരു രോഗം
फोड़ा	കുമിൾ
बलगम	കഫം
बवासीर	മൂലക്കുരു
बहुमूत्र	പ്രമേഹം
बुखार	പനി
भूख	വിശപ്പ്
मूत्र	മൂത്രം
मोटापा	കൊഴുപ്പ്
मोतिया बिंद	തിമിരം
रक्ताल्पता	വിളർച്ച
लकवा	തളർച്ച
विष्ठा	മലം
शीतला	ചെറിയവസൂരി
सिरदर्द	തലവേദന
सूजन	നീര് വയ്ക്കുക
हैजा	കോളറ

6. വസ്ത്രങ്ങളും അണിയുന്നവയും
वस्त्र एवं परिधान

अँगोछा	ചെറിയ തുണി
कमीज़	ഷർട്ട്
कंबल	കമ്പിളി
कोट	കോട്ട്
चादर	ഷീറ്റ്
जेब	കീശ
तौलियां	തുവാല
दस्ताने	കൈയ്യുറ
दुशाला	ഷാൾ
पतलून	പാന്റ്
पायजामा	ട്രൗസർ
बटन	ബട്ടൺ
रूई	പരുത്തി
रेशम	സിൽക്ക്
लंबादा	ഗൗൺ
लहँगा	ഉൾവസ്ത്രം
साफ़ा (पगड़ी)	തലേക്കെട്ട്

7. ആഭരണങ്ങൾ आभूषण

अँगूठी	മോതിരം
कंगन	കങ്കണം
कड़ा	വള
चूड़ी	വള
माला	മാല
मूंगा	പവിഴം
मोती	മുത്ത്
हार	വജ്രം

8. പൂക്കൾ, പഴങ്ങൾ & പച്ചക്കറികൾ
फल-फूल व सब्जियां

आम	മാങ്ങ
आलू	ഉരുളക്കിഴങ്ങ്
अंगूर	മുന്തിരി
अंजीर	സീതാപ്പഴം
ईख	കരിമ്പ്
कमल	താമര
कद्दू	മത്തങ്ങ
केला	വാഴപ്പഴം
खजूर	ഈന്തപ്പഴം
गाजर	കാരറ്റ്
गुलाब	റോസ്
घास	പുല്ല്
जामुन	കാരപ്പഴം
तरबूज	തണ്ണിമത്തൻ
नारियल	തേങ്ങ
नारंगी	ഓറഞ്ച്
नींबू	നാരങ്ങ
पपीता	പപ്പായ
पुदीना	പുതിനാ
पौधा	ചെടി
प्याज़	ഉള്ളി
फूलगोभी	കോളിഫ്ളവർ
बंद गोभी	കാബേജ്
बेर	പ്ലം
बैंगन	വഴുതനങ്ങ
मिर्च	മുളക്
मूँगफली	നിലക്കടല
मूली	മുള്ളങ്കി
लहसुन	വെളുത്തുള്ളി
सेव	ആപ്പിൾ

9. ധനിജങ്ങൾ खनिज पदार्थ

कोयला	കൽക്കരി
चाँदी	വെള്ളി
तांबा	ചെമ്പ്
पारा	രസം
पीतल	പിച്ചള
रांगा	ടിൻ
सीसा	ലെഡ്
लोहा	ഇരുമ്പ്

10. ധാന്യങ്ങളും ആഹാരപദാർത്ഥങ്ങളും अन्न व खाद्य पदार्थ

आटा	ചോളമാവ്
कह्वा	കാപ്പി
गेहूँ	ഗോതമ്പ്
चना	കടല
चपाती (रोटी)	ചപ്പാത്തി
चाय	ചായ
चीनी	പഞ്ചസാര
जौ	ബാർലി
तेल	എണ്ണ
दही	തൈര്
दाल	പരിപ്പ്
दूध	പാൽ
पनीर	പനീർ
भुट्टा (मकई)	ചോളം
भोजन	ആഹാരം
मक्खन	വെണ്ണ
मलाई	കൊഴുപ്പ്
मांस	മാംസം
मिठाई	മധുരപലഹാരം
मुरब्बा	ജാം
मैदा	മൈദ
रोटी	റൊട്ടി
शक्कर	ശർക്കര
शराब	മദ്യം
शहद	തേൻ

11. ജോലി व्यवसाय

अध्यापक	അധ്യാപകൻ
कारीगर	കൊത്തുപണിക്കാരൻ
कलाकार	കലാകാരൻ
किसान	കൃഷിക്കാരൻ
खजांची	ഖജാൻജി
चमार (मोची)	ചെരുപ്പുകുത്തി
जौहरी	ആഭരണവ്യാപാരി
जुलाहा	നെയ്ത്തുകാരൻ
ठठेरा	കൊശവൻ
डाकिया	തപാൽ കൊണ്ടു വരുന്ന ആൾ
डॉक्टर	ഡോക്ടർ
तेली	എണ്ണക്കാരൻ
दर्जी	തയ്യൽക്കടക്കാരൻ
दंत चिकित्सक	പല്ലുഡോക്ടർ
दुकानदार	കടക്കാരൻ
धोबी	അലക്കുകാരൻ
पहरेदार	സൂക്ഷിപ്പുകാരൻ
फेरीवाला	വഴിക്കച്ചവടക്കാരൻ
बढ़ई	ആശാരി
भिखारी	യാചകൻ
मछुआ	മീൻപിടുത്തക്കാരൻ
मल्लाह	കടത്തുകാരൻ
माली	തോട്ടക്കാരൻ
मुंशी	ഗുമസ്തൻ
मेहतर	തൂപ്പുകാരൻ
रोकड़िया	കാഷ്യർ
रंगरेज	നിറം കൊടുക്കുന്നവൻ
लेखक	എഴുത്തുകാരൻ
वैद्य	വൈദ്യൻ
सोनार	സ്വർണ്ണപ്പണിക്കാരൻ
संपादक	സമ്പാദകൻ
हलवाई	മധുരപലഹാരവ്യാപാരി

12. മൃഗം पशु

ऊँट	ഒട്ടകം
कुत्ता	നായ്
खरगोश	മുയൽ
गधा	കഴുത
गाय	പശു
घोड़ा	കുതിര
चूहा	എലി
दुम	വാൽ
पशु	മൃഗം
पंजा	കൂർത്ത നഖം

पिल्ला	നായ്ക്കുട്ടി
बकरा	ആണാട്
बकरी	പെണ്ണാട്
बछड़ा	കന്നുകുട്ടി
बिल्ली	പൂച്ച
बंदर	കുരങ്ങ്
बैल	കാള
भालू	കരടി
भेड़	ആട്
मेमना	ആട്ടിൻകുട്ടി
लोमड़ी	നരി
साँड	കാള
सियार	കുറുക്കൻ
सिंह	സിംഹം
सूअर	പന്നി
हिरण	മാൻ
हाथी	ആന

13. പക്ഷികൾ पक्षी

अंडा	മുട്ട
उल्लू	മൂങ്ങ
कबूतर	പ്രാവ്
कोयल	കുയിൽ
कौआ	കാക്ക
गरुड़	പരുന്ത്
गौरइया	കുരുവി
घोंसला	കൂട്
चमगादड़	വവ്വാൽ
चील	കഴുകൻ
चोंच	ചുണ്ട്
डैना	ചിറക്
पिंजड़ा	കൂട്
बुलबुल	വാനമ്പാടി
मुर्गा	പൂവൻ കോഴി
मुर्गी	പിടക്കോഴി
मोर	മയിൽ
सारस	കൊക്ക്
हंस	ഹംസം

•••

ചില പ്രധാനപ്പെട്ട ഹിന്ദി ക്രിയകൾ
कुछ प्रमुख हिंदी क्रियाएँ

अकुलाना	ബുദ്ധിമുട്ട് തോന്നുക	कसना	മുറുക്കുക
अटकना	നിന്നു പോവുക	कहना	പറയുക
अलसाना	അലസത തോന്നുക	काँपना	പേടിച്ചു വിറയ്ക്കുക
आना	വരുക	खटकना	നുള്ളുക
इतराना	അഹംഭാവത്തോടെ പെരുമാറുക	खाना	തിന്നുക
		खिजाना	കളിവാക്കു പറഞ്ഞ് പരിഹസിക്കുക
उकसाना	പ്രകോപിപ്പിക്കുക		
उखड़ना	സ്ഥാനമാറ്റം ഉണ്ടാകുക	खेलना	കളിക്കുക
उखाड़ना	സ്ഥാനമാറ്റം ഉണ്ടാകുക	गँवाना	പാഴാക്കുക
उगना	വളരുക	गाना	പാടുക
उगलना	പറഞ്ഞു തീർക്കുക	गिनना	എണ്ണുക
उचटना	പിൻവലിക്കുക	गिरना	വീഴുക
उछलना	കുതിക്കുക	गिराना	വീഴിക്കുക
उजड़ना	നശിപ്പിക്കേണ്ടത്	गुजरना	കടന്നു പോവുക
उजाड़ना	നശിപ്പിക്കുക	गुर्राना	മുറുമുറുക്കുക
उठना	ഉയരുക	घुसना	പ്രവേശിക്കുക
उठाना	ഉയർത്തുക	घूमना	ചുറ്റിത്തിരിയുക
उड़ाना	പറക്കുക	घेरना	വളയുക
उतरना	താഴെ ഇറങ്ങുക	घोलना	അലിയിക്കുക
उतारना	താഴെ ഇറക്കുക	चकराना	തലകറക്കം തോന്നുക
उधेड़ना	അഴിക്കുക	चखना	രുചിക്കുക
उभरना	വീർത്തു വരുക	चढ़ना	ഉദിക്കുക
उमड़ना	കവിഞ്ഞൊഴുകുക	चलना	നടക്കുക
उलझना	കുടുക്കുക	चमकना	തിളങ്ങുക
उलटना	തകിടം മറിയുക	चाटना	നക്കുക
ऊँघना	ഉറക്കം തൂങ്ങുക	चाहना	ആഗ്രഹിക്കുക
एंठना	തിരിക്കുക	चुराना	മോഷ്ടിക്കുക
ओढ़ना	ശരീരം മറയ്ക്കുക	छीनना	പിടിച്ചു പറിക്കുക
कड़कना	പടപട ശബ്ദം ഉണ്ടാക്കുക	छुड़ाना	മോചിതനാകുക
		जाना	പോകുക
कतरना	മുറിക്കുക	जानना	അറിയുക
कमाना	സമ്പാദിക്കുക	जीतना	ജയിക്കുക
करना	ചെയ്യുക	जोतना	നിലംഉഴുക

झगड़ना	വഴക്കുണ്ടാക്കുക	भागना	ഓടുക
झूलना	ആടുക	माँगना	ആവശ്യപ്പെടുക
टहलना	അലസമായി നടക്കുക	मोड़ना	തിരിയുക
टालना	മാറ്റി വയ്ക്കുക	रखना	വയ്ക്കുക
डालना	ഇടുക	रचना	ഉണ്ടാക്കുക
ढकना	മൂടുക	रटना	ഓർമ്മയിലാക്കുക
तरसना	കൊതിക്കുക	रहना	വസിക്കുക
ताड़ना	ഊഹിക്കുക	रोकना	നിർത്തുക
तोड़ना	പൊട്ടിക്കുക	लगना	ഹാജരാകുക
थमना	നിർത്തുക	लगाना	ഉടമ്പടി ചെയ്യുക
दौड़ना	ഓടുക	लटकना	തൂങ്ങുക
धिक्कारना	ശപിക്കുക	लपेटना	മടക്കുക
निकालना	പുറത്തെടുക്കുക	लाँघना	മറികടക്കുക
निबाहना	പരിപാലിക്കുക	लादना	ഭാരം കയറ്റുക
निभाना	നടപ്പിലാക്കുക	लिखना	എഴുതുക
पकड़ना	പിടിക്കുക	लेना	കിട്ടുക
पचना	ദഹിക്കുക	लौटना	മടക്കി കൊടുക്കുക
पटकना	താഴേക്കെറിയുക	वारना	ത്യാഗം ചെയ്യുക
पढ़ना	വായിക്കുക	विचारना	വിചാരിക്കുക
पधारना	എത്തിച്ചേരുക	सँजोना	ക്രമീകരിക്കുക
पहनना	അണിയുക	सजाना	അലങ്കരിക്കുക
पालना	വളർത്തുക	सड़ना	കെട്ടുപോവുക
पीटना	അടിക്കുക	सींचना	നനയ്ക്കുക
पीसना	അരയ്ക്കുക	सीखना	പഠിക്കുക
पुकारना	വിളിക്കുക	सीना	തയ്ക്കുക
पैठना	പ്രവേശിക്കുക	सुनना	കേൾക്കുക
पोंछना	തുടയ്ക്കുക	सूखना	ഉണക്കുക
फँसना	കെണിയിലാക്കുക	सूझना	ഒരുവന്റെ മനസ്സിൽ സ്ഥാനം പിടിക്കുക
फटकारना	ശാസിക്കുക		
फाड़ना	കീറുക	सौंपना	കൈമാറുക
फिरना	പങ്കുവയ്ക്കേണ്ടത്	हँसना	ചിരിക്കുക
फूलना	വീങ്ങുക	हँसाना	ചിരിപ്പിക്കുക
फेंकना	എറിയുക	हकलाना	വിക്കുക
बकना	ചിലയ്ക്കുക	हड़पना	വിഴുങ്ങുക
बढ़ना	അധികരിക്കുക	हथियाना	പിടികൂടുക
बताना	പറയുക	हाँफना	കിതയ്ക്കുക
बदलना	മാറ്റുക	हारना	തോൽക്കുക
बनाना	ഉണ്ടാക്കുക	हिलना	ചലിക്കപ്പെടുക
बरसना	മഴ പെയ്യുക	दिखना	കാണേണ്ടത്
बिगाड़ना	നശിപ്പിക്കുക	देखना	കാണുക
बैठना	ഇരിക്കുക	दोहराना	ആവർത്തിക്കുക
बोलना	പറയുക		
भड़काना	പ്രേരിപ്പിക്കുക		

•••